அறிவியல் புரட்சியாளர்

டார்வின்

அறிவியல் புரட்சியாளர்

டார்வின்

ஆர். பெரியசாமி

பாரதி புத்தகாலயம்

ARIVIAL PURATCHIYALAR DARWIN (In Tamil)

R. Periasamy

First Published : February, 2013 | Third Print: November, 2016

Published by

BHARATHI PUTHAKALAYAM

7, Elango Salai, Teynampet, Chennai - 600 018

Email: thamizhbooks@gmail.com | www.thamizhbooks.com

அறிவியல் புரட்சியாளர் டார்வின்

ஆர். பெரியசாமி

முதல் பதிப்பு: பிப்ரவரி, 2013 | மூன்றாம் அச்சு: நவம்பர், 2016

வெளியீடு:

பாரதி புத்தகாலயம்

7, இளங்கோ சாலை, தேனாம்பேட்டை, சென்னை - 600 018

தொலைபேசி : 044 24332424, 24332924, 24356935

விற்பனை நிலையம்

7, இளங்கோ சாலை, தேனாம்பேட்டை, சென்னை - 600 018

திருவல்லிக்கேணி: 48, தேரடி தெரு | **பெரம்பூர்:** 52, கூக்ஸ் ரோடு
வடபழனி: பேருந்து நிலையம் எதிரில் அடையார் ஆனந்தபவன் மாடியில்
ஈரோடு: 39, ஸ்டேட் பாங்க் சாலை | **திண்டுக்கல்:** பேருந்து நிலையம்
நாகை: 1, ஆரியபத்திரபிள்ளை தெரு | **திருப்பூர்:** 447, அவினாசி சாலை
திருவாரூர்: 35, நேதாஜி சாலை | **சேலம்:** பாலம் 35, அத்வைத ஆஸ்ரமம் சாலை,
சேலம்: 15, வித்யாலயா சாலை | **மயிலாடுதுறை:** ரசாக் டவர், 1J, கச்சேரி சாலை
அருப்புக்கோட்டை: 31, அகமுடையார் மகால் | **நெய்வேலி:** சி.ஐ.டி.யூ அலுவலகம்,
மதுரை: 37A, பெரியார் பேருந்து நிலையம் | **மதுரை:** சர்வோதயா மெயின்ரோடு,
குன்னூர்: N.K.N வணிகவளாகம் பெட்போர்ட் | **செங்கற்பட்டு:**1 டி., ஜி.எஸ்.டி சாலை
விழுப்புரம்: 26/1, பவானி தெரு | **திருநெல்வேலி:** 25A, ராஜேந்திரநகர், பாளையங்கோட்டை
விருதுநகர்: 131, கச்சேரி சாலை | **கும்பகோணம்:** ரயில் நிலையம் அருகில்
வேலூர்: S.P. Plaza 264, பேஸ் மிமி , சத்துவாச்சாரி | பேருந்து நிலையம் அருகில்,
தஞ்சாவூர்: காந்திஜி வணிக வளாகம் காந்திஜி சாலை | **விருதாசலம்:** 511A, ஆலடி ரோடு
திருச்சி: வெண்மணி இல்லம், கரூர் புறவழிச்சாலை | **பழனி:** பேருந்து நிலையம்
தேனி: 12,பி, மீனாட்சி அம்மாள் சந்து, இடமால் தெரு
கோவை: 77, மசக்காளிபாளையம் ரோடு, பீளமேடு | **தி.மலை:** முத்தம்மாள் நகர்,
நாகர்கோவில்: கேவ் தெரு, டோத்தி பள்ளி ஜங்ஷன்
சிதம்பரம்: 22A/18B தேரடி கடைத் தெரு, கீழவீதி அருகில்

ரூ.120/-

அச்சு : கணபதி எண்டர்பிரைசஸ், சென்னை - 600 005.

முன்னுரை

ஒருவரின் நியாயமான வலிமையை அவரது எதிரிகளின் அச்சம், அவதூறுகள், அத்துமீறல்கள், உண்மைகளை மறைத்தல் ஆகியவற்றைக் கொண்டு புரிந்துகொள்ள முடியும். இது கோட்பாடுகளுக்கும் தத்துவங்களுக்கும் பொருந்தும். அத்தகைய சோதனைகளை மேலை நாடுகளில் வெற்றிகரமாக எதிர்கொண்டு சாதனை புரிந்தவை தாம் பிரிட்டிஷ் இயற்கை அறிவியலாளர் சார்லஸ் டார்வினின் (Charles Darwin) கண்டுபிடிப்புகள்.

டார்வின், தனது கல்லூரிப்படிப்பை முடித்தவுடன் கிட்டத்தட்ட 5 ஆண்டுகள் 3 பெருங்கடல்களில் ஹெச்.எம்.எஸ். பீகிள் (HMS Beagle) என்ற கப்பலில் ஆய்வுப்பயணம் மேற்கொண்டார். அப்போது நிலஅமைப்பியல், தாவரவியல், உயிரியல் ஆகிய இயற்கை அறிவியல்களைத் தீவிரமாக ஆய்வுகள் செய்தார் . இதனைத் தொடர்ந்து 20 ஆண்டுகளுக்கு மேல் பரிசோதனை ஆய்வுகளையும் ஆராய்ச்சிகளையும் நடத்தினார். இதன் விளைவாக, *இயற்கைத் தேர்வு வழிப்பட்ட உயிரினங்களின் தோற்றம்* (The Origin of Species of Natural Selection) என்ற நூலை எழுதி முடித்து 1859-ல் வெளியிட்டார். இதில் உயிரினங்களின் பரிணாம வளர்ச்சி (Evolution) என்ற கோட்பாட்டை இறுதியாக உலகிற்கு அளித்தார். அவரது உயிரினங்களின் தோற்றம் நூல் அறிவியலில் குறிப்பாக உயிரியலில் ஒரு பெரும்புரட்சியாக அமைந்தது.

டார்வினின் இந்தக் கண்டுபிடிப்பானது காலநோக்கில் வரலாற்று முக்கியத்துவமானதாகும். அவர் பத்தொன்பதாம் நூற்றாண்டில் பிறந்து வளர்ந்து வாழ்ந்து மறைந்தவர். 17ஆம் நூற்றாண்டில் அழித்தொழிக்கப்பட்ட நிலப்பிரபுத்து வத்தினுடைய சமாதியின் மீது பிரிட்டிஷ் முதலாளித்துவம் தனது தொழில்புரட்சிக் கோபுரங்களை உயர்த்திக் கொண்டே போனதுடன் தனது கோரப்பிடிகளை உலக நாடுகளில் இறுக்கிப்பிடித்த காலமுமாகும். இத்தகைய பொருளாதார ஆதிக்கத்தை இறுக்கிக் கொள்ள படைபலத்தை பயன்படுத்தி அரசியல் ஆதிக்கத்தையும் பலவந்தமாகப் பறித்து வந்த காலம் அது. கடல்கள் தாண்டி பல வேற்றுநாடுகளின் பொருளாதார

ஆதிக்கத்தையும் அரசியல் ஆதிக்கத்தையும் கைப்பற்றிக் கொண்ட பிரிட்டிஷ் காலனியாதிக்கத்தை உலகின் புதுப்புதுப் பிரதேசங்களுக்கு ஏற்றுமதி செய்வதில் கடல்வழிகளைக் கண்டு பிடிப்பதும் குறிவைக்கப்பட்ட பிரதேசங்களின் பூகோளவியல், நில அமைப்பியல் மற்றும் இயற்கை அறிவியல் ரீதியான விவரங்களை அறிவதும் புரிவதும் முதல் முக்கிய அவசியமாக இருந்தது. போர்ச்சுக்கல் நாட்டின் வாஸ்கோடகாமா இந்தியாவிற்கும், கொலம்பஸ் அட்லாண்டிக் கடலைக் கடந்து அமெரிக்காவுக்கும் படகுகளில் சாகசப் பயணங்களை மேற்கொண்டதும் இந்த நோக்கங்களையே கொண்டிருந்தன.

இந்தப் பின்னணியில் தான் பிரிட்டன் தனது காலனியாதிக்க விஸ்தரிப்பு என்ற உள்நோக்குடன் தென்அமெரிக்காவையும் இடைப்பட்ட தீவுகளையும் அறிந்து கொள்ளும் முயற்சியாகவே பீகிள் கப்பலை இரண்டாவது முறையாக பிரிட்டிஷ் கப்பல் படை அனுப்பி வைத்தது. அந்தக் கப்பலுடன் 22வயது இளைஞன் சார்லஸ் டார்வினின் வாழ்க்கையை நிகழ்ச்சிப் போக்குகள் இணைத்துவிட்டன. இந்தப் பயணமே அவரது எதிர்கால அறிவியல் வெற்றிகளுக்கு அடித்தளமாக அமைந்தது. பீகிள் கப்பலின் பயணம் பிரிட்டனைப் பொறுத்த வரையில் அதன் காலனியாதிக்கத்தை விஸ்தரிப்பு செய்வதையே நோக்கமாகக் கொண்டிருந்தது. ஆனாலும், அன்று அந்த ஆதிக்கத்திற்கு எதிராக மார்க்ஸ் - எங்கல்ஸ் தலைமையில் தத்துவப் போராட்டம் நடத்திய பொருள் முதல்வாதத்திற்கு டார்வினின் புரட்சிகரமான அறிவியல் சாதனையான பரிணாாம வளர்ச்சிக் கோட்பாடு ஒரு மகத்தான பேராயுதமாக விளங்கியது என்பதுதான் அவரது சிறப்புக்களில் எல்லாம் சிறப்பானதாகும். நகர்ப்புறங்களில் வாழ்ந்த மார்க்ஸும் ஏங்கல்ஸும் முதலாளித்துவத்தை வீழ்த்துவதற்கான சமூகப் புரட்சிக்காக செயல்பட்டுக் கொண்டிருந்த வேளையில், கிராமப்புறத்தில் வாழ்ந்து கொண்டிருந்த டார்வின் அறிவியல் புரட்சி செய்து கொண்டிருந்தார். எனவே,மார்க்சும் ஏங்கல்சும் டார்வினின் *உயிரினங்களின் தோற்றம்* நூலுக்கு மிகுந்த முக்கியத்துவம் அளித்தார்கள்.

19ஆம் நூற்றாண்டில் பொருள் முதல்வாதத்தின் வளர்ச்சிக்கும் அதன் உண்மைத்தன்மைக்கும் ஆதாரமாக விளங்கிய அறிவியல் கண்டுபிடிப்புகளில் டார்வினுடைய பரிணாம வளர்ச்சிக் கோட்பாட்டிற்கு எங்கல்ஸ் மிகுந்த முக்கியத்துவம் அளித்தார். அவர் தாம் படித்த *உயிரினங்களின் தோற்றம்* நூலை மார்க்சிற்கு அனுப்பி வைத்தார். மார்க்ஸ், தமது மூலதனம்

நூலின் பிரதியொன்றை 1873-ல் டார்வினுக்கு அனுப்பி வைத்தார். இருவரும் கடிதத் தொடர்பு வைத்திருந்தனர்.

இயற்கை சார்ந்த அறிவியலுக்கு தமது வாழ்க்கையை அர்ப்பணித்த டார்வின், தத்துவம், அரசியல், மதம் ஆகியவற்றில் அவ்வளவாக அக்கறை காட்டவில்லை. ஆனாலும் உயிரினங்கள் ஒரேநாளில் படைக்கப்பட்டவை. மாறாத நிலைத்தன்மை யானவை என்று காலங் காலமாக நிலவிவந்த மதவாத மற்றும் மாறா நிலைக் கருத்தோட்டத்தை மறுத்ததுடன், காலங்காலமாக பொருட்களுக்குள்ளும் பொருட்களுக்குமிடையேயும் நிகழும் இயக்கங்களை அடித்தளமாகக் கொண்ட பொருள் முதல்வாதத்திற்கு டார்வினின் கோட்பாடுகள் ஒரு நிரூபணமாக விளங்கின.

மார்க்ஸ் 1883ஆம் ஆண்டு தமது "சிந்தனையை நிரந்தரமாக நிறுத்திக் கொண்டதை"த் தொடர்ந்து அவரது இறுதி நிகழ்ச்சியில் இரங்கல் உரையாற்றிய அவரது தோழர் எங்கல்ஸ், டார்வினையும் குறிப்பிடுகிறார். அதில் அவர் "உயிரின இயற்கையின் வளர்ச்சி விதியை டார்வின் கண்டுபிடித்ததுபோல மனித சமூக வரலாற்றின் வளர்ச்சி விதியை மார்க்ஸ் கண்டுபிடித்தார்" என்று சுட்டிக்காட்டினார்.

டார்வினின் இந்தக் கண்டுபிடிப்பு, படைப்புவாதத்தை அதிரச் செய்ததால் அதன் எதிரொலி மேலைநாடுகளில் குறிப்பாக அமெரிக்காவில் இப்போதும் இருந்து வருகிறது. டார்வினின் பரிணாம வளர்ச்சிக் கோட்பாடுக்கு எதிராக நீதிமன்றத் தீர்ப்புகளையும் மீறி அக்கோட்பாடுக்கு எதிராக படைப்புவாதத்தைப் பள்ளி மாணவர்களுக்கு போதிக்க படைப்புவாதிகள் கையாண்ட தில்லு முல்லுகள் அமெரிக்க ஜனநாயகத்தின் யோக்யதையை உலகிற்குக் காட்டின. ஆனாலும் டார்வினின் கோட்பாடு இந்தத் தில்லுமுல்லுகளை யெல்லாம் முறியடித்து தன்னை நிலைநிறுத்திக் கொண்டது என்பது அதன் முக்கியமான சாதனைகளில் ஒன்றாகும்.

இந்தப் பின்னணியில் இந்நூல் டார்வினைப் புரிந்து கொள்ள உதவும் என்று நம்புகிறோம். இந்தப் புத்தகத்தின் அச்சுப்பிரதியில் சரியான தமிழ் வார்த்தைகளை சேர்ப்பது உட்பட படிப்பினை மிக்க பிழைதிருத்தத்தை சேலம் கி. இளங்கோவன் செய்தார். இதன் உள்ளடக்கத்திற்கு சீரிய வழி காட்டுதல் செய்து தோழர் சகஸ்ரநாமம் பேருதவி புரிந்தார். இருவருக்கும் நன்றி தெரிவித்துக் கொள்கிறோம்.

டார்வின் பயணித்த பீகிள் கப்பலின் பயணப்பாதை

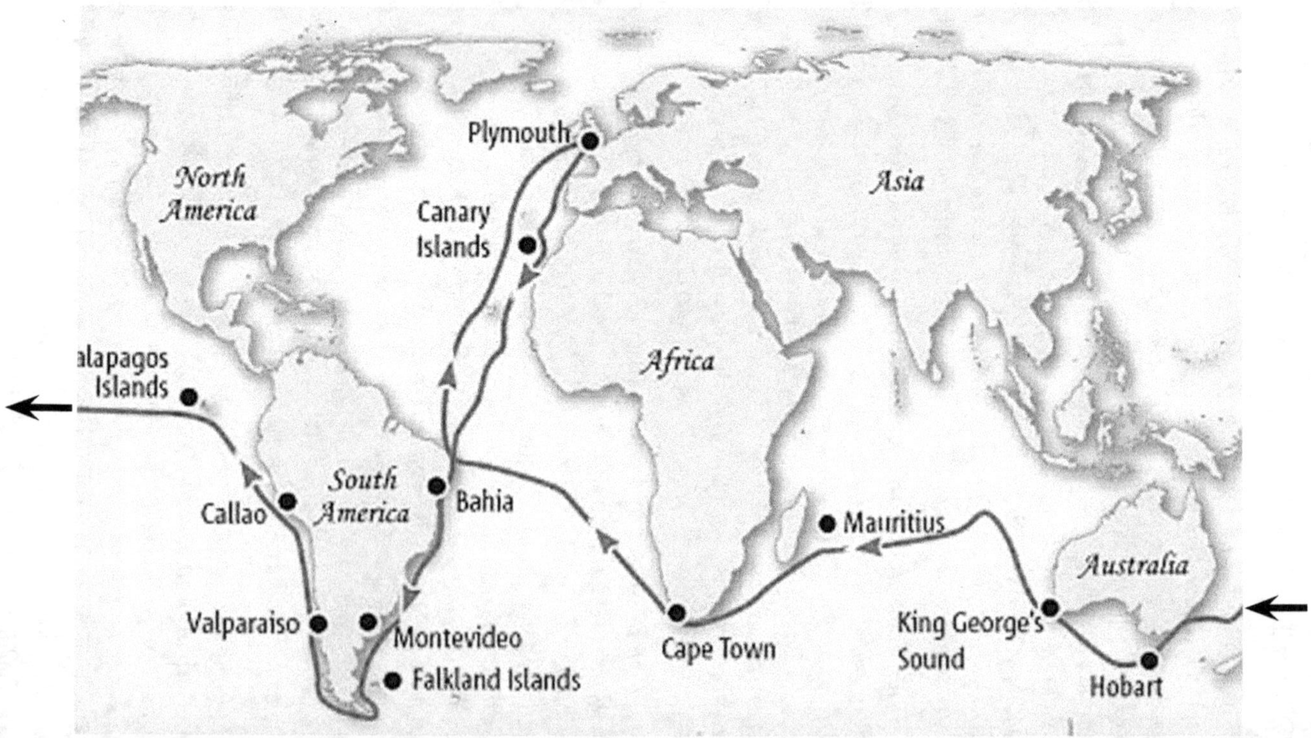

பொருளடக்கம்

அறிவியல் புரட்சியாளர்

சார்லஸ் டார்வின்

பிறப்பு: 1809, பிப்ரவரி 9

இறப்பு: 1882, ஏப்ரல் 19

டார்வினின் குடும்பப் பின்னணி

சார்லஸ் டார்வின், பிரிட்டனில் ஷ்ரெவ்ஸ்பரி (Shrewsbury) *என்ற நகரில் 1809 பிப்ரவரி 9இல் பிறந்தார். அவருடைய தந்தை ராபர்ட் டார்வின்* (Robert Darwin) *தாயார் சூஸனா டார்வின்* (Susana Darwin). *இந்தத் தம்பதியரின் 6 குழந்தைகளில் சார்லஸ் டார்வின் ஐந்தாவது குழந்தையாகப் பிறந்தார். 6 குழந்தைகளில் முதல் 3 குழந்தைகள் பெண் குழந்தைகள். 4-வது குழந்தை ஆண் குழந்தை. டார்வினுக்குப் பின் பிறந்த கடைசிக் குழந்தையும் பெண் குழந்தை.*

சார்லஸ் டார்வின் எதிர்காலத்தில் பெரும் சாதனைமிக்க அறிவியலாளராக வந்ததற்கான பின்னணியில் அவரது முன்னோர்கள் எவ்வாறு அவருக்கு முன்னோடிகளாக இருந்தனர் என்பதை சுருங்கப் பார்ப்போம்.

சார்லஸ் டார்வினின் தந்தை ராபர்ட் டார்வின் (Robert Darwin) *ஒரு பிரபலமான மருத்துவர். அவர் தமது மூத்த சகோதரனுடன் 1786இல் ஷ்ரெவ்ஸ்பரிக்கு வந்தார். அப்போது அவருக்கு வயது 20தான். அவர் தம் தந்தை எராஸ்மஸ் டார்வினின் விருப்பத்தின் பேரில், அப்போது துரிதமாக வளர்ந்து வந்த அந்த நகரில் மருத்துவத் தொழிலை நடத்தவே அங்கு வந்தார். அச்சமயத்தில் ஷ்ரெவ்ஸ்பரி ஒரு தொழில் நகரமாக வளர்ந்து கொண்டிருந்தது. அந்நகரைச் சுற்றி ஏராளமான கிராமங்கள் இருந்தன. அக்கிராமங்களுக்கும் ஷ்ரெவ்ஸ்பரிக்குமிடையே சாலைகள் போடப்பட்டு வந்தன. பல சாலைகள் முடிக்கப்பட்டிருந்தன. அவற்றில் மணிக்கு 8மைல் வேகத்தில் செல்லும் தபால் வண்டிகள் பயணித்தன. ஷ்ரெவ்ஸ்பரியிலிருந்து 10மைல் தொலைவில் உள்ள கோல்புரூக் டெய்ல் என்ற கிராமத்தைச் சுற்றி ஓடிய நதியொன்றில் உலகிலேயே முதல் இரும்புப்பாலம் அப்போது அமைக்கப்பட்டு வந்தது. அதனை பார்ப்பதற்குத் தொலைதூர மக்களெல்லாம் வந்து சென்றனர். அவர்களுக்கு அப்போது அந்தப் பாலம் வியப்பாக இருந்தது.*

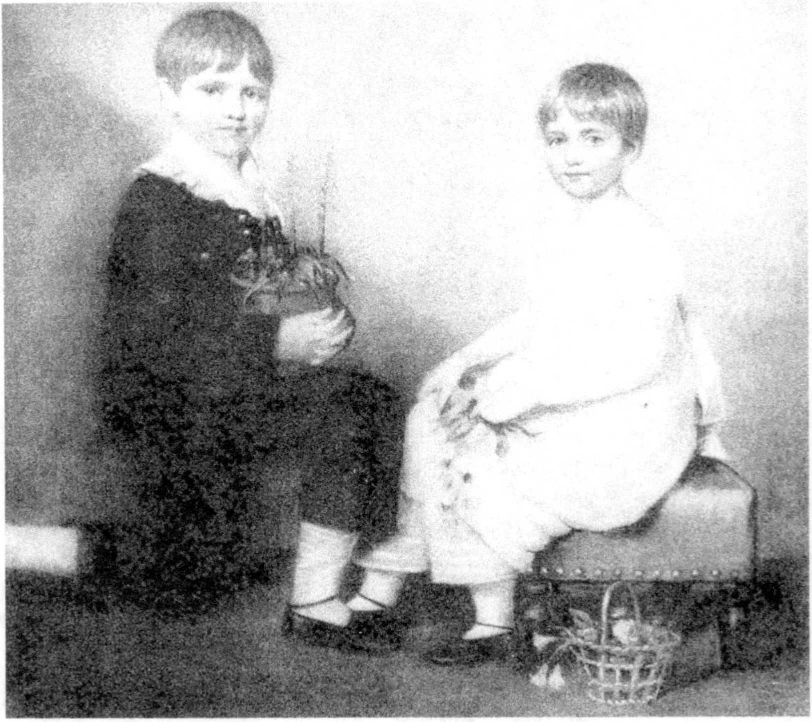

டார்வினும் (7) சகோதரி காத்ரினும் (5)

இந்தப் பின்னணியில்தான் ஷ்ரெவ்ஸ்பரிக்கு விச்ஃபீல்டு என்ற சிறு நகரிலிருந்து 1786ஆம் ஆண்டு கோடைகாலத்தில் ஒரு நாள் ராபர்ட் டார்வின் தம் சகோதரனுடன் குதிரையில் வந்திறங்கினார். அவரின் தந்தை எதிர்பார்த்தபடியே ராபர்ட்டின் மருத்துவத் தொழில் 6 மாதத்திலேயே சூடு பிடிக்க ஆரம்பித்து விட்டது. தினசரி 40 முதல் 50 வரையான நோயாளிகள் சிகிச்சை பெற்று வந்தனர். இதனால் இருவருக்குமான செலவுக-ளோடு ஒரு வேலைக்காரனையும் இரண்டு குதிரைகளையும் பராமரிக்கக்கூடிய அளவிற்கு வருமானம் கிடைத்தது. இந்நிலைமையில் அவர் தம் 21ஆம் வயதில் லண்டனின் உயர்வம்சத்தார் அமைப்பின் உறுப்பினராகத் தேர்ந்தெடுக்கப் பட்டதால் செல்வாக்கு பெருகியது.

அவரின் தந்தை எராஸ்மஸ் டார்வின் (Erasmus Darwin) அறிவியலில் குறிப்பாக இயற்கை வரலாற்றில் மிகுந்த ஆர்வம்

கொண்டிருந்தார். எனவே, The Botanic garden என்ற நூலை எழுதித் தாவரவியலில் தமக்கிருந்த அறிவு ஞானங் களை வெளிப் படுத்தியிருந்தார். மேலும் Zoonomia என்ற நூலை எழுதினார். அதில் அவர், பின்னாட்களில் பரிணாம வளர்ச்சி (Evolution) என்று அழைக்கப்பட்ட கோட் பாட்டினை முன்வைத்த வராவார். எராமஸ் டார்வின் தொழில் நுட்பங்களிலும் ஆர்வம் கொண்டவர். அவர், லிச்பீல்டு நகரில் வாழ்ந்து கொண்டிருந்த போது பெரும் தொழில் நகரமான பர்மிங்காம் நகரில் விஞ்ஞானம், தொழில், அரசியல் ஆகியவை குறித்து வழக்கமாக விவாதிக்கும் பிரமுகர்கள் குழுவில் இடம் பெற்றிருந்தார். தொழில் உரிமையாளர்கள் உட்பட சமூகத்தில் உயர் மட்டத்தில் இருந்தவர்கள் உறுப்பினர் களாக இருந்த இந்தக் குழு ஒவ்வொரு பவுர்ணமியன்றும் கூடியதால் அது சந்திரன் அமைப்பு (Lunar Society) என்று அழைக்கப் பட்டது.

டார்வின் தந்தை ராபர்ட் டார்வின்

தாயார் சூஸனா டார்வின்

இந்தக் குழுவில் இடம் பெற்றிருந்தவர்களில் ஒருவரான முதலாவது ஜோஸியா வெட்ஜ்வுட் ((Josiah Wedgewood) என்பவர் எராமஸ் டார்வினின் ஆத்மார்த்த நண்பராவார். ஜோஸியா, தமது 9வயதில் பள்ளிப்படிப்பை நிறுத்திவிட்டுப் பானை செய்யும் குயவரானார். ஆனால் எராமஸ் டார்வின் கேம்பிரிட்ஜ், எடின்பர்க் ஆகிய பல்கலைக்

கழகங்களில் மருத்துவப் படிப்புப் படித்து மருத்துவரானார். இவர்கள் இருவரும் இருதிசை வழிப்பட்டவர்களாயினும் அறிவியல், தொழில்நுட்பம் ஆகியவற்றில் இருவருக்கும் இருந்த ஆர்வமே அவர்களை நண்பர்களாக்கியது. கிட்டத்தட்ட சம வயதினராகிய இருவரும் தமது 30ஆம் வயதில் நண்பர்களானார்கள். இருவரும் அரசியலில் ஒரே நிலைபாட்டை எடுத்தனர். முக்கியமாக அடிமைமுறை எதிர்ப்பில் தீவிரமாக இருந்தனர். எனவே அவர்கள், அமெரிக்காவில் கறுப்பர்கள் நடத்திய போராட்டங்களுக்குப் பெரும் ஆதரவு அளிப்பதில் முன்னணியில் இருந்தனர். அதேபோல் பிரான்சில் 1789 இல் நடந்த பிரெஞ்சுப் புரட்சியையும் உற்சாகத்துடன் வரவேற்றனர்.

டார்வினின் தாத்தா ஏராஸ்மஸ் டார்வின்

ஜோஸியா வெட்ஜ்வுட், தம்முடன் பள்ளியில் படித்த தமது உறவுக்காரப் பெண்ணைத் திருமணம் செய்திருந்தார். தம் மனைவிக்குக் கிடைத்த பாரம்பரிய சொத்தைக் கொண்டு தொழில் தொடங்கினார். பர்ஸலெம் என்ற நகரில் தொடங்கிய அவரது தொழிற்சாலையானது ஐரோப்பாவிலேயே மிக அதிகமானோர் பணிபுரிந்த தொழிற்சாலைகளில் ஒன்றாக வளர்ந்தது.

சூஸனாவின் தந்தை முதலாவது வெட்ஜ்வுட்

ஷ்ரெவ்ஸ்பரியில் டார்வின் பிறந்த வீடு

பொதுவாழ்க்கையில் ஒன்று சேர்ந்த நண்பர்கள் இருவரும் குடும்ப அளவிலும் உறவினர்கள் ஆவதென முடிவு செய்தனர். அதன்படி எராமஸ் டார்வினின் 30வயது மகன் ராபர்ட் டார்வினுக்கும் ஜோஸியாவின் மூத்தமகள் 31வயதான சூஸனாவிற்கும் திருமணம் செய்துவைக்க இருவரும் தீர்மானித்தனர். பள்ளி நண்பர்களான ராபர்ட்டிற்கும் சூஸனா (Susana) விற்குமிடையே 1777இல் திருமணம் நடந்தபோது அவர்களை வாழ்த்துவதற்கு ஜோஸியா உயிருடன் இருக்கவில்லை. அதே ஆண்டில் திருமணத்திற்கு முன்னதாக இறந்துபோனார்.

இதற்கிடையே ராபர்ட் டார்வின் ஷ்ரெவ்ஸ்பரியில் தமது மருத்துவத் தொழிலில் பிரபலமடைந்து நல்ல வருமானத்தை ஈட்டி வந்தார். அவரிடம் மருத்துவத்திற்குப் பணக்கார நோயாளிகளே வந்ததால் அவர்களுக்கேற்ற வசதியான மருத்துவ மனை தேவைப்பட்டது. இந்நிலைமையில் தான் திருமணம் நடந்தது. இதில் தமது மனைவி சூஸனாவிற்கு கிடைத்த பரம்பரை சொத்தாக வந்த 25 ஆயிரம் பவுண்டுகளைக் கொண்டு, ஷ்ரவ்ஸ்பரி நகரையொட்டியிருந்த மவுண்ட் எனப்படும் ஒரு சின்னஞ்சிறு குன்றில் ஒரு வீட்டு மனையை

வாங்கினார். அந்த மனையில் பெரிய மருத்துவமனையுடன் வீடு ஒன்றையும் இணைத்துக் கட்டினார்.

ராபர்ட் டார்வினின் மருத்துவத் தொழில் வெற்றிகரமாக நடந்ததால் வருமானம் பெருகியது. அன்று தலைநகர் லண்டன் தவிர்த்த இங்கிலாந்தில் பெருமளவு சம்பாதித்த மருத்துவர்களில் ராபர்ட்டும் ஒருவராவார். ஆகவே, அவர் தமது வருமானத்தில் பெரும்பகுதியை அன்று வளர்ந்து வந்த பல்வேறு தொழில்களில் முதலீடு செய்தார். மேலும் எஸ்டேட்களையும் வாங்கியதோடு வட்டிக்கும் கொடுத்து வந்தார். எனவே, வருமானம் மென்மேலும் பெருகியது.

அவருக்கு உதவிகரமாகச் செயல்பட்ட அவரது மனைவி சூஸனா டார்வின் நன்கு படித்தவர்; பிரெஞ்சு மொழி அறிந்தவர். அவர் தமது கணவர் இல்லாத சமயத்தில் பணக்கார நோயாளிகளைக் கவனிப்பது அவர்களுக்கு நேர்த்தியான உணவுத் தயாரிப்பை மேற்பார்வையிடுவது போன்ற பணிகளைச் செய்து வந்தார்.

இந்தப் பின்னணியில் சார்லஸ் டார்வினுக்கு 8வயதானபோது 1817 ஜனவரியில் ஷ்ரெவ்ஸ்பரியில் ஒரு பள்ளியில் சேர்க்கப்பட்டார். அந்தப்பள்ளி ஒரு கிறிஸ்துவமத போதகரால் நடத்தப்பட்டதாகும். அந்தப் பள்ளியில் சார்லஸ் டார்வின் படித்துக் கொண்டிருந்தபோது அதே ஆண்டில் ஜுலை மாதத்தில் அவரது தாயார் சூஸனா டார்வின் மரணமடைந்தார். அவர் வேலைப்பளு காரணமாக ஏற்கனவே நோய்வாய்ப் பட்டிருந்தார். சூஸனாவின் மரணம் அவரது குடும்பதிற்குப் பேரிடியாய் விழுந்தது. அவரது கணவர் ராபர்ட் டார்வின் நிலை குலைந்து போனார். சிறுவன் சார்லஸ் டார்வினையும் கடைசித் தங்கை காத்ரீனாவையும் மூத்த சகோதரிகள் கவனித்துக் கொண்டனர். சார்லஸ் டார்வினைவிட 4வயது மூத்தவனான எராஸ்மஸ்டார்வின், அதே நகரில் வேறொரு பள்ளியின் விடுதியில் தங்கிப்படித்தான்.

சிறுவன் சார்லஸ் டார்வினுக்கு 10 வயதானபோது, அண்ணன் எராஸ்மஸ் டார்வினுடன் (அண்ணனுக்கு தாத்தாவின் பெயரே இடப்பட்டிருந்தது) விடுதியில் தங்கிப் படிக்கும் வகையில் அதே பள்ளியில் சேர்க்கப்பட்டான். இவர்களுடைய வீட்டிலிருந்து ஒரு மைல் தொலைவில் இருந்த அந்தப் பள்ளி 16-ஆம் நூற்றாண்டில் தொடங்கப்பட்டதாகும்.

இளம்டார்வினை கவர்ந்த பேனிஓவன்

இந்தப் பள்ளியின் பாடத் திட்டம் பழங்காலத்தியதாகவே இருந்தது. குறிப்பாக லத்தீன், கிரேக்கம் ஆகிய மொழிகளின் இலக்கியங்களையும் நூல்களையும் அடிப்படையாகக் கொண்டிருந்தது. இது சார்லஸ் டார்வினை ஈர்க்கக் கூடியதாக இருக்கவில்லை. பள்ளிப் பாடங்களால் ஈர்க்கப் படாத சிறுவன் சார்லஸ் டார்வின், இயற்கை சம்பந்தமான விவரங்களை அறிவதில் மிகுந்த ஆர்வம் கொண்டிருந்தார். வண்டுகளையும் பூச்சிகளையும் பிடிப்பதிலும் பறக்கும் பறவைகளைப் பார்ப்பதிலும் மகிழ்ச்சி அடைந்தார்.

ராபர்ட் டார்வின், தம் மூத்தமகன் எராஸ்மஸ் டார்வின் படித்துவந்த எடின்பர்க் பல்கலைக்கழக மருத்துவக் கல்லூரியில் 1825ஆம் ஆண்டின் நவம்பரில் சார்லஸ் டார்வினை சேர்த்துவிட்டார். (இதே மருத்துவக் கல்லூரியில் தான் ராபர்ட் டார்வினும் அவரது தந்தையான எராஸ்மஸ் டார்வினும் தங்களது மருத்துவப் படிப்பை முடித்திருந்தனர்) மூத்த மகன் எராஸ்மஸ் டார்வினும் இளைய மகன் சார்லஸ் டார்வினும் கல்லூரியின் விடுதியில் மிகவும் வசதியான ஓர் அறையில் தங்கியிருந்தனர். அப்போது 20 வயதான எராஸ்மஸ், தமது 3ஆம் ஆண்டு படிப்பை முடித்திருந்தார். சகோதரர்கள் இருவரும் ஒரே அறையில் தங்கியிருந்தனர். அப்போது ஒன்றரை லட்சத்திற்கும் அதிகமான மக்கள் வாழ்ந்த எடின்பர்க் நகரைச் சுற்றி வருவதிலும் நாடகங்களுக்குச் செல்வதிலும் மிகுந்த ஆர்வம் கொண்டிருந்தனர். இது அவர்களுக்கு முக்கிய பொழுதுபோக்காக இருந்தது. மேலும் அவர்கள், இருவரும் தங்களுடைய அறையில் புத்தகங்கள் படிப்பதிலும் மிகுந்த ஆர்வம் கொண்டிருந்தனர். சார்லஸ் டார்வினைப் பொருத்தவரையில் மருத்துவப்படிப்பில் ஆர்வமில்லாததால் மருத்துவமில்லாத புத்தகங்களில் தான் ஆர்வம் கொண்டிருந்தார்.

தமது மருத்துவப் படிப்பின் முதலாம் ஆண்டை முடித்து விட்டு மே மாதம், ஷ்ரெவ்ஸ்பரிக்குத் திரும்பிய சார்லஸ் டார்வினுக்கு ஓர் உறுத்தலாக இருந்த விஷயம், தமக்குப் பிடித்தமில்லாத மருத்துவப் படிப்பைக் கைவிடும் பட்சத்தில் தமது தந்தையின் கோபத்தினையும் அவருடன் முரண்படுவதையும் எப்படித் தவிர்ப்பது என்பது தான். கோடை விடுமுறையில் இருந்த அவர், ஏதாவதொரு காரணத்தை சாக்காக வைத்துக் கொண்டு தமது தந்தையை சந்திப்பதையே தவிர்த்து வந்தார். மே மாதத்தை ஒருவாறாக சமாளித்த சார்லஸ் டார்வின் ஜூன் மாதத்தில் தன் வயதையொத்த 2 நண்பர்களுடன் நடந்தே சுற்றுலா செல்லும் பயணத்தை மேற்கொண்டார். இதில் அவர்கள் மூவரும் வேல்ஸ் நகருக்குச் சென்றனர். அடுத்து ஆகஸ்ட் மாதத்தில் சார்லஸ் டார்வின் மேயெர் நகருக்குச் சென்றார். இந்தப் பயணமும் தமது தகப்பனாரை எதிர் கொள்வதிலிருந்து தப்பிப்பதற்காகவே சார்லஸ் டார்வினால் மேற்கொள்ளப்பட்டது. மேயெர் நகரில் சார்லஸ் டார்வினின் தாய்மாமாவான இரண்டாவது ஜோஸியா வெட்ஜ்வுட் (இவர் ஜோஸியா வெட்ஜ்வுட்டின் மகனாவார்) வீட்டில் அந்த மாதம் தங்கினார். ஜோஸ் எந்தவொரு பிரச்சனையிலும் காரிய நோக்குடன் இருப்பவர். எனவே, அவர் கலகலப்பாக இருக்க மாட்டார். அவருடைய இருமகன்களும் விளையாட்டுக்களில் ஆர்வம் இல்லாதவர்களாக இருந்தனர். அவருடைய மகள்கள் எம்மாவெட்ஜ்வுட்டும் சாராவெட்ஜ்வுட்டும் அலுங்காமல் சிரிக்கக் கூடியவர்கள். ஆனாலும் அங்கு டார்வின் மிகமகிழ்ச்சியாகவும் சுதந்திரமாகவும் இருந்தார். ஏனெனில், மேயெர் நகர், ரம்மியமான பகுதியில் இருந்ததால் சார்லஸ் டார்வின் இரண்டாம் ஜோஸியாவின் மகன்களுடனும் மகள்களுடனும் நடைசெல்வதையும் குதிரைச்சவாரி செய்வதற்கும் மகிழ்ச்சிக்குரியதாகக் கருதினார்.

மேயெரில் தங்கியிருந்த சார்லஸ் டார்வின், தமது கல்விப் பிரச்சனை காரணமாகத் தமது சொந்த ஊரான ஷ்ரெவ்ஸ்பரிக்குச் செல்ல விரும்பாமல் அங்கிருந்து உட்ஹவுஸ் என்ற ஊருக்கு சென்றார். அங்கு தமது தந்தையின் நெருக்கமான நண்பரான வில்லியம் ஓவன் வீட்டில் தங்கினார். அங்கு அவருக்கு தடபுடலான வரவேற்பு கிடைத்தது. இந்த இல்லம் எப்போதும் கலகலப்பாக இருந்தது. இந்தவீட்டில் இருந்த இளம்பெண்ணான ஃபேன்னி ஓவன், சார்லஸ் டார்வினைவிட

ஒருவயது மூத்தவள். அந்த வீட்டில் இருந்த மகிழ்ச்சிகரமான நிலைமைக்கு அந்தப்பெண் ஒரு முக்கிய காரணமாவாள். அந்தப் பெண்தான் 17வயது இளைஞன் டார்வினை ஈர்த்த முதல் பெண்ணாவாள். மேலும் அந்தப் பெண் கேலியும் கிண்டலுமாக வேடிக்கையாகப் பேசக் கூடியவள். சார்லஸ் டார்வினை விட ஒருவயது மூத்தவளான ஃபேன்னிஓவன், விளையாட்டுத் தனமாகக் காதலும் பேசுவாள். அவளுடைய தந்தை ஸ்குயர் ஓவனும் அவளுடைய அம்மாவும் கலகலப்பானவர்கள். எனவே செப்டம்பர் மாதம் வரை அங்கு சார்லஸ் டார்வின், மகிழ்ச்சிகரமாக இருந்தார்.

அக்டோபரில் அவர், தமது சொந்த ஊரான ஷ்ரெவ்ஸ்பரி நகருக்குத் திரும்பினார். அவர் தமக்குள் அச்சப்பட்டுக் கொண்டிருந்ததுபோல் அவரது தந்தையுடன் எந்தவித மோதலும் நிகழவில்லை. காரணம், தமக்கு மருத்துவப் படிப்பைத் தொடர விருப்பம் இல்லை என்பதையும் அவர், தமது தந்தை ராபர்ட் டார்வினுக்கு இன்னும் தெரிவிக்கவில்லை. எனவே, படிப்பைத் தொடரத் தாம் செல்லவேண்டிய நவம்பர் மாதத்தில் அவர், மீண்டும் எடின்பர்க் நகருக்குச் சென்றார். ஆனால் மருத்துவப் படிப்பைத் தொடர்வதற்காக அல்ல; அவரைப் பெரிதும் ஈர்த்து வந்தது இயற்கை விஞ்ஞானம் மட்டுமே. 1825 அக்டோபரில் தாம் சேர்ந்த எடின்பர்க் பல்கலைக் கழகத்திலேயே இயற்கை விஞ்ஞானப் படிப்பில் சேர்ந்தார் அப்போதுதான் அவர், தம்மைப் போலவே பல மாணவர்கள், படிப்பைத் மாற்றிக் கொண்டனர் என்பதை அறிந்தார். அவர்களெல்லாம் தம்மைப் போன்றவர்கள் தாம் என்றும் புரிந்துகொண்டார். ஆனாலும் தாம் தமது தந்தைக்கு இன்னும் தெரிவிக்கவில்லை என்ற குற்ற உணர்வு அவருக்குள் இருக்கவே செய்தது. இந்தச் சூழ்நிலையில்தான் அவர் தமது புதிய படிப்பிற் கான புத்தங்கங்களைப் படிக்க ஆரம்பித்தார். தம்மையொத்த மாணவர்களுடன் நட்பை ஏற்படுத்திக் கொண்டார்.

இந்தப் பின்னணியில்தான் அவர், இயற்கை விஞ்ஞானத்தில் தமது பரிசோதனை ஆய்வைத் தொடங்கும் வகையில், நியூஹேவன் என்ற கிராமத்திலிருந்து கடற்கரையோரப் பகுதிகளில் தூர்வாரிப் படகுகளில் பயணம் செய்தார். கடல் பிராணிகளின் வாழ்க்கை முறைகளைப் பற்றி ஆய்வு செய்யும் நோக்குடனேயே இந்த சிரமமான பயணத்தை மேற்கொண்டார்.

எடின்பர்க் பல்கலைக்கழகத்தைப் பொருத்தவரையில் அவர் தமது இரண்டாம் ஆண்டை முடித்து 1827ஆம் ஆண்டின் கோடைவிடுமுறையையொட்டி ஷ்ரெவ்ஸ்பரி நகருக்குத் திரும்பினார். சொந்த ஊருக்குத் திரும்பும் போது குற்ற உணர்வு தலைதூக்கியது. இந்த முறை தமது தந்தையிடம் உண்மை எதனையும் அவர் மறைக்க முடியவில்லை. தம் படிப்பின் உண்மை நிலவரத்தைத் தெரிவித்து விட்டார். இந்நிலைமையில் அவருடைய மூத்த சகோதரிகள் கைகொடுத்தனர். அவர்கள், சார்லஸின் நிலைமையை விளக்கித் தங்களுடைய தந்தைக்கு ஒரு தெளிவை ஏற்படுத்தினர்.

டாக்டராக வேண்டும் என்று எந்தவொரு மகனையும் தாம் கட்டாயப்படுத்தப் போவதில்லை என்று ராபர்ட் டார்வின் கூறினார். அவருடைய மூத்தமகன் எராஸ்மஸ் டார்வின் லண்டனில் உடல்பாகங்கள் குறித்த அறிவியலில் (Anatomy) மேற்படிப்புப் படித்துக் கொண்டு சுதந்திரப் பறவையாகிவிட்ட நிலைமையில் சிறுவனான சார்லஸ் டார்வினும் தனிப்பாதையைத் தேர்வு செய்து கொண்டதால் தம் விருப்பம் ஒருபோதும் நிறைவேறப் போவதில்லை என்ற முடிவுக்கு ராபர்ட் டார்வின் வந்து விட்டார். இந்நிலைமையில் சார்லஸ் டார்வினை ராணுவத்திலோ கப்பல்படையிலோ சேர்க்கவோ வழக்கறிஞராக்குவதற்கோ தந்தை ராபர்ட் டார்வின் விரும்பவில்லை. அவருக்குத் தெரிந்த ஒரேவழி, இரண்டாவது மகனை கிறிஸ்துவப் பாதிரியாராக்குவதுதான்.

கிறிஸ்துவப் பாதிரியராக வேண்டுமானால், ஏதாவதொரு பட்ட வகுப்பு தேறியிருக்க வேண்டும். அதுவும் ஆக்ஸ்போர்டு பல்கலைக் கழகத்திலோ கேம்பிரிட்ஜ் பல்கலைக்கழகத்திலோ அல்லது இந்தப் பல்கலைக் கழகங்களைச் சேர்ந்த ஏதாவதொரு கல்லூரியிலோ படித்திருக்க வேண்டும்.

இதில் இறுதியாக கேம்பிரிட்ஜ் பல்கலைக்கழகத்தைச் சேர்ந்த கிறிஸ்துவக் கல்லூரியில் சார்லஸ் டார்வின் படிப்பது என முடிவு செய்யப்பட்டது. இந்தப் பல்கலைக்கழகத்தில்தான் அவரின் தாத்தாவான எராஸ்மஸ் டார்வினும் அவரின் அண்ணன் எராஸ்மஸ் டார்வினும் படித்திருந்தனர். (இருவருக்கும் ஒரே பெயர் தான்) ஆனால், அந்தக் கல்லூரியில் படிப்பதற்கு அவசியமான கிரேக்க மொழி, கணக்கு ஆகியவற்றையெல்லாம் சார்லஸ் மறந்துவிட்டதால் சில மாத

காலம் தனி ஆசிரியரிடம் படிக்க வேண்டியிருந்தது. இது போன்ற காரணங்களால் அவர் கிறிஸ்தவக் கல்லூரியில் 1828ஆம் அண்டு ஜனவரியில்தான் (அதாவது அவருக்கு 19வயது நிறைவடையும் தருவாயில்தான்) சேர்ந்தார். இதனால் அவருக்குக் கல்லூரி விடுதியில் தங்கும் அறை கிடைக்கவில்லை. எனவே, அவர் கல்லூரிக்கு அருகில் விடுதி ஒன்றில் தங்கிக் கல்லூரிப் படிப்பை மேற்கொண்டார். அடுத்த ஆண்டான 1828 அக்டோபரில் கல்லூரி விடுதியில் சேர்ந்து படிப்பைப் தொடர்ந்தார்.

அதே ஆண்டில் அவர் ஒரு முக்கியமான புத்தகத்தைப் படித்தார். அந்தப் புத்தகம் அவர் பிறப்பதற்கு முன்பே 1802ஆம் ஆண்டு வெளியிடப்பட்டதாகும். அப்புத்தகம் இயற்கைசார்ந்த வேதமறையியல் (Natural Theology) என்பதாகும். அதனை எழுதியவர் வில்லியம் பேலி என்பவராவார். அந்தப் புத்தகம் இப்படித் தொடங்குகிறது. "யாரேனும் ஒருவர் ஒரு புதர்க்காட்டில் அலைந்து கொண்டிருக்கும் போது அவர் செல்லும் பாதையில் ஒரு கடிகாரம் கிடப்பதைப் பார்க்கிறார். அந்தக் கடிகாரம் கடும் சிக்கலான வடிவமைப்பிலிருந்து (Design) தயாரிக்கப்பட்ட ஒரு பொருள் என்று அதைப் பார்த்த உடனே அறிகிறார். இத்தகையதொரு பொருள் சந்தர்ப்பவசத்தால் உருவாகி இருக்க முடியாது. வடிவமைப்பு (Design) என்பது ஒரு வடிவமைப்பாளரை (Designer) உணர்த்தியது. ஒரு கடிகாரத்திற்கு இப்படி இருந்தது போலவே இயற்கை உலகத்திற்கும் ஒரு வடிவமைப்பு இருந்தது. மிக விரிவானதாகவும் ரொம்பச் சரியாகவே செயல்படுவதாகவும் உள்ள ஏதேனும் ஒன்று இலக்கே கொண்டிராத இயற்கைச் சக்திகளின் செயல்பாட்டால் தயாரிக்கப்பட்டிருக்க முடியாது; ஆகவே, ஒரு படைப்பாளர் இருந்திருக்க வேண்டும்"

இதில் பேலீ முன்வைக்கும் கண்ணோட்டம் என்னவென்றால், ஒரு கடிகாரத்தை ஒருவர் வடிவமைப்பது போன்றே இந்த உலகத்தை வடிவமைப்பாளர் ஒருவர் திட்டம் தீட்டிப் படைத்திருக்க வேண்டும்; அவர் படைப்பாளர் என்ற கடவுள் என்பதுதான்.

டார்வின் தமது ஆய்வுநோக்கு உள்ளிட்ட தம்முடைய தனித்தன்மை காரணமாக பல ஆசிரியர்களிடமும் பேராசிரியர்களிடமும் நல்ல செல்வாக்குப் பெற்றிருந்தார். குறிப்பாக தாவரவியல் பேராசிரியர் ஜான்ஸ்டீவன்ஸ் ஹென்ஸ்லோ

(John Stevens Henslow), இளைஞன் சார்லஸ் டார்வினிடம் ஏதோ வித்தியாசமான திறமை இருப்பதாகக் கருதியதால் அந்த முறையில் அவரை அணுகினார். இருவரும் நல்ல நண்பர்களானார்கள். 31 வயதான அந்தப் பேராசிரியருடன் சார்லஸ் டார்வின் பெரும்பாலும் உடனிருப்பார். ஹென்ஸ்லோவுடன் நடைசெல்பவர் என்று அவரை அவரது நண்பர்கள் கேலி செய்ததும் உண்டு.

1831 ஜனவரியில் அவருக்கு இறுதித் தேர்வு நடைபெற விருந்தது. 1830ஆம் ஆண்டு இறுதிவாக்கில் அவரது நிலைமையை அறிந்திருந்த பேராசிரியர் ஹென்ஸ்லோ, அவருக்குத் தனிப்பட்ட முறையில் பாடம் எடுத்தார். சார்லஸ் டார்வினும் முயற்சி எடுத்துப் படித்தார். அதன் விளைவாக அவர் நல்ல முறையில் தேர்வு எழுதி அவரது வகுப்பைச் சேர்ந்த 175 மாணவர்களில் தேர்வுஎண் வரிசையில் 10-ஆம் இடத்தைப் பிடித்த மாணவராக வெற்றி பெற்றார்.

ஆனாலும் அவர் இறுதியாகத் தமது பட்டப்படிப்பை முடிப்பதற்கு செய்ய வேண்டியவை சில இருந்தன. அதன்படி, அவர் கல்லூரியில் மிகத்தாமதமாகச் சேர்ந்தமையால் அதை ஈடுகட்டும் வகையில் ஜுன் மாதம் வரையில் கல்லூரி விடுதியில் தங்கியிருக்க வேண்டும். அவருடன் படித்த, பழகிய மாணவர்களில் அநேகமாக அனைவரும் தங்களுடைய சொந்த ஊருக்குச் சென்றுவிட்டனர். அதே சமயத்தில் சார்லஸ் டார்வின், தமது படிப்பு மற்றும் பாடங்கள் சம்பந்தமாக எந்த முயற்சியும் செய்ய வேண்டியதில்லை. ஆனாலும் தேர்வில் அவர் அடைந்த வெற்றி உறுதிப்படுத்தப்பட வேண்டுமானால், அவர் 2 மாதங்கள் கல்லூரி விடுதியில் தங்கியிருக்க வேண்டும். அவரைப் போலவே அவரது நண்பர்கள் சிலர் கல்லூரி விடுதியில் தங்கியிருந்தனர்.

இந்நிலைமையில் அவர், தமக்குப் பயனும் மகிழ்ச்சியும் அளிக்கக் கூடிய புத்தகங்களைப் படிப்பதற்கு இது நல்ல வாய்ப்பு என்று கருதினார். அதன்படி அவருடைய எதிர்கால வாழ்க்கையில் மிகுந்த தாக்கத்தை ஏற்படுத்திய இரண்டு புத்தகங்களைத் தேர்வு செய்தார். அவற்றில் ஒன்று *இயற்கைத் தத்துவம் குறித்த ஆய்வு பற்றிய ஆரம்ப போதனை* (Preliminary Discourse of the study of natural Philosophy) என்பதாகும். இந்நூல் வானியலாளர் ஜான் ஹெர்ஷெல் எழுதியதாகும். இந்நூல், எதிர்காலத்தில் அறிவியல் வளர்ச்சிக்கு தமது சொந்தப்

கிறிஸ்தவக் கல்லூரியில் டார்வின் தங்கியிருந்த விடுதிஅறை

பங்களிப்பை அளிக்க வேண்டும் என்ற உத்வேகத்தையும் உற்சாகத்தையும் சார்லஸ் டார்வினுக்கு ஊட்டிய நூலாகும். மற்றொரு நூல், அலெக்சாண்டர் வொன்யியூம் போல்டுட் என்பவர் எழுதிய *சுயவிளக்கம்* (Personal Narrative) என்பதாகும். அவர் 1786-1991இல் 5 ஆண்டுகள் தென் அமெரிக்காவில் பயணம் செய்து எழுதியதாகும். பிரம்மிப்பூட்டும் அந்நூலை டார்வின், விடுதி அறையில் தமது சக மாணவர்களுடன் அமர்ந்து உரக்கப்படிப்பார். இந்தக் கூட்டுப் படிப்பின்போதுதான் டெனெரிப் (Tenerif) என்ற தீவுபற்றி போல்டுட்டின் வர்ணிப்பு அவர்களை ஈர்த்தது. (டெனெரிப் தீவு என்பது ஆப்ரிக்காவின் தென்மேற்குக் கடற்கரையையொட்டி அமைந்துள்ள கேனரி என்ற தீவுக் கூட்டங்களில் மிகப்பெரிய தீவாகும்) இதன் விளைவாக அந்தத் தீவிற்கு ஒரு கூட்டுப்பயணத்திற்கு ஏற்பாடு செய்வதென முடிவு செய்தனர். டார்வினும் அவரது நண்பர்கள் 3 பேரும் தயாராயினர். ஆனால் படகு கிடைப்பதில் சிக்கல் ஏற்பட்டதால் அந்தப் பயணத்தை மேற்கொள்ள முடியவில்லை.

இந்நிலைமையில் கிறிஸ்துவக் கல்லூரியின் முன்னாள் பேராசிரியரும் நிலஅமைப்பியல் அமைப்பின் தலைவருமான ஆடம் ஜெட்ஸ்விக், நார்த்வேல்ஸ் பிராந்தியத்தில்

ஆய்வுப்பயணம் மேற்கொள்ள விருந்தார். அந்தப்பகுதியின் மண் மற்றும் பாறைகள் சம்பந்தமாக அவருக்கிருந்த சந்தேகங்கள் குறித்துத் தெளிவுபெறவே அந்தப் பயணத்திற்குத் திட்டமிட்டிருந்தார் இந்தப்பயணத்தில் சார்லஸ் டார்வினையும் அழைத்துச் செல்லுமாறு அவரது பிரியமான பேராசிரியர் ஜான் ஸ்டீவன்ஸ் ஹென்ஸ்லோ, ஜெட்ஸ்விக்கை கேட்டுக்கொண்டார். அவரும் ஒப்புக்கொண்டார்.

ஜெட் ஸ்விக்கின் இரட்டைக் குதிரை வண்டியில் அவரும் சார்லஸ் டார்வினும் 1830, ஆகஸ்ட் 5இல் புறப்பட்டனர். இருவரும் நார்த்வேல்ஸ் பிராந்தியத்தில் ஒருவார காலம் தங்கியிருந்தனர். அப்போது அவர்கள் இருவரும் ஒரே திசையில் தனித்தனியான இணைப்பாதையில் பயணம் செய்தனர். மாலையில் இருவரும் ஒரு குறிப்பிட்ட இடத்தில் கூடுவதெனவும் தீர்மானித்துக் கொண்டனர். அப்போது அவர்கள் தங்களுடைய குறிப்புக்களை ஒப்பிடவும் தங்களுடைய கண்டுபிடிப்புகளைப் பதிவுசெய்து கொள்ளவும் செய்தனர்.

இந்த ஒருவார கால அளவு ஆய்வின்போது டார்வின் மேற்கொண்ட பணிகளையும் அவரது கண்டுடிப்புகளின் முக்கியத்துவத்தையும் ஸெட் ஸ்விக் பெரிதும் பாராட்டினார். இது டார்வினுக்கு மகிழ்ச்சியையும் தன்னம்பிக்கையையும் அளித்தது.

இந்தக் களஆய்வுப்பயணம் டார்வினுக்கு அவரது வாழ்க்கையில் முக்கியத்துவம் வாய்ந்ததாக அமைந்தது. இந்தப் பயணத்திற்குப் பிறகு ஸெட்ஸ்விக், தமது தொழில் விஷயமாக டூப்ளின் நகருக்குச் சென்றுவிட்டார். எனவே, தாமே மற்றொரு களஆய்வுக்கு ஏற்பாடு செய்தார். அதன்படி அவர் தமது சொந்த நாடான பிரிட்டனில் காடுகள் மிகுந்த தனிமையான மலைப்பிரதேசத்தைத் தன்னந்தனியாகக் கடக்க வேண்டியிருந்தது. இந்தத் தனிமைப் பயணத்தின்போது வரைபடங்களையும் (maps) திசைகாட்டும் கருவியையும் (compass) பயன்படுத்திக் கொண்டார்; மேலும் தமது இந்தக் கரடு முரடான பயணத்தின்போது பாறைகள் அமைந்திருந்த விதங்களையும் ஆய்வு செய்து குறித்துக் கொண்டார். அவரது இந்தப் பயணம், இந்த மலைப்பகுதிக்கு அப்பால் இருந்த பாரமவுத் என்ற சின்னஞ்சிறு மீன்பிடி கிராமத்தை நோக்கியதாக இருந்தது. ஏனெனில் அங்கு அவர் ஏற்பாடு செய்திருந்த

கடலாய்வுக்காக அவரது பல்கலைக்கழக நண்பர்கள் கள ஆய்வுகளில் ஈடுபட்டிருந்தனர். அவர்களுடன் டார்வின் இணைய விருந்தார்.

ஆனால் தமது நண்பர்களுடன் கடலாய்வைத் துரிதமாக நடத்தி முடித்தார். ஏனெனில், தாம் பாதிரியாராகுவதாக அவர் தமது தந்தைக்கு அளித்த வாக்குறுதி அவரது நினைவில் இருந்தது. எனவே, அவர் தமது ஆய்வுப் பயணத்தை அவசர அவசரமாக முடித்துக் கொண்டு ஆகஸ்ட் 29இல் தமது சொந்த ஊரான ஷ்ரெவ்ஸ்பரிக்குத் திரும்பி தமது மவுன்ட் இல்லத்தை அடைந்தார். ஆனால் அங்கு அவருக்கு அதிர்ச்சியான மகிழ்ச்சியொன்று லண்டன் முத்திரையிட்ட அஞ்சல் வடிவத்தில் காத்திருந்தது.

2

பீகிள் கப்பலின் பயணத் தொடக்கம்

சார்லஸ் டார்வின் தமது இரண்டாவது ஆய்வுப் பயணத்தை முடித்துவிட்டு அவரசமாகத் திரும்பிய போது அவருக்காகக் காத்திருந்த அஞ்சல்கட்டு அவரை ஒரு புதிய பிரபலமான, நீண்ட நெடிய பயணத்திற்கு அனுப்பவிருக்கிறது என்பதை அவர் அறிந்திருக்க வாய்ப்பில்லை.

சார்லஸ் டார்வின் அந்தக் கட்டை உடைத்துப் பார்த்தபோது அதற்குள் 2 அஞ்சல்கள் இருந்தன. அவற்றைப் படித்தபோது ஏற்பட்ட இன்ப அதிர்ச்சியால் அவருக்குத் தலைசுற்றியது. முதல் அஞ்சலைப் பார்த்தபோது தமக்கு மிகவும் பரிச்சயமான கையெழுத்து இருப்பதை உணர்ந்தார். உடனடியாக அந்தக் கடிதத்தை அவருக்குப் பிரியமான பேராசிரியர் ஜான் ஸ்டீவன்ஸ் ஹென்ஸ்லோ (John Stevens Henslow) தான் எழுதியிருக்கிறார் என்று புரிந்து கொண்டார்.

ஹென்ஸ்லோ தமது கடிதத்தில், தென் அமெரிக்காவை அள ஆய்வு (survey) செய்வதற்கு பிரிட்டிஷ் அரசு முடிவு செய்துள்ளது என்றும் அதற்குக் கேப்டன் பீட்ஸ்ரோய் (Fitzroy) நியமிக்கப்பட்டுள்ளார் என்றும் தெரிவித்திருந்தார். மேலும் அவருடன் பணிபுரிய இயற்கை மற்றும் உயிரின ஆராய்சியாளர் தேவைப்படுவதால் அத்தகைய ஒருவரைத் தெரிவிக்குமாறு தன்னிடம் ஜார்ஜ் பீகாக் (இவர் கேப்டன் பீட்ஸ் ரோயின் நெருங்கிய நண்பரும் பல்கலைக்கழகக் கணித ஆசிரியருமாவார்) கேட்டுக் கொண்டதாகவும் தெரிவித்த ஹென்ஸ்லோ, மேலும் அதற்கு மிகுந்த தகுதி வாய்ந்த நபராக உன்னையே கருதுகிறேன் என்று அவரிடம் தெரிவித்திருக்கிறேன் என்றதோடு இந்தப்பயணம் 2 ஆண்டுகளுக்குத் தொடரும் என்றும் தெரிவித்திருந்தார். “உன்னுடைய தகுதியைப் பற்றி சந்தேகமோ அச்சமோ கொள்ள வேண்டாம்” என்றும் “அவர்கள் தேடிக் கொண்டிருக்கும் நபர் நீதான் என்று நான் உறுதியாக உள்ளேன்” என்றும் கூறி இந்த வாய்ப்பைப் பயன்படுத்திக்

கொள்ளுமாறும் ஜான் ஸ்டீவன்ஸ் ஹேன்ஸ்லோ உற்சாகம் ஊட்டியிருந்தார். இந்தக் கடிதத்தைப் படித்த சார்லஸ் டார்வினுக்கு உள்ளுக்குள் உற்சாகம் கரைபுரண்டோடியது. ஆனாலும் தமது தந்தைக்கு அளித்த வாக்குறுதி அவருக்கு உறுத்தலாக இருந்தது.

மற்றொரு கடிதம், ஜார்ஜ் பீகாக் எழுதிய கடிதம். அதில் அவர், தென் அமெரிக்காவின் அளவைக்கான உயிரின ஆய்வாளராக சார்லஸ் டார்வின் ஏற்றுக் கொள்ளப்பட்டிருப்ப தாகவும், கேப்டன் பீட்ஸ் ரோய் மிகப் பெருந்தன்மையும் தாராளப்போக்கும் கொண்டவரென்பதால், அவருக்கு ஒரு மகிழ்ச்சிகரமான கூட்டாளியாகச் செயல்பட முடியும் என்றும் கூறியிருந்தார். இந்தக் கப்பல் பயணம் செப்டம்பர் இறுதியில் தொடங்கும் என்றும் எனவே, பயணத்திற்கான சம்மதத்தை மிக விரைவில் தெரிவிக்க வேண்டும் என்று டார்வினை கேட்டுக் கொண்டதுடன் அவரது வருகையை ஆவலுடன் எதிர்பார்த்திருப்பதாகவும் ஜார்ஜ் பீகாக் தெரிவித்திருந்தார்.

சார்லஸ் டார்வின் பள்ளி மாணவனாக இருந்த போது *உலக அதிசயங்கள்* (wonders of world) என்ற நூலைப் படித்த சமயத்தில் தாம் உலகம் முழுவதையும் சுற்ற வேண்டும் என்று விருப்பப்பட்டார். அது இப்போது நிறைவேறுவதற்கான சூழ்நிலைகள் கூடி வருவதாக உணர்ந்தார். ஆனாலும் அவருக்குள் ஓர் குழப்பம் இருக்கவே செய்தது. தாம் பட்ட தாரியானவுடன் பாதிரியாராகு வதாகத் தமது தந்தையிடம் அளித்த வாக்குறுதி 2 ஆய்வுப் பயணங்களுக்காக 2 மாதங்கள் தள்ளிப்போடப்பட்டது. இந்நிலையில் இரண்டு ஆண்டு களுக்கான தொலைதூரக் கப்பல் பயணம் மேற்கொள்வதற்கான வாய்ப்பு வந்துள்ளது. இதனைத் தந்தையிடம் எப்படிச் சொல்லி அனுமதி பெறுவது? இந்தக் கேள்வி சார்லஸ் டார்வினை அலைக்கழித்துக் கொண்டிருந்தது.

ஸ்டீபன்ஸ் ஹென்ஸ்லோ

தமது தந்தைக்கு மீண்டும் ஒருமுறை ஏமாற்றத்தை அளிக்க சார்லஸ் டார்வின் விரும்பவில்லை. எனினும் தமக்குக் கிடைத்துள்ள அரிய வாய்ப்பைப் பயன்படுத்திக் கொள்ள வேண்டும் என்ற பேரார்வம் இன்னொரு பக்கம் அவரை ஆட்டிப்படைத்தது. இரண்டு பிரச்சனைகளையும் மாறிமாறி சிந்தித்த சார்லஸ் டார்வின் இரண்டுக்குமே நல்ல தீர்வு காணும் நோக்குடன் மறுநாள் காலையில் மாயெர் நகருக்குப் புறப்பட்டுச்சென்றார். அங்குச் சென்றவுடன் தமது சிந்தனையை அழுத்திக் கொண்டிருந்த பிரச்சனைகளை யெல்லாம் தமது மாமா ஜோஸிடமும் அவருடைய மகன் மற்றும் மகள்களிடமும் கொட்டினார். அவர்கள் அனைவரும் சார்லஸ் டார்வினுக்குக் கிடைத்துள்ள கடல் பயண வாய்ப்பை அவர் பயன்படுத்திக் கொள்ள வேண்டுமென்று ஆதரவு தெரிவித்தனர். இதனால் தைரியமும் உற்சாகமும் அடைந்த சார்லஸ் டார்வின், தமது தந்தை ராபர்ட் டார்வினுக்குத் தமது கடிதம் ஒன்றையும் தமது மாமா ஜோஸ் எழுதிய கடிதத்தையும் அனுப்பிவைத்தார்.

அவர் தமது கடிதத்தில், கப்பல் பயணப்பிரச்சனையில் தாம் தமது தந்தைக்கு மீண்டும் ஒரு மகிழ்ச்சியற்ற நிலைமையை ஏற்படுத்தியுள்ளதாகவும் அதற்காகத் தம்மை அவர் மன்னிக்க வேண்டும் என்றும் கூறியிருந்தார். இந்தப் பிரச்சனையில் தமது தந்தையின் முடிவு எதுவானாலும் அதனை ஏற்காவிட்டால் அது நன்றி கெட்ட தனமாக இருக்கும் என்றும் கூறியிருந்தார்.

ராபர்ட் டார்வினுக்கு ஜோஸ் எழுதிய கடிதத்தில், அவரது எதிர்மாறான நிலைப்பாடுகளை மறுத்திருந்தார். பாதிரியாராகப் போகிறவனின் குணங்களுக்கு இந்தப் பயணம் மரியாதைக் குறைவானதாக இருக்காது என்றும் இந்தப் பயணம் சார்லஸ் டார்வினுக்குப் பயனுள்ளதாக இருக்கும் என்று கூறியிருந்தார்.

சார்லஸ் டார்வினும் ஜோஸும் எழுதிய கடிதங்கள் குதிரைவாகனத்தில் எடுத்துச் செல்லப்பட்டன. மறுநாள் காலை 10மணி அளவில் ராபர்ட் டார்வினுக்குக் கிடைத்தன. அக்கடிதங்களைப் படித்தபின்பு, அவர், சார்லஸ் டார்வினின் கப்பல் பயணத்திற்கு எதிரான தமது முடிவை மாற்றிக் கொண்டார். அப்போது சார்லஸ் டார்வினும் அவருடைய மாமா ஜோஸும் குதிரைவண்டியில் வந்திறங்கினர். ஜோஸின் யோசனையின் பேரில் அவருடன் புறப்பட்டு வந்த சார்லஸ்

டார்வின் தமது தந்தையின் முடிவைப் பரபரப்புடன் எதிர்பார்த்தார். அவருக்குத் தந்தையின் முடிவு பெரும் மகிழ்ச்சியை அளித்தது.

இப்போது தந்தை தமக்கு விருப்பமான முடிவைத் தெரிவித்துவிட்ட நிலையில் அவர் உடனடியாக கேம்பிரிட்ஜ் பல்கலைக் கழகத்திற்கு அவசரமாகப் புறப்பட வேண்டியதாயிற்று. சிலமணி நேரம் மட்டும் தூங்கிவிட்டுப் பிற்பகல் 3 மணிக்கு வாடகைக் குதிரை வண்டியில் புறப்பட்டார். 50மைல் பயணம் செய்து அன்றிரவு கேம்பிரிட்ஜ் பல்கலைக் கழகத்தை அடைந்தார். அருகில் இருந்த ஹோட்டலில் தங்கினார்.

மறுநாள் காலை கேம்பிரிட்ஜ் பல்கலைக் கழகத்திற்குச் சென்ற டார்வின் தமது பிரியத்திற்குரிய பேராசிரியர் ஹென்ஸ்லோ வுடன் 2 நாட்களைச் செலவழித்தார். அப்போது ஹென்ஸ்லோவிடமிருந்து ஒரு தகவலைக் கேட்டறிந்தார். அதன்படி பீகிள் கப்பல் பயணத்தில் கலந்து கொள்ள விடுத்த அழைப்பின் பேரில் கேம்பிரிட்ஜ் பல்கலைக்கழகத்தின் கிறிஸ்துவ போதகர் ஒப்புக் கொண்டிருந்தார். ஆனால் தமது மனைவியைத் தனிமையில் விட்டுச் செல்ல விருப்பமின்றி ஆய்வுப்பயணத்தை ரத்து செய்துவிட்டார்.

டார்வினுக்கு இந்தத் தகவல் அப்போது ஒருவிதமான உறுத்தலை ஏற்படுத்தியது. ஏனெனில் அவரது கப்பல் பயணத்திற்குத் தயக்கம் காட்டிய அவருடைய தந்தையும் சகோதரிகளும் அப்போது அவரின் சிந்தனையை ஆக்ரமித்துக் கொண்டனர். தமக்கு ஏதோ ஒருவிதமான விரக்தி ஏற்பட்டதையும் உணர்ந்தார். சில ஆண்டுகளுக்கு அவர்களைப் பிரிந்து அதுவும் பல ஆயிரம் மைல் கடந்து இருக்க வேண்டியுள்ளது என்ற நினைப்பும் அவருக்குத் துயரம் தருவதாக இருந்தது. எனவே, இந்தப் பயணத்தில் என்ன சாதித்துவிட முடியும் என்ற தயக்கமும் ஏற்பட்டது. உடனே அவர் தமது மூத்த சகோதரி சூஸனாவிற்கு எழுதிய கடிதத்தில் தமது உணர்வுகளைக் கொட்டிவிட்டார். ஆனாலும், அக்கடிதத்தில், ஒருவேளை தாம் இந்தப் பயணத்தை மேற்கொள்ளக்கூடாது என்ற நிலைமை ஏற்படும் பட்சத்தில் தமது வாழ்க்கை உயிர்ப்பற்றதாகிவிடும் என்ற நிலையையும் உணர்த்தியிருந்தார்.

கப்பல் பயணத்தில் பங்கேற்பதற்காக டார்வின் லண்டன் வந்தபிறகு கப்பலின் கமாண்டர் பீட்ஸ்ரோயை சந்தித்து அவருடன் கப்பல் பயணம் உள்படப் பல பிரச்சனைகள் குறித்து

விவாதித்தார். இது குறித்துப் பேராசிரியர் ஹென்ஸ் லோவிற்கு எழுதிய கடிதத்தில் பீட்ஸ்ரோயைப் பெரிதும் பாராட்டியிருந்தார். பீட்ஸ் ரோய், கப்பல்படைத் துறையின் தலைமை அலுவலகத்தில் இருந்த கேப்டன் பீபோர்டிற்கு ஒரு கடிதம் எழுதினார். அதில் அவர் அன்று காலை டார்வினுடன் 2 மணி நேரம் விவாதித்ததாகவும் அவருடன் காலை உணவு எடுத்துக் கொண்டதாகவும் அப்போது நல்ல பயனுள்ள தொடர்பு ஏற்படுத்திக் கொண்டதாகவும் தெரிவித்திருந்தார். அவர் (டார்வின் குறித்து தாம் பார்த்ததும் கேட்டதும் தமக்குப் பிடித்தமானவையாக இருந்தன; தாம் எதிர்பார்த்ததை விட அதிகமான கடும் முயற்சிகளை மேற்கொள்ளும் வகையில் டார்வின் அவரது துறையில் விரிவானஅறிவுஞானம் கொண்டவர் என்பதைத் தாம் உணர்ந்ததாகவும் குறிப்பிட்டிருந்தார்) ஓர் உயிரின ஆய்வாளர் என்ற முறையில் அவர் தம்முடன் வருவதை உறுதிப்படுத்துமாறும் பீட்ஸ்ரோய் கேப்டன் பீபோர்டைக் கேட்டுக் கொண்டார். மேலும் கப்பல் பயணத்தின் போது கப்பலில் அவருக்கு வசதிகள் செய்து தரப்படும் என்றும் பீட்ஸ்ரோய் உறுதிஅளித்தார்.

அடுத்த சில நாட்களில் டார்வின், கடைகளில் ஒரு சுழல் துப்பாக்கி, தொலைநோக்கி, திசைகாட்டும் கருவி போன்றவற்றைத் தமது கப்பல் பயணப் பயன்பாட்டுக்காக வாங்கினார். பின்னர் அவரும் பீட்ஸ்ரோயும் ஒரு நீராவிப் படகில் பிளைமவுத் என்ற துறைமுக நகருக்குச் சென்றனர். அங்குதான் அடுத்த சில ஆண்டுகளுக்கு அவர்களும் அவர்களது குழுவினரும் பயண வாழ்க்கை நடத்தவிருந்த கப்பல் இருந்தது. அதனைப் பார்வையிடுவதற்காகச் சென்றனர். இந்தப் பயணம் 3 நாட்கள் நிகழ்ந்தது என்பதால் இருவருக்கும் பயனுள்ளதாக இருந்தது. முக்கியமாக இருவரும் ஒருவரை ஒருவர் மேலும் புரிந்து கொள்ளவும் இருவரின் வாழ்க்கைப் பின்னணிகளை ஒருவருக்கு ஒருவர் அறிந்து கொள்ளவும் பயனுள்ளதாக இருந்தது. விரைவில் இருவரும் பங்கேற்கவிருக்கும் கடல் பயணத்தின் பின்னணியை டார்வினுக்கு பீட்ஸ்ரோய் எடுத்துரைத்தார். ஐரோப்பாவில் குறிப்பாக பிரிட்டனில் தொழில் புரட்சி மேலோங்கி வந்த நிலைமையில் வெளிநாட்டு வர்த்தகம் என்பது உள்நாட்டுப் பொருளாதாரத்தின் மையமாக உருவெடுத்திருந்தது. இந்நிலைமையில் வெளிநாடுகளுக்கான கடல்பயண வழிகளும் கடலோரப் பகுதிகளும் முக்கியத்துவம் பெற்றன. இந்தப் பின்னணியில் தென்அமெரிக்காவிற்கான

கப்பல் பயணத்தின் நோக்கங்களை டார்வினுக்கு பீட்ஸ்ரோய் விவரித்தார். அதன்படி, ஆய்வுரீதியான இந்தக்கப்பல் பயணத்திற்கு இரண்டு நோக்கங்கள் இருந்தன. முதலாவதாக தென்அமெரிக்காவின் தென் பிராந்தியத்தினுடைய கடலோரப்பகுதிகளில் ஒரு முழுமையான அளவாய்வை செய்வதும் இரண்டாவதாகக் கடலோரப் பகுதிகள், அவற்றையொட்டிய தீவுகள் ஆகியவற்றின் வரைபடம் தயாரிப்பதுமாகும். இந்தப் பின்னணியில் இதுவரை கண்டுபிடிக்கப்படாத தென்பிராந்திய கடலோரப் பகுதிகளைக் கண்டறிவது வர்த்தகரீதியாகவும் கப்பல் பயணரீதியாகவும் முக்கியத்துவம் பெற்றதாக இருந்தது. ஆகவே அந்தப் பகுதிகளுக்கு அளவாய்வுக்கான கப்பல் பயணத்திற்கு முன்னுரிமை அளிக்கப்பட்டது.

நீராவிப்படகுப் பயணத்தின் போது பீட்ஸ்ரோய் தன்னைப் பற்றியும் சார்லஸ் டார்வினுக்கு விவரித்தார். அதன்படி அவர் மன்னர் இரண்டாவது சார்லஸின் வம்சாவளியைச் சேர்ந்தவராவார். பீட்ஸ்ரோயின் தந்தை தொழில்ரீதியில் ஒரு ராணுவ வீரர். அவர் ராணுவத்தில் ஜெனரல் வரை பதவி உயர்வு பெற்றவர். பீட்ஸ் ரோயைப் பொறுத்தவரையில் அவர், ராயல் கப்பல் படைக் கல்லூரியில் பயின்றவர். அதில் அனைத்துப் பாடத் தேர்வுகளிலும் பயிற்சிகளிலும் முழுமையான மதிப்பெண்களைப் பெற்று முதல் மாணவராக வெற்றியடைந்து தங்கப்பதக்கம் பெற்றவர். 1828ல் அவருக்கு 23 வயது மட்டுமே ஆன நிலைமையில் ஹெச்.எம்.எஸ். பீகிள் (Beagle) என்ற கப்பலின் கமாண்டராக நியமிக்கப்பட்டார். இந்தக் கப்பல், தென்னமெரிக்காவின் மேற்குக்கடற்கரையில் அளவாய்வு செய்த இரு கப்பல்களில் ஒன்றாகும். அவர், பீகிளின் கமாண்டராக நியமிக்கப்பட்ட அதே ஆண்டில் அவரது தலைமையில் நடந்த முதல் அளவாய்வுப் பயணம் முடித்த அக்கப்பல் 1830 செப்டம்பரில் தான் பிரிட்டனுக்குத் திரும்பியது. இதன்பிறகு 12 மாதங்கள் கழித்து (இப்போது அவருக்கு வயது 26தான்) தனது கப்பலின் 2-வது அளவாய்வுப் பயணத்திற்கான பணிகளை கவனித்து வருகிறார். இந்தப் பணிகள் மற்றும் முயற்சிகளில்தான் அவருக்கு ஒரு நல்ல நண்பரும் உயிரின ஆய்வாளருமான டார்வின் கிடைத்தார்.

இருவரும் 3 நாள் படகுப்பயணத்திற்குப் பிறகு பிளைமவுத் நகரை அடைந்தனர். அங்கு டேவோன் போர்ட் என்ற

துறைமுகத்தில் நிலைநிறுத்தப்பட்டிருந்த பீகிளை டார்வின் கண்டார். அந்தக்கப்பல் யுத்தப் பயன்பாட்டுக்காகக் கட்டப்பட்டதாகும். எனவே, 10 பீரங்கிகளைக் கொண்ட ஒரு பாய் மரக்கப்பலாகும். 90 அடி நீளமும் 30 அடி அகலமும் கொண்ட பீகிளின் ஓர் அறையில் 10 பீரங்கிகளும் அவற்றிற்கான வெடிபொருட்களும் அளவாய்வுக்கான கருவிகளும் இருந்தன. இதுபோக மீதமுள்ள இடங்களில் தான் அதிகாரிகளும் கப்பலோட்டிகளுமான 65பேர்களும் எடுபிடி வேலைக்காரர்கள் 6 பேர்களும் தங்க வேண்டும். இத்துடன் இத்தனை பேருக்கும் பலமாதங்களுக்கான உணவுப்பொருட்கள், குடிநீர் ஆகியவற்றிற்கும் இடமளிக்கப்பட வேண்டும். இந்தக் கப்பலில் இரண்டு தனி அறைகள் மட்டுமே இருந்தன. அவற்றில் ஒன்று கப்பலின் மேல்தளத்தின் இறுதிப் பகுதியில் இருந்தது. இது கொஞ்சம் பெரிய அறையாகும். இரண்டாவது அறை கீழ்தளத்தில் இருந்தது. முந்தைய அறை டார்வினுக்கும் பிந்தைய அறை பீட்ஸ்ரோய்க்கும் ஒதுக்கப்பட்டிருந்தன.

பிளைமவுத்தில் பீட்ஸ் ரோயுடன் 3 நாட்கள் தங்கியிருந்த டார்வின் மட்டும் தனியாக வாடகைக் குதிரை வண்டியில் லண்டன் திரும்பினார். பின் கேம்பிரிட்ஜ் பல்கலைக்கழத்திற்குப் போனார். அங்கு 2 நாட்கள் தமது பிரியமான பேராசிரியர் ஜோன் ஸ்டீவன்ஸ் ஹென்ஸ்லோவுடன் தங்கியிருந்தார்.

அப்போது அவருடன் நடத்திய விவாதமும் ஆலோசனைகளும் டார்வின் விரைவில் மேற்கொள்ளவிருந்த கப்பல் பயணத்தின் போதான ஆய்வுப் பணிகளுக்கு மிகுந்த பயனுள்ளதாக இருந்தன.

பின்னர் அவர் தமது சொந்த ஊரான ஷ்ரெவ்ஸ்பரிக்கு புறப்பட்டுச் சென்றார். நெருங்கி வரும் தமது கடல் பயணத்தைப் பற்றி ஆர்வமாக இருந்த தமது சகோதரிகளுக்கு இருந்த ஆவலை நிறைவேற்றவும் அவர்களிடமிருந்தும் தமது தந்தையிடமிருந்தும் பயண விடை பெறவுமே தமது ஊருக்குச் சென்றார். அத்தோடு மற்ற உறவினர்களையும் பார்த்து வருவதையும் நோக்கமாகக் கொண்டிருந்தார்.

தமது சொந்த ஊரில் சில நாட்கள் தமது சகோதரிகளுடனும் தந்தையுடனும் தங்கியிருந்தார். பின்னர் வுட்ஹவுஸ் நகருக்குச் சென்றார். அங்கு அவருக்கு ஒரு ஏமாற்றம் காத்திருந்தது. சில ஆண்டுகளுக்கு முன்பு அங்கு சென்றிருந்தபோது அவரைப்

பெரிதும் கவர்ந்தவளும் தம்முடன் ஒருவித ஈர்ப்புடன் பழகியவளுமான பேன்னிஓவன் அங்கு இருக்கவில்லை. இது அவருக்குப் பெருத்த ஏமாற்றமாக இருந்தது. அவளைப் பார்த்துப் பேசவேண்டுமென்ற ஆவலுடன் டார்வின், வுட்ஹவுஸ் நகருக்குச் சென்றார். ஆனால் அவள் எக்ஸெடர் என்ற ஊருக்குச் சென்று விட்டாள். அவளுக்கு நடக்கவிருந்த திருமண ஒப்பந்தம் நின்று போனது என்றும் அது அவளுக்குப் பிடிக்காததால்தான் அவள் வெளியூருக்குச் சென்றுவிட்டதாகவும் டார்வின் அறிந்தார். ஆனாலும் அவர் அவளின் தந்தையும் தமது தந்தையின் நெருங்கிய நண்பருமான வில்லியம் ஓவன் மற்றும் அவரது மகள்களுடனும் சிலநாட்கள் தங்கியிருந்தார். அதன்பின்பு தமது ஊரான ஷ்ரெவ்ஸ்பரிக்குத் திரும்பினார். அங்கு அவருக்காக ஒரு கடிதம் காத்துக் கொண்டிந்தது. அது பீட்ஸ்ரோய் எழுதிய கடிதமாகும். அதில் அவர், பீகிளின் அளவாய்வுப் பயணம் ஒருவார காலத்திற்குத் தள்ளிப்போடப்பட்டுள்ளது என்று தெரிவித்திருந்தார். இது சார்லஸ் டார்வினுக்கு மகிழ்ச்சியளித்தது. இதனால் தமது பயணத்திற்கான முன்னேற்பாடுகளை முழுமையாக முடித்துக் கொள்ள கால அவகாசம் கிடைத்ததுடன் தமது சகோதரிக-ளுடனும் தந்தையுடனும் மேலும் சில நாட்கள் தங்குவதற்கு வாய்ப்பாகியது.

1831, அக்டோபர் 2இல் தமது தந்தையிடமிருந்தும் சகோதரிகளிடமிருந்தும் பிரியாவிடை பெற்றார். அவருடைய கப்பல் பயணத்தின் இலக்கு அவருக்கு மகிழ்ச்சிக்குரியதாக இருந்தாலும் தமது குடும்பத்தினரிடமிருந்து அதுவும் சில ஆண்டுகளுக்கு அவர்களின் முகத்தைப் பார்க்க முடியாது என்ற நிலைமையில் பிரிவது வேதனையாக இருந்தது.

சார்லஸ் டார்வின் தமது மவுன்ட் இல்லத்திலிருந்து வாடகைக் குதிரை வண்டியில் புறப்பட்டு லண்டனுக்குச் சென்றார். மறுநாள் பேராசிரியர் ஹென்ஸ்லோவைச் சந்தித்தார். அப்போது, அவருக்கு, கப்பல் பயணத்தின்போது தேவைப்படும் அடிப்படையான விஷயங்களை ஹென்ஸ்லோ கற்றுக்கொடுத்தார். அதன்மூலம் டார்வின், செடிகளை எப்படிக் காயவைத்துப் பக்குவப்படுத்துவது, அடிக்கடல் உயிரினங்களையும் சிறிய அளவிலான கடல்பிராணிகளையும் எப்படிக் கொன்று பதப்படுத்துவது, கடல் நண்டுகளை எப்படி

உப்புநீரில் பதப்படுத்துவது, மிருகங்களின் தோல்களை எப்படிப் பத்திரமாகக் கட்டுவது போன்ற அதிமுக்கியமான செயல்பாடுகளைக் கற்றுக் கொண்டார். மேலும் ஓர் உயிரின ஆய்வாளருக்கு அவசியமான பொருட்களை வாங்குவதற்குக் கடைகளுக்குச் சென்றார். நுண்ணோக்காடி, காற்றழுத்தமானி, சம்மட்டி, மாதிரி உயிரினங்களைப் பராமரிப்பதற்கான ஜாடிகள், காலணி, காலுறைகள் போன்ற அவசியமான பொருட்களை வாங்கினார். மொத்தத்தில் அவர் உயிரின ஆய்வாளர் என்ற முறையில் கப்பல் பயணத்திற்கு தயாரான நிலைமையில் இருந்தார். இதுகுறித்து பீட்ஸ்ரோய்க்கும் கடிதம் எழுதிவிட்டார். ஆனால் அவருக்கு பீட்ரோயிடமிருந்து வந்த பதில் கடிதம், கப்பல் பயணம் மீண்டும் நவம்பர் 4 ஆம் தேதி வரை ஒத்திப்போடப்பட்டுள்ளது என்ற செய்தியுடன் வந்தது.

ஆகவே, பயணத்திற்குத் தயாரான நிலைமையில் அக்டோபர் 23ஆம் தேதி மூட்டை முடிச்சுகளுடன் லண்டனிலிருந்து வாடகைக் குதிரைவண்டியில் பிளைமவுத்திற்குப் பயணம் மேற்கொண்டார். அங்கு சென்றவுடன் டேவோன் போர்ட் துறைமுகத்திற்குச் சென்றார். அங்குக் கப்பல்துறைக்குப் பக்கத்தில் உள்ள லாட்ஜில் தங்கியிருந்த பீட்ஸ் ரோயுடன் இணைந்து கொண்டார்.

பீகிள் கப்பலில் அடிப்படையான மராமத்து வேலைகள் நடப்பதை அறிந்தார். கப்பலின் கெட்டுப்போன பெரும் உத்திரங்களை மாற்றும் பணிகள் நடந்து கொண்டிருந்தன. இன்னும் வேறு சில மராமத்துப் பணிகளும் செய்யப்படவிருந்தன. எனவே, பயணம் தொடங்குவதற்குப் பல வாரங்களாகும் எனப் புரிந்து கொண்டார்.

நவம்பர் 13இல் டார்வின் இதுவரை பார்த்திராத 3பேர் லண்டனிலிருந்து அழைத்து வரப்பட்டிருந்தனர். இவர்களைப் பற்றி பீட்ஸ்ரோய், நீராவிப் படகில் பிளைமவுத் நகருக்கு 3 நாட்கள் பயணம் மேற்கொண்டபோது கூறியிருந்தார். அதன்படி பீகிள் கப்பலின் முதல் அளவாய்வுப் பயணத்தின்போது தென்னமெரிக்காவின் தென்முனையை யொட்டிய டியெரா டெல் ஃபியுகோ என்ற தீவில் நிலை கொண்டிருந்தது. அப்போது பீட்ஸ்ரோய் திமிங்கல வேட்டைப் படகு ஒன்று திருடுபோய்விட்டது. இதைச் செய்தவர்கள் என்று 4 பேரைப் பிணையக் கைதிகளாகப் பிடித்து வைத்துக்

கொண்டார். ஆனால் படகுத் திருட்டுக்கு அவர்கள் காரணமல்ல என்று அவருக்குத் தெரியவந்தது. அதனால் தமது நடவடிக்கைக்கு மிகவும் வருத்தப்பட்ட பீட்ஸ்ரோய், அவர்கள் 4பேரையும் தமது செலவிலும் பொறுப்பிலும் பீகிள் கப்பலில் பிரிட்டனுக்கு அழைத்து வந்தார். அவருடைய பொறுப்பில் அவர்கள் லண்டனில் இருந்தனர். இவர்களில் அதிக வயதானவரான யார்க்மினிஸ்டர் என்பவரின் வயது 26தான். அடுத்து போட்மெமொரி என்பவர் 20 வயதான இளைஞர். மூன்றாமவர் 14வயதான ஜேம்ஸ் பட்டன். இவர்கள் தவிர ஃப்யுஜியா பேஸ்கேட் என்ற 9வயது சிறுமியும் இருந்தாள். இவர்களில் ஜேம்ஸ்பட்டன் அம்மை நோய்க்குப் பலியாகி விட்டான். மற்ற 3 பேரும் பீட்ஸ்ரோயின் பொறுப்பில் இருந்தனர்.

அவர்களை அவர் லண்டனுக்கு அழைத்து வந்ததில் ஒரு நோக்கம் இருந்தது. அதன்படி, கிறிஸ்துவமதத்தின் தீவிர ஆதரவாளரான ஃபீட்ஸ்ரோய் இளம்வயதினரான அவர்களை கிறிஸ்துவ மதப் பிரச்சாரகர்களாக்க வேண்டும்; அவர்களைப் பயன்படுத்தி, தென்னமெரிக்காவில் கிறிஸ்துவ மதத்தைப் பரப்பவேண்டும் என்று திட்டமிட்டார். இதன் பொருட்டு அவர்களை பிரிட்டனுக்குத் தமது சொந்தப் பொறுப்பில் அழைத்துவருவதற்கு கப்பல்படைத்துறையின் தலைமையகத்திடமிருந்து முறையான அனுமதியை கடிதம் மூலமாகப் பெற்றார். இதனைத் தொடர்ந்து பிரிட்டனுக்கு பீகிள் கப்பலில் அழைத்து வரப்பட்ட 3 பேருக்கும் தமது சொந்தச் செலவில் கல்வி அளித்தார். அவர்களுக்கு ஆங்கிலம் கற்றுக் கொடுக்கப்பட்டது. கிறிஸ்துவ மதப்போதனைகளும் அளிக்கப்பட்டன. அவர்களுக்கு நல் ஆடைகளும் நல்ல மருத்துவ வசதிகளும் வழங்கப்பட்டன. மொத்தத்தில் அவர்கள் ஆரோக்கியமாகவும் மகிழ்ச்சியாகவும் இருந்தனர்.

இப்போது டார்வின் பங்கேற்கும் தென்னமெரிக்க ஆய்வுப் பயணத்தையொட்டி பீகிள் கப்பலில் தங்களது சொந்த நாட்டிற்குத் திரும்பவிருக்கின்றனர். இவர்களுடன் தென்னமெரிக்காவிலிருந்து வந்த கிறிஸ்தவ போதகரான ரிச்சர்டு மாத்யூம் தென்னமெரிக்காவிற்குத் திரும்புகிறார். இவர்கள் நான்கு பேரும் கப்பல் பயணத்தின்போது டார்வினுடன் அவரது அறையில்தான் தங்கினர்.

பீகிள் கப்பல்

நவம்பர் 14ஆம் தேதி டார்வினுக்கு மேல்தளத்தில் ஒதுக்கப்பட்டிருந்த அறையில் ஃபீட்ஸ் ரோய் ஒரு சிறிய நூலகம் ஒன்றை அமைத்தார். அதில் நவீன அறிவியல் நூல்கள் உட்பட அறிவார்ந்த முறையில் தேர்வு செய்யப்பட்ட 145 அறிவியல் தொகுப்பு நூல்கள் இடம் பெற்றிருந்தன.

இதற்கிடையே பீகிள் கப்பலை மராமத்து செய்யும் பணிகள் தீவிரமடைந்திருந்தன. அந்தப் பணிகள் நடந்துகொண்டே இருந்தன.

டார்வினைப் பொறுத்தவரையில் அவர் கேப்டனின் கூட்டாளி தானே தவிர பணிமுறையில் கட்டுப்பட்டவரல்ல. அவர் சுதந்திரமாக செயல்படக் கூடியவர். அவர் விரும்பினாலோ அவருக்குத் தேவைப்பட்டாலோ கப்பல் எங்காவது நிலைகொள்ளும்போது அங்கிருந்து தமது சொந்த ஊருக்குச் செல்லமுடியும். அவருடைய இந்தச் சுதந்திரத்தை உறுதிப்படுத்தும் பொருட்டே அவருடைய தந்தை ராபர்ட் டார்வின், தமது மகனுக்கு பிரிட்டிஷ் அரசாங்க கப்பல் படைத்துறை தலைமையகம் ஓர் ஊதியம் அளிக்க முன்வந்ததை ஏற்க மறுத்துவிட்டார். எனவே தமது மகனுக்கான செலவினை

அவரே ஏற்றுக் கொண்டார். ஆனால், பீகிள் கப்பல் தனது பயணத்தைத் தொடங்கிவிட்டால், தொல்பொருள் படிவங்கள் மற்றும் உயிரினங்களின் சேகரிப்பு, ஆய்வு போன்ற பணிகளில் கடுமையாக ஈடுபட வேண்டியிருக்கும் என்பதை டார்வின் உணர்ந்தே இருந்தார். கப்பலுக்கான மராமத்துப் பணிகளின் போது அவர், தமக்கான பொருட்களைத் திரும்பத்திரும்ப மாற்றிவைப்பதில் ஈடுபட்டுக் கொண்டிருந்தார். மேலும் தமது தந்தைக்கும் சகோதரிகளுக்கும் பேராசிரியர் ஹென்ஸ்லோவிற்கும் அவ்வப்போது கடிதங்கள் எழுதினார். பீட்ஸ்ரோயின் உத்தரவின்படி, கப்பல் அது பயணப்புறப் பாட்டுக்கான கடலிடை வழிக்கு (Channel) கொண்டு செல்லப் பட்ட போதே டார்வின், தமக்கு கடல் குமட்டல் நோய் ஏற்பட்டதை உணர்ந்தார். காலையில் சாப்பிட்ட உணவை யெல்லாம் கடலில் வாந்தி எடுத்தார். ஒவ்வொரு முறை சாப்பிடும்போதெல்லாம் இதுதான் நிகழ்ந்தது. அன்று மாலை கப்பல் அந்தக் குறிப்பிட்ட இடத்தைப் போய்ச் சேர்ந்தது. ஆனால் மறுநாள் காலை அங்கிருந்து கப்பலைத் துறைமுகத்தில் பழைய இடத்திற்கே கொண்டு செல்ல பீட்ஸ்ரோய் உத்தரவிட்டார். அதன்படி கப்பல் அங்குக் கொண்டு செல்லப்பட்டபோதும் டார்வின் குமட்டல் நோயை அனுபவித்தார்.

டார்வின் எதிர்பார்த்த நாளாக டிசம்பர் 27 வந்தது. அன்று காலை 11மணிக்கு பீகிள் கப்பல் நங்கூரம் இடப்பட்டது. அன்று பீகிளின் இரண்டாவது அறிவியல் பயணம் தொடங்கவிருந்ததை யொட்டி பீட்ஸ்ரோயும் டார்வினும் துறைமுக ஆணையரின் சுற்றுலாப்படகில் மாமிச உணவுடன் சாம்பைன் மதுவும் குடித்தனர். பின்னர் இருவரும் பீகிள் கப்பலில் ஏறினர். அன்று பிற்பகல் 2 மணிக்கு டோவன் போர்ட் துறைமுகத்திலிருந்து நீண்ட நெடிய அட்லாண்டிக் பெருங்கடலில் பீகிள் தனது பயணத்தைத் தொடங்கிவிட்டது. கடற்கரை கொஞ்சம் கொஞ்சமாக மறைந்து கொண்டிருந்தது. அது மறையும் வரையில் டார்வின் அதைப் பார்த்துக் கொண்டேயிருந்தார். அடுத்த 5 நாட்களில் மதியத்தின்போது அவர் குமட்டல் நோயில் அவதிப்படவில்லை. இது அவரது உடல் நிலைமையில் முன்னேற்றம் ஏற்பட்டு கடல்பயணத்திற்கேற்ப பக்குவம் அடைந்து வந்ததைக் காட்டியது. மற்ற நேரங்களில் அந்நோயினால் அவர் அவதிப்படும்போது அவரை, பீட்ஸ்ரோய்,

ஒரு சகோதரனாகக் கவனித்துவந்தார். டார்வினின் கித்தான் படுக்கையை அவரது உடல் நிலைமைக்கு ஏற்ப சரிசெய்து தருவதுபோன்ற உதவிகளையெல்லாம் பீட்ஸ்ரோய் செய்துவந்தார். இதுகுறித்து சார்லஸ் டார்வின், தமது தந்தைக்கும் சகோதரிகளுக்கும் எழுதிய கடிதங்களில் தெரிவித்திருந்தார். அதைப் படித்துவிட்டு அவரது தந்தை ராபர்ட் டார்வின், நெகிழ்வுடன் கண்ணீர் விட்டாராம்.

1832 ஜனவரி 5ஆம் தேதி வாக்கில் டார்வினுக்கு குமட்டல் நோய் நீங்கியது. நல்ல உடல்நிலைமையை உணர்ந்தார். கடலில் காலநிலைமையும் ஏற்றதாக இருந்தது. மாலையில் கடலில் வீசிய இளம் காற்று அவருக்குப் புத்துணர்வு ஊட்டுவதாக இருந்தது. அந்நேரங்களில் தமது பணிகளை முடித்துவிட்டு மேல்தளத்தில் உச்சியில் உட்கார்ந்திருப்பார். தம்மைப் போலவே அந்நேரத்தில் ஓய்வாக இருப்வர்களுடன் ஏதேனும் பிரச்சனைகள் குறித்து பேசிக்கொண்டும் விவாதித்துக் கொண்டும் இருப்பார்.

டார்வினைப் பொறுத்தவரையில் அவருக்கென கப்பல் மேல்தளத்தில் ஒதுக்கப்பட்ட அறையில் போடப்பட்டிருந்த வரைபட மேஜையில் காலையில் தமது பணியை ஆரம்பித்துவிடுவார். மதியத்திற்குப் பிறகு தமது நாட்குறிப்புகளையும் பயண ஆய்வுக் குறிப்புகளையும் எழுதுவார். மாலை நேரம் பொதுவாக அவருக்கு ஓய்வு நேரமாகவே இருந்தது. மேலும் கடல் பயணத்திற்கு ஏற்ப தனது உடல் நிலைமையைத் தகவமைத்துக் கொண்டதால் சுற்றுப்புறச் சூழல்களைக் கண்காணிப்பதிலும் ஆராய்வதிலும் அவர் முக்கியக் கவனம் செலுத்தினார். அவர் கடல் பயணத்தின் போது ஒரு முக்கியமான பணியொன்றில் மிகுந்த கவனம் செலுத்தி வந்தார். கப்பல் பயணத்தின்போது கடலில் மிக நுண்ணிய உயிரினங்களைப் பிடிப்பதற்கான பிரத்தியேக வலையை அவரே தயாரித்திருந்தார். பீகிள் கப்பலில் பயணித்தபோது கப்பலின் பிற்புறத்தில் அந்த வலையைக் கடலில்வீசி அந்த உயிரினங்களையும் ஏனைய கடல் உயிரினங்களையும் பிடித்தார். அவ்வாறு சேகரிக்கப்பட்ட உயிரினங்களை அவற்றிற்கான ஜாடிகளில் வைத்துப் பக்குவப்படுத்தினார். பின்னர் அந்த உயிரினங்களை அவை குறித்த ஆய்வுக் குறிப்புகளுடன் தமது பேராசிரியர்

ஹென்ஸ்லோவிற்கு அவ்வப்போது அனுப்பி வைத்தார். இதற்கு கப்பல் பயணம் தொடங்குவதற்கு முன்பு அவருக்கு ஹென்ஸ்லோ, இலைகளைப் பக்குவப்படுத்துவது குறித்தும் உயிரினங்களைக் கொன்று அவற்றைப் பதனப்படுத்துவது குறித்தும் கற்றுக் கொடுத்தது உதவிகரமாக இருந்தது.

இத்தகைய பணிகளுக்கிடையே டார்வினும் பீட்ஸ்ரோயும் காலை உணவு, மதிய உணவு, இரவு உணவு ஆகியவற்றின் போதும் தேநீர் நேரத்தின்போதும் சந்தித்துக் கொள்வர். அப்போது பல்வேறு பிரச்சனைகள் குறித்து இருவரும் நகைச்சுவையுடனும் வேடிக்கையாகவும் விவாதிப்பார்கள். அறிவியல் சம்பந்தமாகவும் மதம் சம்பந்தமாகவும் இருவரும் ஒத்த கருத்துகளை உடையவர்களாகவே இருந்தனர். இருவரும் அறிவியலின் முக்கியத்துவத்தைப் பெரிதும் மதித்தார்கள். அறிவியலுக்கு எதிரானதாக மதம் இருக்க வேண்டியதில்லை என்றும் கருதினர். ஆனால் அரசியலில் மட்டுமே அவர்கள் இருவரும் எதிரெதிர் திசையில் நின்றனர். பீட்ஸ்ரோயைப் பொருத்தவரையில் அவர் மன்னர் பரம்பரையைச் சேர்ந்தவர் என்பதால் என்னவோ மன்னராட்சி ஆதரவையும் பழமைவாதக் கொள்கைகளையும் கொண்ட டோரிஸ்டாக இருந்தார். சார்லஸ் டார்வினோ, அவருடைய தந்தை ராபர்ட் டார்வின், தாத்தா எராமஸ் டார்வின் ஆகியோரைப் போன்றே டோரி எதிர்ப்பையும் ஜனநாயகக் கொள்கைகளையும் கொண்ட லிபரல் கட்சியின் ஆதரவாளராக இருந்தார். இருவரும் எதிரெதிரான அரசியல் கொள்கைகளைக் கொண்டிருந்தாலும் இருவரும் ஒருபோதும் காரசாரமாக அரசியல் விவாதம் நடத்தியதில்லை. ஆனால் அவ்வப்போது அரசியல் பேசாமலும் இருந்ததில்லை. அவரவர்

கேப்டன் பீட்ஸ்ரோய்

எதிர் நிலைகளை நகைச்சுவையாகவும் கிண்டலும் கேலியுமாகவே விமர்சித்துக் கொண்டனர். இதனால் ஒருவருக்கொருவர் உள்ளூர ஈடுபாடு கொண்டிருந்தனர். டார்வினைப் பொறுத்தவரையில் அக்கப்பலில் பணியாற்றிய அதிகாரிகள், இடைத்தரப் பணியாளர்கள் உட்பட அனைவருடனும் நட்புணர்வுடன் பழகினார். அவர்களில் பெரும்பாலோர் கிட்டத்தட்ட டார்வினின் வயதை யொத்தவர்கள் என்றாலும் அவருடன் மிக மரியாதை கொடுத்துப் பழகினர். இந்த வரம்புக்குட்பட்டு அவர்களில் பலர் டார்வினின் மதநம்பிக்கைகளைக் கிண்டலும் செய்வதுண்டு. அவருடைய மதநம்பிக்கைகள், அவர் குழந்தையாக இருந்தபோது அவருடைய மூத்த சகோதரி கரோலின், பைபிளில் கூறப்படும் பெரும் பிரளயம் போன்ற கதைகளையெல்லாம் கூறி அவரிடம் புகுத்தியவையாகும். அந்த நம்பிக்கைகளை அவருடைய கடல்பயண நண்பர்கள் வேடிக்கையாக விமர்சித்தபோது அவருக்கு வித்தியாசமானதாக இருந்தது. (பின்னாட்களில், அவர் கிறிஸ்துவ ஆலயத்திற்குப் போவதை நிறுத்திக்கொண்டார் என்பது வேறு அனுபவம்)

கடல் கொந்தளிப்பாக இருக்கும் சமயத்தில் டார்வின், தமது அறையில் கித்தான் படுக்கையில் ஓய்வெடுப்பார். அப்போது அந்த அறையில் பீட்ஸ்ரோய் ஏற்படுத்தியிருந்த நூலகத்தில் ஏதேனும் ஒரு அறிவியல் நூலில் மூழ்கிவிடுவார். சில சமயங்களில் அறிவியல் குறித்து முக்கியமாக நில அமைப்பு, உயிரினங்கள் ஆகியவை குறித்தும் இருவரும் ஆழமாக விவாதிப்பதுண்டு. இதில் அவர்கள் இருவரும் *நில அமைப்பியலின் கோட்பாடுகள்* (Principles of Geology) என்ற நூலில் மிகுந்த ஈடுபாடு கொண்டிருந்தனர். இந்நூலை டார்வினுக்கு பீகிள் கப்பல் பயணம் தொடங்குவதற்கு முன்பே பீட்ஸ்ரோய்தான் கொடுத்திருந்தார். அன்றைய காலத்தில் வெளியான அந்நூலின் ஆசிரியர் லண்டனில் மன்னர் கல்லூரியின் நில அமைப்பியல் பேராசிரியர் சார்லஸ் லையெல் என்பவராவார். அப்போது நிலஅமைப்பியல் என்பது அதன் தொடக்ககட்டத்தில் இருந்தது. அதன் அடிப்படையான கோட்பாடுகளை உருவாக்கிக் கொண்டிருந்தது. இந்நிலைமையில் சார்லஸ் லையெலின் இந்நூல் நிலஅமைப்பியலில் ஓர் பெரும் முன்னேற்றமாக இருந்தது. இயற்கை குறித்த அறிவியலுக்கு ஒரு ஈர்ப்பு சக்தியாகவும் விளங்கியது. புவியியலில் ஏற்பட்டுள்ள

மாற்றங்கள் குறித்துப் புதிய கண்ணோட்டங்களை முன்வைத்தது. பைபிளில் கூறப்பட்டுள்ள எப்போதாவது நிகழ்கின்ற பெருவெள்ளம், நில அதிர்வு, எரிமலை போன்ற திடீர் நிகழ்வுகளால் மட்டுமே புவியில் மாற்றங்கள் நிகழ்வதாக ஒரு மதரீதியான கருத்து (Catastrphism) வலுவாக நிலவி வந்த நிலைமையில் கடந்த காலத்தில் நிகழ்ந்த படிப்படியான நிகழ்வுப் போக்குகள் தாம் இந்தப்புவியைப் பெரும் மாற்றத்திற்கு உள்ளாக்கின என்ற கோட்பாட்டை (Uniformitarianism) மேலும் முன்வைத்தார். மேலும் அந்தப் படிப்படியான நிகழ்வுப்போக்குகள் இப்போதும் புவியில் நிகழ்ந்து கொண்டிருக்கின்றன என்றும் சார்லஸ் லையெல் தமது நூலில் விளக்கியுள்ளார். படிப்படியான மாற்றங்கள் என்பது காற்று, தண்ணீர் ஆகியவற்றால் புவியில் ஏற்படும் தேய்மானம், கடல் படுகைகளில் மூலப்பொருட்களின் படிவு, நில அதிர்வு, எரிமலை போன்றவையாகும். இதன் உள்ளர்த்தம் என்னவெனில் நிலஅமைப்பு மாற்றங்கள், அவை தொடர்பாகத் தாவரங்கள், மிருகங்கள் ஆகியவற்றில் ஏற்படும் மாற்றங்கள் ஆகியவை நீண்ட நெடியகாலமாக ஒட்டுமொத்தமாக வினைபுரியும் அளவான மாற்றங்களின் விளைவாகும்.

அறிவியலாளர் சார்லஸ் லையல்

சார்லஸ் லையெலின் ஆய்வுரீதியான இந்தக் கண்ணோட்டங்களால் ஈர்க்கப்பட்ட பீட்ஸ்ரோயும் சார்லஸ் டார்வினும், தங்களுடைய பயண இலக்கான தென்னமெரிக்காவின் நில அமைப்பு, சால்லெஸ் லையெலின் கோட்பாடுகளை சரியானதென நிரூபிக்கக் கூடியதாக இருக்குமா என்பதை ஆய்வுப்பூர்வமாக அறிவதற்கு மிகுந்த ஆவலுடன் இருந்தனர். டார்வினைப் பொறுத்தவரையில், எதிர்காலத்தில் சார்லஸ் லையலைப் போன்று ஒரு புத்தகத்தை எழுத வேண்டும் என்ற இலக்கை நிர்ணயித்துக் கொண்டார்.

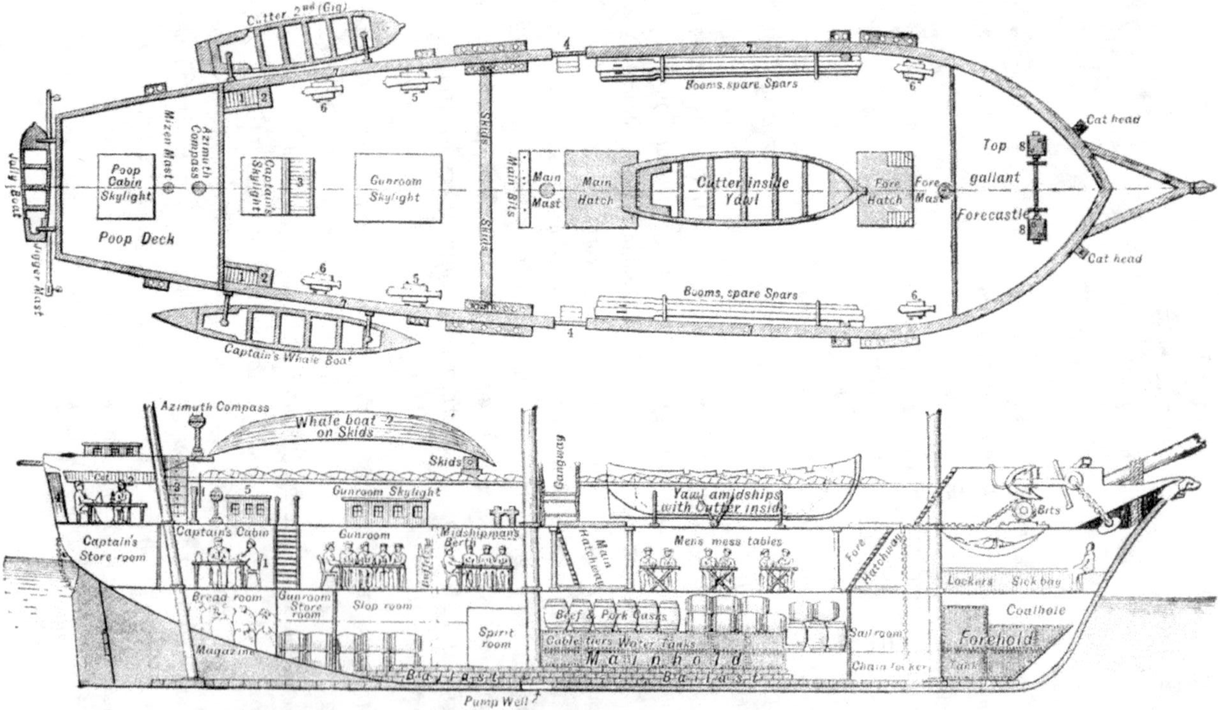

பீகிள் கப்பலின் உட்புறப் பகுதிகள்.

3

சாதனைகள் மிகுந்த பயணம்

பிரிட்டனின் பிளைமவுத் துறைமுக நகரத்திலிருந்து 1831 டிசம்பர் 27ஆம் தேதி புறப்பட்ட பீகிள் கப்பல் 20 நாட்களாகத் தொடர்ந்து பயணித்து 1832 ஜனவரி 16 ஆம் நாளன்று கேப் வெர்டே தீவை அடைந்தது. கப்பல், அத்தீவை நெருங்கும்போது ஆவலுடன் பார்த்த டார்வினுக்கு அது வெறும் தரிசுத்தீவாகத் தெரிந்தது. கப்பலை விட்டு இறங்கி தீவில் கால்வைத்த பின்பே அது ஒரு வளமான தீவு என்பதை அறிந்தார். அதில் வெப்ப மண்டலத்திற்குரிய தாவரங்கள் செழுமையாகக் காட்சியளித்தன. மேலும் பாறைகளில் தேங்கிய குட்டைகளில் கடல்சார்ந்த உயிரினங்கள் இருந்தன. மேலும் அவர் பார்த்த இடங்களிலெல்லாம் எரிமலைகளின் இயக்கங்களுக்கான அறிகுறிகள் தென்பட்டன. கடல்படுகையில் அடுக்குப் பாறைகள் இருந்தன.

பீகிள் அந்தத் தீவில் 3 வாரங்கள் நிலைகொண்டிருந்தது. இதில் 2 வாரங்கள் அத்தீவின் உள்பகுதிகளுக்குள் சென்று சார்லஸ் டார்வின் தொல்பொருள் படிவங்களையும் நுண்ணுயிர்களையும் உயிரினங்களையும் சேகரித்தார். இது குறித்து அவரது தினசரிக் குறிப்பில் எழுதியுள்ளார். அதில் அவர், தாம் உணர்ந்த ஒவ்வொரு விஷயமும், இயற்கையில் நீண்ட நெடிய காலமாகப் படிப்படியான பெருமளவிலான மாற்றம் நிகழ்ந்தது குறித்தும் நிகழ்ந்து வருவது குறித்தும் பேசுகிறது என்று குறிப்பிட்டுள்ளார். மேலும் நிலஅமைப்பின் வரலாறு குறித்து சார்லஸ் லையெல் கண்டுபிடித்த உண்மைக்கு ஆதாரமாக உள்ளது என்றும் கூறியுள்ளார். கேப்வெர்டே தீவில் இறங்கிய முதல்நாளன்று எழுதிய தினசரிக் குறிப்பின் இறுதியில் இவ்வாறு எழுதினார்: "பார்வையற்ற ஒருவனுக்கு பார்வை கிடைத்ததைப் போல இந்நாள் எனக்கு ஒரு மகிழ்ச்சிகரமான நாளாக இருந்தது"

இன்னொரு பக்கத்தில் கேப்டன் பீட்ஸ்ரோய், அளவாய்வுக்கு பொறுப்பானவர் என்ற முறையில் தமக்குக் கீழான அதிகாரிகள்

மற்றும் பணியாளர்களின் உதவியுடன் அத்தீவை அளப்பதிலும் வர்த்தக ரீதியில் அந்தத் தீவின் திறன் பற்றி ஆய்வு செய்வதிலும் அவர் 3 வாரங்கள் எடுத்துக் கொண்டார். எனவே 1832 ஜனவரி 18முதல் பிப்ரவரி 8-ஆம் தேதி வரை அத்தீவில் நங்கூரமிடப்பட்டிருந்த பீகிள் 9-ஆம்தேதி தனது பயணத்தைத் தொடர்ந்தது. கிட்டத்தட்ட 20 நாட்கள் அட்லாண்டிக் கடலில் பயணம் செய்த நிலைமையில் பிப்ரவரி 29ஆம் தேதியன்று தென்னமெரிக்காவின் பிரேஸில் நாட்டின் கடலோரப்பகுதிகள் பரந்து விரிந்துகிடந்தது தெரிந்தது. அன்றே கப்பல், அந்தக் கடலோரத்தில் இருந்த பாஹியா என்ற சான் சால்வாடர் துறைமுகத்தை அடைந்தது.

பாஹியா துறைமுகமும் அதனைச் சுற்றிய பகுதிகளும் இயற்கை வளத்துடன் காட்சியளித்தன. அது டார்வினுக்கு பெருமகிழ்ச்சியை ஏற்படுத்தியது. அவர் உற்சாகமடைந்தார்.

ஆனால் அவருக்கும் பீட்ஸ்ரோய்க்குமிடையேயான ஆழமான உறவில் முதல்தடவையாக ஒரு சலசலப்பு ஏற்பட்டது. அது பிரேஸில் நாட்டில் நிலவிய அடிமை முறை சம்பந்தப்பட்டதாகும். இருவரும் தேநீர் நேரத்தில் பல்வேறு பிரச்சனைகளைப் பேசும் வழக்கத்தில் அன்று பேசிக் கொண்டிருந்தபோது, டார்வின் பிரேஸில் நாட்டில் நிலவும் அடிமை முறையை கண்டித்தும் குறைகூறியும் பேசினார். இது மன்னர் வம்சாவளியில் வந்த பீட்ஸ்ரோய்க்குப் பிடிக்கவில்லை. ஆகவே அவர் அடிமைகள் தங்களுடைய நிலைமையில் முற்றிலும் மகிழ்ச்சிகரமாக இருப்பதாகவே தம்மிடம் தெரிவித்தார்கள் என்று கூறினார். இதற்குப் பதிலளித்த டார்வின், எஜமானர்களின் முன்னிலையில் கேட்டால் அவர்களிடமிருந்து வேறு எந்தப்பதிலை எதிர்பார்க்க முடியும் என்று கேட்டார். இந்தக் கேள்வியால் இக்கட்டான நிலைமைக்குத் தள்ளப்பட்ட பீட்ஸ்ரோய் தாம் அவமானப்பட்டு விட்டதாகக் கருதினார். அவர் முகத்தில் கடுங்கோபம் நிழலாடியது. இருவரும் எதுவும் பேசாமல் போய்விட்டனர். ஆனால் டார்வினின் சிந்தனை வேறுவிதமாக இருந்தது. ஒருவேளை தாம் கூறிய வார்த்தைகள் உண்மையற்றதாக இருக்குமோ என சந்தேகித்துக் கொண்ட அவர், இனிமேல் இந்நிலைமையில் தொடர்ந்து கப்பலில் இருக்கமுடியாது என்பதால் தாம் வெளியேற வேண்டியது தான் என்று

கருதினார். இந்த விவகாரத்தை அறிந்த கீழ்நிலை அதிகாரிகள் டார்வினை அணுகி, பீரங்கி அறைக்குத் தங்களுடன் உணவு அருந்த வருமாறு கேட்டுக் கொண்டனர். ஆனால், கொஞ்ச நேரத்தில் டார்வினுக்கு பீட்ஸ்ரோய் குறிப்பு ஒன்றை அனுப்பினார். அதில் மிகுந்த பெருந்தன்மையுடன் அவர், டார்வினிடம் மன்னிப்புக் கோரியதுடன், டார்வின் எப்போதும் தம்முடன் இருக்கவேண்டும் என்று வேண்டுகோளும் விடுத்திருந்தார். அவர்களுக்கிடையேயான நட்பில் ஏற்பட்ட இந்த சலசலப்பு அவர்களுடைய வாழ்க்கையில் முடிவானதாக இருந்து விடவில்லை. ஆனால் அவர்கள் வாழ்க்கையின் இறுதிவரையிலும் நெருக்கமான நண்பர்களாகவே இருந்தனர்.

மார்ச் 19-வரை 20நாட்கள் பாஹியாவில் நிலை கொண்டிருந்த பீகிள் அங்கிருந்து பயணித்து ரியோடி ஜெனெய்ரோ என்ற துறைமுகத்தை மார்ச் 4ஆம் தேதி இரவு அடைந்தது. ஆகையினால் அப்போது அவர்கள் துறைமுகத்திற்குள் இறங்காமல் கப்பலில் இருந்தனர். மறுநாள் காலையில் கப்பலை விட்டுத் துறைமுகத்திற்குள் வந்தனர். அதற்கு முன்னதாக டார்வினுக்குரிய கடிதக் கட்டு ஒன்று வந்திருந்தது. அதில் தம்முடைய சகோதரி கரோலின் எழுதிய கடிதத்தை முதலில் படித்தார். அதில் கரோலின் தமது சகோதரன் மீதான அன்பைத் தெரிவித்ததுடன் அவர் நலமுடன் பயணத்தைத் தொடர வாழ்த்தியிருந்தார். சார்லஸின் மாமாவான ஜோஸ்வெட்ஜ்வுட்டின் மூத்தமகள் சார்லஸ்லொட்டே வெட்ஜ்வுட்டும் ஒரு கடிதம் எழுதியிருந்தார். (இவருடைய இளைய சகோதரி எம்மா வெட்ஜ்வுட்டை பின்னாட்களில் டார்வின் திருமணம் செய்து கொண்டார்) சார்லொட்டே அவருடைய கடிதத்தில் அவருக்கும் ஒரு மதபோதகருக்கும் விரைவில் திருமணம் நடக்கவிருப்பதாகத் தெரிவித்திருந்தார். அதேபோல் டார்வினும் ஒரு பெண்ணைத் திருமணம் செய்து வாழ்க்கையை அமைத்துக் கொள்ளவேண்டும் என்று தாம் விரும்புவதாகவும் தெரிவித்திருந்தார். டார்வினின் இளைய சகோதரி காத்தரினும் ஒரு கடிதம் எழுதியிருந்தார். அதில் இருந்த ஒரு தகவல் அவருக்குக் கொஞ்சம் கவலையை அளிக்கவே செய்தது. அந்தத் தகவல் என்னவெனில் தாம் பால்ய வயதில் இருந்தபோது தம்மை ஈர்த்த ஃபேன்னி ஓவனுக்கு திருமணம் நடந்துவிட்டது என்பதுதான். டார்வின், தமது

கப்பல் பயணத்தைத் தொடங்கிய கொஞ்ச நாட்களிலேயே அவர் ஒரு நாடாளுமன்ற உறுப்பினருடன் காதல் கொண்டார் என்றும் இருவரும் திருமணம் செய்துகொண்டு வேல்ஸ் எல்லையில் ஒரு கோட்டை வீட்டில் வாழ்கின்றனர் என்றும் காத்தரின் எழுதியிருந்தார். மேலும் இது டார்வினுக்குக் கவலை அளிக்காது என்று நம்புவதாகவும் ஃபேன்னி ஓவன் முன்பு போலவே எப்போதும் டார்வினுடன் நட்புடன் இருப்பார் என்றும் கூறியிருந்தார். அன்றிரவே டார்வின் தமது சகோதரி காத்தரினுக்கு எழுதிய கடிதத்தின் இறுதியில் சிரிப்புக்கும் அழுகைக்குமிடையே உனக்கு எனது நல்லிரவு வணக்கத்தை தெரிவிக்கிறேன் என்று எழுதி முடித்தார். அப்போது அவர் தாம் தமது குடும்பத்திலிருந்து வெகுதூரம் வந்துவிட்டதாக உணர்ந்தார்.

டார்வின் வனஅதிகாரி ஒருவரின் விருந்தாளியாகவும் அவரது துணையுடனும் 18 நாட்கள், ரியோடி ஜெனய்ரோ நகரைச் சுற்றியிருந்த அடர்ந்த காடுகளுக்குள் பயணம் கொண்டார். அழகான பறவைகள், குரங்குகள், தேவாங்கு இன விலங்குகள், கொறிக்கும் விலங்குகள், பெரும் ஏரிகள், பெரும் முதலைகள் ஆகியவை மிகுந்திருந்த அந்தக் காடுகள், டார்வினின் ஆய்வுக்கும் ஆராய்ச்சிக்கும் உற்சாகமளிப்பவையாக இருந்தன. மேலும் அந்தக்காடுகளில் மிகப்பெரிய அழகான வண்ணத்துப்பூச்சிகளும் இதுவரை அவர் கண்டிராத ஒட்டுயிர் செடிகளும் (Parasite) 12அடி உயர எறும்புப் புற்றுகளும் பெருமளவில் காணப்பட்டன. அவர் தமக்குத் தேவையான பூச்சிகளையும் ஊர்வனவற்றையும் பெருமளவில் சேகரித்துக் கொண்டார். 18 நாட்கள் அடர்ந்த காட்டுக்குள் அவர் மேற்கொண்ட நடைப்பயணம் ஒரு சுற்றுலாப் பயணம் போல் உற்சாகமானதாக இருந்தது. பெருமளவு அனுபவங்களுடன் அவர் கப்பலுக்குத் திரும்பினார்.

தென்அமெரிக்கா பல்லி

ஆனால் கேப்டன் பீட்ஸ்ரோயின் அளவாய்வுப் பணிகளுக்குக் கால அவகாசம் மேலும் பல

நாட்களுக்குத் தேவைப்பட்டது. ஏனெனில், இந்தத் துறைமுக நகருக்கும் ஏற்கெனவே பீகிள் கப்பல் நிலைகொண்டிருந்த பாஹியா துறைமுக நகருக்குமிடையேயான தூரம் குறித்த அவரது மதிப்பீட்டிற்கும் முன்னதாக பிரான்ஸ் நாட்டுக் கடல்வழி வல்லுநர் பேரோன்ரவுஸினின் மதிப்பீட்டிற்கு மிடையே தீர்க்கரேகை ரீதியான அளவில் 4 மைல் வித்தியாசம் இருப்பதை பீட்ஸ்ரோய் கண்டுபிடித்தார். இதனை உறுதிப்படுத்திக் கொள்ளவேண்டும் என்று தீர்மானித்தார். இதற்கு இருந்த ஒரேவழி பீகிள் கப்பலில் மீண்டும் போஹியா துறைமுகத்திற்கு பயணம் செய்து ரியோடி ஜெனெய்ரா துறைமுகத்திற்கு திரும்புவதுதான். போஹியாவிற்குப் போவதற்கும் அங்கிருந்து திரும்புவதற்கும் 1800 மைல்கள் பயணம் செய்ய வேண்டியிருந்தது. பீட்ஸ்ரோய் தமது அளவாய்வுப் பணியை மீண்டும் மேற்கொள்வதற்கு இரண்டு மாதங்கள் ஆயின.

இந்தப் பணியில் ஈடுபட வேண்டாதவர்களாக 2 பேர் இருந்தனர். ஒருவர் டார்வின். இன்னொருவர் பீகிள் கப்பல் ஓவியர் ஆகஸ்டஸ் ஏர்லே என்பவர். எனவே இருவரும் கூடி ஜெனெய்ரே நகருக்கு அருகில் கடலை எதிர்நோக்கியிருந்த கிராமத்தில் வாடகை வீடு ஒன்றில் இரண்டு மாதகாலம் தங்கும் வாய்ப்புக் கிடைத்தது. அந்த வீட்டில் டார்வின் தாம் ஏற்கெனவே சேகரித்த உயிரினங்களை ஆய்வு செய்வதிலும் குறிப்புகள் எழுதுவதிலும் ஈடுபட்டார். மேலும் அவர் தங்கியிருந்த கிராமத்திலிருந்து ரியோடி ஜெனெய்ரா நகர் நடைதூரத்தில்தான் இருந்தது. எனவே ஏற்கெனவே அந்நகரை அறிந்திருந்த ஓவியர் ஆகஸ்டஸ் ஏர்லேயுடன் சென்று நகரைச் சுற்றிப்பார்த்தார். அந்நகர், பசுமையான சுற்றுச் சூழல்களுடன் குளிர்ச்சியாகவும் அழகாகவும் இருந்ததால் இந்த 2 மாத காலமும் விடுமுறைச் சுற்றுலாக் காலமாக கழிந்தது.

போஹியாவிற்கு சென்றிருந்த பீகிள், 2 மாதங்களில் ரியோடி ஜெனெய்ரோவிற்குத் திரும்பியது. இந்தப் பயணத்தின் மூலம் இரு நகருக்குமிடையேயான தீர்க்கரேகை ரீதியில் பீட்ஸ் ரோயின் 4 மைல் வித்தியாச மதிப்பீடு சரியானதென நிரூபிக்கப்பட்டது.

ரியோடி நகருக்கு வந்த கப்பல் ஜுலை 5ஆம் தேதி தனது பயணத்தைத் தொடங்கியது. பீனோஸ் ஏர்ஸ் (இந்நகர்

தற்போது அர்ஜெண்டைனாவின் தலைநகர்) நோக்கிய இந்தப் பயணம் தொடர்ந்தது. ஆனால் இந்தப் பயணத்தின்போது, காற்று கடலலைகளும் மோசமாக இருந்தன. இதனால் ரியோ நகரிலிருந்து 3000 மைல்களைக் கடந்து செல்லக் கிட்டத்தட்ட ஒருமாத காலம் பிடித்தது. பீனோஸ் ஏர்ஸ் துறைமுகத்தினை பீகிள் நெருங்கிவிட்ட நேரத்தில் மேலும் ஒருசிக்கல் ஏற்பட்டது. இங்கிலாந்திலிருந்து புறப்பட்டு வந்த பீகிளில் தொற்றுநோய் (காலரா) இருக்கக்கூடும் என்று துறைமுக அதிகாரிகளுக்கு ஏற்பட்ட அச்சம் காரணமாக, இந்தக் கப்பலை அங்கிருந்த காவல் கப்பல் நிறுத்தி வைத்தது. கப்பலில் காலராச் சோதனை முடிந்த பிறகே துறைமுகத்திற்குள் செப்டம்பரில் பீகிள் அனுமதிக்கப்பட்டது.

பின்னர் அதே செப்டம்பரில் பயணத்தைத் தொடர்ந்த பீகிள், 500 மைல் அளவிற்குத் தெற்கு நோக்கிச் சென்று போஹியா பிளான்கா என்ற நகரை அடைந்தது. இங்கு பீகிள் கப்பல் 6 மாத காலம் நிலைகொண்டது. இந்நாட்களில் பீட்ஸ்ரோய்,. தமது அளவாய்வுப் பணியில் தீவிரமாக இருந்தார். இதன்படி அவர் பாடாகோனியா என்ற கடலோரப்பகுதிகளில் அளவாய்வு செய்வதற்கான ஏற்பாடுகளில் இறங்கினார். அவருடன் அவரின் கீழ் அதிகாரிகளும் பணியாளர்களும் சென்றுவிட்டனர். டார்வினைப் பொறுத்தவரையில் அவர் கப்பலில் தான் இருந்தார். ஆனால் கப்பலில் அவருடன் கப்பலோட்டிக் குழுவினரும் அவருக்கும் பீட்ஸ்ரோய்க்கும் உதவியாளராகச் செயல்பட்ட 17வயது இளைஞன் ஸிம்ஸ்கோவிங்டனும் இருந்தனர். எனவே, தினசரி அவர், அவர்களுடன் அந்த விரிகுடாப் பகுதியில் கப்பல் பயணம் செய்து வந்தார். அவர், கப்பலை ஒரு குறிப்பிட்ட இடத்தில் நிலைநிறுத்திவிட்டு அவர்களுடன் தொல்பொருள் படிவங்கள், உயிரினங்கள் ஆகியவற்றைச் சேகரிப்பதில் ஈடுபட்டார். அத்துடன் அவர், பீகிள் கப்பல் பயணம் தொடங்குவதற்கு முன்பு வாங்கிய துப்பாக்கியைப் பயன்படுத்தி வேட்டையாடவும் செய்தார். அந்த செப்டம்பர் மாதத்தில் தமது நாட்குறிப்பில் தான் அன்று ஒரு மானையும் சீமைப்பெருச்சாளி ஒன்றையும் வேட்டையாடியதாகவும் 20 பவுண்டுக்கும் அதிகமான எடை கொண்ட சீமைப் பெருச்சாளி அன்று மிக ருசியான உணவாக அமைந்தது என்றும் குறிப்பிட்டுள்ளார்.

செப்டம்பர் 22ஆம் தேதி அவர் தமது குழுவினருடன் அந்த விரிகுடாப் பகுதியில் கப்பல் உலா மேற்கொண்ட போது கடலுக்குள் ஒரு சிறுநிலப்பகுதியைப் பார்த்தார். அந்த நிலத்தில் ஒரு செங்குத்தான பாறை இருந்தது. அந்த நிலத்திற்குப் படகில் தமது குழுவினருடன் சென்ற டார்வின் அந்தப் பாறையைச் சுற்றி ஆராய்ந்தார். அப்போது அவர் ஏராளமான சிப்பிகளையும் தரைக்கு மேல் தெரிந்த தொல்படிவ எலும்புகளையும் கண்டார். அவற்றைச் சேகரித்தார். மறுநாள் கப்பல் உலாவின்போது அதே துண்டுநிலத்திற்கு டார்வினும் கோவிங்டனும் குத்துக் கோடாரிகளுடன் சென்றனர். அவற்றைக் கொண்டு அந்நிலத்தில் இருவரும் தோண்டினர். அப்போது டார்வின் தாம் அதுவரை அறிந்திராத ஓர் உயிரினத்தின் தலைகளைப் பெருமளவில் கண்டார். இருவரும் அவற்றை முடிந்தளவு சேகரித்துக் கொண்டனர். தோண்டுவதற்கும் சேகரிப்பதற்கும் 3 மணி நேரம் ஆயிற்று. அப்போது அநேகமாக இருட்டிவிட்டது. அதன்பின்னரே கப்பலுக்குச் சென்றனர். பன்டா அல்டா என்ற குறுந்தீவு நிலத்தில் சேகரித்தவற்றையெல்லாம் பக்குவப்படுத்திப் பத்திரப்படுத்தியதோடு அவை பற்றிய தகவல் குறிப்புகளையும் ஆய்வுக் குறிப்புகளையும் எழுதினார். அந்தக் குறுநிலத்தில் இன்னும் புதிய வகையான தொல்பொருள் படிவங்கள் கிடைக்கக் கூடும் என்று உணர்ந்த டார்வின் இரண்டு வாரம் கழித்து மீண்டும் தமது குழுவினருடன் அந்தத் தீவு நிலத்திற்கு கப்பல் உலா சென்றார். அப்போது அவருடைய தேடுதலில் அவர் நினைத்ததைப் போலவே, ஒருவகைப்பட்ட மிருகத்தின் தாடை எலும்புகள் கிடைத்தன. அவை மெகா தெரியம் (mega therium) எனப்பட்ட பேருருவ தேவாங்கு மிருக இனத்தின் தாடை எலும்புகள் என்று அவர் கருதினார். அழிந்து போய்விட்ட இந்த மிருகத்தின் எலும்பின் மாதிரிகள் ஐரோப்பாவில் ஸ்பெயின் நாடு மாட்ரிட் நகரில் கிங்ஸ்மியூசியம் என்ற தொல்பொருள் மியூசியத்தில் மட்டும்தான் இருந்தன. எனவே, இந்தத் தாடை எலும்புகளைத் தாம் கண்டுபிடித்தது குறித்துப் பெரிதும் மகிழ்ந்தார். அதே சமயத்தில தாம் சேகரித்த தாவரங்கள், பறவைகள், மிருகங்கள், தொல்பொருள் படிவங்கள் ஆகியவை பற்றிய விவரங்களையும் அவைபற்றிய தமது ஆய்வுக் குறிப்புகளையும் தமது பிரியமான பேராசிரியர் ஹென்ஸ்லோவிற்குக் கடிதங்கள் எழுதவும் பின்னர் தமது சேகரிப்புகளை முறையாகப் பக்குவப்படுத்தி அவ்வப்போது

அவருக்கு அனுப்பி வைக்கவும் டார்வின் தவறவில்லை. மேலும் தமது பயணம் குறித்துத் தமது குடும்பத்தினருக்கும் கடிதங்கள் எழுதினார்.

மேலும் தம்முடைய ஆய்வுப் பணிகளுக்குக் கப்பல் குழுவினர் குறிப்பாக பீட்ஸ்ரோய் அளித்துவந்த ஆதரவை நன்றியுணர்வுடன் நினைத்துப் பார்த்தார். அவர், இந்த கப்பல் பயணத்தின் பணிகளில் அவருக்கு அதிகாரப்பூர்வமான பங்கு இல்லை. அவர் யாருக்கும் கட்டுப்பட வேண்டியதில்லை. அவர் தன்னுடைய தந்தை அனுப்பி வரும் பணத்தில் சுதந்திரமாகவும் சுயேச்சையாகவும் செயல்படக் கூடியவர். ஆனாலும் அவரிடம் அனைவரும் காட்டிய அன்பையும் அவரது ஆய்வு வசதிக்கேற்ப கப்பலை ஓட்டியதையும் நிலைநிறுத்தியதையும் உணர்ந்தார்.

(இந்நிலைமையில், பீட்ஸ்ரோய் தமது ஆய்வகப் பணிகளை முடித்துக்கொண்டு தமது குழுவினருடன் திரும்பி வந்தார். ஆனால் பீகிள் கப்பல் பேகியா பிளாங்காவிலிருந்து மீண்டும் பினோஸ் ஏர்ஸிற்கு திரும்பிச் செல்ல வேண்டியதாயிற்று. ஏனெனில் கப்பலில் உள்ளவர்களுக்கு அடுத்த 8 மாதங்களுக்குத் தேவையான உணவுப்பொருள்களையும் ஏனைய தேவைகளையும் வாங்கி இருப்பு வைத்துக்கொள்ள வேண்டியதிருந்தது. எனவே அக்டோபர் மாத மத்தியில் பீகிள், பீனோஸ் ஏர்ஸிற்குத் திரும்பியது. அங்கு ஒருவார காலம் நிலை கொண்டிருந்தது. அங்கு டார்வினும் மற்றவர்களும் அந்நகரின் பல்வேறு கடைவீதிகளில் அலைந்து 8 மாதங்களுக்குத் தேவையான பொருட்களை வாங்கினர். இதுதவிர நகரங்களைச் சுற்றிப் பார்த்ததுடன் கிறிஸ்துவ ஆலயங்களுக்குச் செல்லவும் செய்தனர்.

கப்பல் பயணத்திற்கு அவசியமான உணவுப் பொருட்களை வாங்கி முடித்தவுடன் பீகிள் கப்பல் மீண்டும் தெற்கு நோக்கி பயணித்தது. அடுத்த 10 நாள் பயணத்தில் மோன்டே வீடியோ என்ற துறைமுக நகரை அடைந்தது. அங்கும் இன்னும் கொஞ்சம் உணவுப் பொருட்கள் வாங்கப்பட்டன.

பின்னர் அங்கிருந்து பீகிள், தனது பயணத்தைத் தொடர்ந்தது, இடையில் எந்த நிறுத்தமுமின்றி 7 வாரங்கள் பயணித்த பின்பு தென்னமெரிக்காவின் தென் முனையை யொட்டிய டியெல்டெல் ஃபியுகோவை 1833 ஜனவரியில் அடைந்தது. அங்கு கட்சக்ஸெஸ் வளைகுடாவில் கப்பல் நங்கூரமிடப்பட்டது. ஆனால் யாரும்

கப்பலை விட்டு வெளியேறவில்லை. மறுநாள், கப்பலிலிருந்த குழுவில், டார்வின் உட்பட சிலர் கரைக்குச் சென்றனர். கரையில் இருந்த மக்களைப் பார்த்தபோது குறிப்பாக டார்வினுக்கு அதிர்ச்சியாக இருந்தது. அதே பகுதியைச் சேர்ந்த யார்க்மினிஸ்டர், ஃபுயூஜியா ஆகியோரை பீகிள் கப்பல் , பிளைமவுத் துறைமுக நகரிலிருந்து புறப்படுவதற்கு முன்பே பார்த்திருக்கிறார். கப்பல் பயணத்தின் போதும் பார்த்திருந்தார். அவர்கள், பீட்ஸ் ரோயின் கட்டுப்பாட்டில் ஓர் ஆண்டுகாலம் இருந்து கல்வி, ஆடை, காலணி, கல்வி ஆங்கிலமொழி ஆகியவற்றில் பரிச்சயம் ஏற்பட்டு நாகரிகமாக இருந்தவர்கள். அவர்களைப் பார்த்துப் பழகிப்போயிருந்த டார்வினுக்கு அவர்களின் டயெல் டெல்ஃபுயுகோவைச் சார்ந்த மக்கள் பரட்டைத் தலையுடனும் முகமெல்லாம் வர்ணங்களைப் பூசியும் செம்பழுப்பு ரோமங்களைக் கொண்ட தென்னமெரிக்க விலங்குகளின் தோல்களை உடம்பில் போர்த்தியும் இருந்த கோலம் அவருக்கு ஆச்சரியமாக இருந்தது. ஆனால் இப்போது யார்க் மினிஸ்டரும் ஃபுஜியாவும் கேட்டுக் கொண்டதன் பேரில் இருவருக்கும் ஃபீட்ஸ் ரோய் திருமணம் செய்து வைத்தார்.

பீகிள் கப்பல், டெய்ல் டெல்ஃபுயுகோவிலிருந்து மேற்கு திசையில் 100 மைல் தூரத்திலிருந்த யார்க்மினிஸ்டர் தீவை நோக்கிப் பயணித்தது. அதுதான் புதிய தம்பதியரான யார்க்மினிஸ்டர்-ஃபியுஜியா பிறந்த இடமாகும். அங்குதான் அவர்கள் கிறிஸ்தவ போதகப் பணியை மேற்கொள்ளத் தீர்மானிக்கப்பட்டுள்ளனர். ஆனால் ஒன்றிரண்டு மாதங்களுக்கு முன்பு என்றால் இந்த 100 மைல் தூரத்தைக் கடக்க ஒரே நாள்தான் பிடிக்கும். ஆனால் இப்போது, அதே தூரத்தைக் கடக்க ஒரு மாதத்திற்கு மேல் பிடித்தது. டிசம்பர் 17ஆம் தேதி காலையில் டெய்ல்டெல்பியுகோவிலிருந்து பீகிள் புறப்பட்டு பயணித்துக் கொண்டிருந்த போது பெரும்புயல் வீசத் தொடங்கியது. (உலகத்திலேயே மிகஅதிக அளவில் புயலடிக்கக்கூடிய பகுதியாகும். அது.) எனவே, இந்தப்பயணம் மிகுந்த சாகஸம் மிக்கதாகவே இருந்தது. ஃபீட்ஸ்ரோய், தம் அனுபவத்தில் இப்படியொரு புயலை அனுபவித்ததில்லை. புயலும் வெறித்தனமான கடலலைகளும் பீகிள் கப்பலைச் சுருட்டிச் சுருட்டித் திணறடித்தன. 3 வாரங்கள் பயணம் செய்தபிறகு கப்பல், இப்போது யார்க்மினிஸ்டர் தீவிற்குத் தெற்கே 100 மைல் தொலைவில் இழுத்துச் செல்லப்பட்டது.

ஆகவே, இப்போது அந்தத் தீவிற்கு வடக்கு நோக்கி இன்னும் 100 மைல் தூரம் பயணிக்க வேண்டியிருந்தது. இந்த மோசமான நிலைமை காரணமாக, கடல் குமட்டல் நோய் டார்வினை 3-ஆம் முறையாகத் தொற்றிக் கொண்டது. இதனால் அவர் மிகுந்த விரக்தி அடைந்திருந்தார். கப்பலோட்டிகளும் அதிகாரிகளும் பணியாளர்களும் பீட்ஸ்ரோய் தலைமையிலும் வழிகாட்டலிலும் இயற்கைச் சீற்றத்துடன் நடத்திய விடாப் போராட்டங்களின் விளைவாக 1933 ஜனவரி 11ஆம் தேதி யார்க்மினிஸ்டர் தீவிற்கு பீகிள் கொண்டுவரப்பட்டது. அப்போதும் கூடக் கால நிலைமை மோசமானதாக இருந்ததால் கப்பல், கரைக்கு அப்பால் கிட்டத்தட்ட 36 மணிநேரம் நிறுத்தப்பட்டிருந்தது. பின்னர் துறைமுகத்திற்குள் கொண்டு வரப்பட்ட பின்பு கப்பலின் சேதங்கள் குறித்து மதிப்பீடு செய்யப்பட்டது. கடலலைகளின் தாக்குதல் காரணமாக கப்பலுடன் பொருத்தப்பட்டிருந்த படகு மிகக் கடுமையாக சேதப்பட்டிருந்தது. காலக்கணிப்புக் கருவிகளில் ஒன்றுமட்டுமே பயன்படாத வகையில் சேதமடைந்திருந்தது.

பெரும் புயலுக்குப் பின் அமைதி ஏற்பட்ட நிலையில் புதிய பிரச்சனை ஒன்று எழுந்தது. யார்க் மினிஸ்டர் தீவில் இறங்கிக் கொண்டு கிறிஸ்துவமதப் பணிகளை மேற்கொள்ளத் திட்டமிட்டிருந்த புதிய தம்பதியரான யார்க்மினிஸ்டரும் ஃபுயூஜியாவும் அவர்களுடன் வந்த இளைஞன் ஜெம்மிபட்டனுடன் அவனது சொந்தத் தீவான வூலியா கோவிற்குச் சென்று அங்கு பணியாற்ற விரும்புவதாக பீட்ஸ்ரோயிடம் தெரிவித்தனர். ஆனால் அந்தப் பகுதியில் புயல்-கடலலைகளின் சீற்றம் அதிகமாக இருக்கும் என்பதால் பீகிள் கப்பலை அங்கு கொண்டு செல்வது பெரும் அபாயத்திற்குரியதாக இருக்கும் என பீட்ஸ்ரோய் கருதினார். எனவே, கப்பலில் இருந்த சுறாமீன் படகுகள் மூன்றில் அவர்கள் மூன்று பேரையும் அனுப்புவதெனவும் அவர்களுக்கான பாதுகாப்புக் குழு ஒன்று செல்வதெனவும் தீர்மானிக்கப்பட்டது. 30 பேர்களைக் கொண்ட அந்தக் குழுவில் மற்றவர்களுடன் டார்வினும் பீட்ஸ்ரோயும் இருந்தனர். முன்னெச்சரிக்கையாக மூன்று படகுகளும் சுற்றுவழிகளில் சென்று நான்கு நாட்கள் பயணம் செய்து வூலியா கோவ் தீவைச் சென்றடைந்தன.

பலநாட்களாக இயற்கை சீற்றத்தை எதிர்த்துப் போராடி பீகிள் கப்பலைக் கரைசேர்த்த கப்பலோட்டிகள் இப்போது

படகுகளையும் ஓட்டிவந்த நிலைமையில் மிகுந்த அயர்வுடனும் சோர்வுடனும் இருந்தனர். ஆனால் அவர்கள் மதப்பணியாளர் களுக்கான மூன்று கூடாரங்களை அமைப்பதிலும் ஈடுபடுத்தப் பட்டனர். ஜனவரி 23 முதல் 28 வரையான நாட்களில் கூடாரங்களை அமைத்தனர். கூடாரங்களைச் சுற்றிக் காய்கறித் தோட்டமும் உருவாக்கப்பட்டது. ஆனால் அத்தீவுமக்கள் இந்த வேற்று மக்களை விநோத மாகப் பார்த்தனர். பின்னர் பீட்ஸ்ரோயும் மற்றவர்களும் 2 படகுகளில் கடல் கால்வாயை அளவாய்வு செய்வதற்குப் புறப்பட்டுச் சென்றனர். (பின்னால் இந்தக் கடல் கால்வாய்க்கு பீகிள் கால்வாய் எனப் பெயரிடப் பட்டது) அந்தப் பணியை முடித்து விட்டு 10 நாட்கள் கழித்துத் திரும்பியபோது அத்தீவு மக்கள் யார்க்மினிஸ்டரையும் அவனது மனைவி ஃபுயூஜியாவையும் எந்தத் தொந்தரவும் செய்யாவிட்டாலும் ரிச்சர்டு மாத்யூ, ஜெம்மி ஆகிய இருவரின் பொருட்களையெல்லாம் கொள்ளையடித்து விட்டிருந்தனர். ஆனாலும் அவர்கள் நால்வரும் தங்களது மதப்பணிகளை அந்த மக்களிடம் தொடங்கவும் தொடரவும் தீர்மானகரமாக இருந்தனர். இந்நிலைமையில் பீட்ஸ்ரோயும் டார்வினும் மற்றவர்களும் நான்கு பேருக்கும் வாழ்த்து தெரிவித்தும் விடைபெற்றும் 3 படகுகளில் டியரா டெல்ஃபியுகோ துறைமுகத்தில் நிலைநிறுத்தப்பட்டிருந்த தங்களுடைய பீகிள் கப்பலை நோக்கிப் பயணித்தனர்.

பீகிள், அடுத்தபடியாக, மால்வினாஸ் தீவுகளுக்குப் பயணித்தது. இந்த தீவுகளுக்குத்தான் பால்க்லாண்ட் தீவுகள் என பிரிட்ஷார் பெயரிட்டிருந்தனர். கிழக்கு பால்க்லாண்ட் தீவை மார்ச் 4-ஆம் தேதியடைந்த அக்கப்பல் பெர்கிலி சவுண்ட் என்ற துறைமுகத்தில் நங்கூரமிட்டது. அங்கு சென்றவுடன் பீட்ஸ்ரோய், தமது அளவாய்வுப் பணிகளுக்கிடையே ஒரு வியாபாரியை சந்தித்தார். அந்த வியாபாரி தனது பாய்மரக்கப்பலை விற்கவிரும்பினார். அதை வாங்க பீட்ஸ்ரோய் விரும்பினார். ஏனென்றால் பீகிளின் பயண வேலையை பங்குபோட்டுக் கொள்ள வேறொரு கப்பல் தேவை என அவர் விரும்பினார். அளவாய்வுப் பணிகளிலும் உணவுப் பொருட்களை எடுத்துச் செல்வதிலும் புதிய கப்பலும் பங்கெடுக்குமானால், காலவிரயம் ஏற்படாது. எனவே, பீகிளை விட கொஞ்சம் சிறியதான அந்தக் கப்பலின் விலை குறித்து வியாபாரியிடம் பேசி முடிவு செய்யப்பட்டது. இது குறித்து லண்டனுக்குக்

கடிதம் எழுதி பிரிட்டிஷ் அரசின் அனுமதி பெற்றுக் கப்பலை வாங்கிவிட்டார். முந்தைய கப்பல் பயணத்தின் போது பீகிளுடன் கூட்டுப்பயணம் செய்த கப்பலின் நினைவாக இந்தக் கப்பலுக்கு அட்வென்ச்சர் (Adventure) என்று மறு பெயரிடப்பட்டது. அக்கப்பல் ஏப்ரல் 4 ஆம் தேதி பிளேட் என்ற நதியின் முகத்துவாரத்திலிருந்த மார்டோ நாடோ என்ற சிறுநகரை நோக்கிப் பயணித்தது. அட்வென்ச்சர் (Adventure) கப்பல் ஆய்வுப் பயணத்துக்குப் பிறகு தயாராகும் வகையில் அதனை சரிப்படுத்தவே மால்டோநாடோவிற்குக் கொண்டு செல்லப்பட்டது. அதில் டார்வின் பயணம் செய்தார். அவருக்கும் பீட்ஸ்ரோய்க்கும் உதவியாளராக இருந்த ஸிம்ஸ் கோவிங்டனை பீட்ஸ்ரோயின் அனுமதி பெற்றுத் தன்னுடைய முழுநேர உதவியாளனாக்கிக் கொண்டார். இது அவருக்குக் கூடுதல் செலவை ஏற்படுத்தியதால் தமது தந்தையிடம் கூடுதல் பணம் கேட்டுக் கடிதம் எழுதினார்.

அட்வென்ச்சர் கப்பல் மால்டோ நாடோ நகரை அடைந்தவுடன் அந்நகரில் ஒரு விடுதியில் டார்வின் 10 வார காலம் கோவிங்டனுடன் தங்கினார். ஒருநாள் மிருக வேட்டையிலும் தாவரங்கள் உயிரினங்கள் ஆகியவற்றை சேகரிப்பதிலும் ஈடுபடுவார். மறுநாள் அவற்றைப் பக்குவப்படுத்திப் பதனப்படுத்தும் காரியங்களைச் செய்வார். இவற்றிற்கெல்லாம் அவருக்கு ஸிம்ஸ் கோவிங்டன் உதவி புரிந்தான்.

அட்வென்ச்சர் கப்பல் மால்டோ நாடோ நகருக்கு வந்தடைந்த சில வாரங்களில் அங்கு பீகிள் கப்பல் வந்து சேர்ந்தது. அந்த சில வாரங்களில் பீட்ஸ் ரோயும் அவரின் உதவியாளர்களும் பால்க்லாண்ட் தீவுகளில் அளவாய்வுப் பணிகளில் ஈடுபட்டிருந்தனர். அவர்கள், மால்டோநோவா நகரை வந்தடைந்ததும் அங்கும் அவர்கள் பல பகுதிகளில் அளவாய்வுப் பணிகளில் ஈடுபட்டனர். இதற்கிடையே டார்வின் வாடகைக் குதிரைகளில், அதுவரையிலும் யாரும் சென்றிராத காடுகளுக்குள் பயணித்து உயிரினச் சேகரிப்பிலும் ஆய்வுகளிலும் ஈடுபட்டு வந்தார். இதில் அவர் வாடகைக்கு நியமித்துக் கொண்ட வழிகாட்டிகளுடன் உருகுவே நதிப்பகுதிகளுக் கெல்லாம் சென்று வந்தார். 1833 நவம்பர் இறுதியில் அவர், மால்டோ நாடோவிற்குத் திரும்பும்போது குதிரையிலேயே 600 மைல் தூரம் பயணம் செய்ய வேண்டியிருந்தது. திரும்பும் பயணமும் ஆய்வுப்பயணமாக மட்டுமின்றி சாகசப்

பயணமாகவும் இருந்தது. ஏனெனில் அவரது பயணவழியில் பீனோஸ்ஏர்ஸின் அரசாங்கத்திற்கும் மக்களுக்குமிடையே கடுமையான ஆயுத மோதல் நிகழ்ந்து கொண்டிருந்தது. கொந்தளிப்பான நிலைமை நிலவியது. பீனோஸ் ஏர்ஸின் அரசாங்கத்தை விரட்டியடிப்பதற்காக மக்கள் ஆயுதமேந்தியிருந்தனர். இந்நிலைமையில் குதிரையில் பயணம் செய்துகொண்டிருந்த டார்வின் அவரது வழியில் முகாமிட்டிருந்த அரசாங்கப் படையின் கமாண்டர் ரோஸ்ரஸ் என்பவரைச் சந்திக்க நேர்ந்தது. டார்வினைச் சந்திப்பதில் காமாண்டரும் ஆர்வமாக இருந்தார். டார்வினின் ஆய்வுப் பயணங்களை ரோஸ்ரஸ் கேட்டறிந்தார். இந்தப் பயணத்திற்கு எதிர்காலத்தில் தாமும் உதவுவதாகவும் கூறினார். இந்தச் சந்திப்பு சுமுகமாக இருந்ததோடு டார்வினுக்குப் பயனுள்ளதாகவும் இருந்தது. டார்வின் அங்கிருந்து போகியா பிளங்காவிற்கு 200 மைல் தூரம் பயணம் செய்ய கமாண்டர் ரோஸ்ரஸ் பாதுகாப்பு ஏற்பாடுகளை செய்ததோடு அங்கிருந்து பீனோஸ் ஏர்ஸிற்கு 400 மைல் தூரம் குதிரைப்பயணம் செய்வதற்கும் வசதிகளும் பாதுகாப்பும் ஏற்படுத்திக்கொடுத்தார். அவர் இரவு நேரங்களில் ஆங்காங்கே இருந்த ராணுவ முகாம்களிலே உறங்கினார். இவ்வாறு பீனோஸ் ஏர்ஸை அடைந்த டார்வின், அங்கு பிரிட்டிஷ் வர்த்தகர் ஒருவரைச் சந்திக்க நேர்ந்தது. அந்த வர்த்தகரும் டார்வினை இன்னாரென அறிந்து அவரை தடபுடலாகக் கவனித்துக் கொண்டார். அது மட்டுமின்றி டார்வினிடமிருந்த தொல்பொருள் படிவ எலும்புகளைக் கொண்ட ஒரு பெட்டியை சரக்குகப்பலில் அதுவும் லிவர்பூல் என்ற துறைமுகத்தில் சுங்கவரி இல்லாமலே அனுப்பிவைக்கவும் அந்த வர்த்தகர் ஏற்பாடு செய்தார்.

அப்போது பீகிள் கப்பல் மோன்டே வீடியோ துறைமுகத்தில் இருப்பதாகவும் பீட்ஸ்ரோய் மற்றும் அவரது குழுவினரின் அளவாய்வுப் பணி முடியாத நிலைமையில் இரு கப்பல்களும் புறப்படுவதற்குக் குறைந்தபட்சம் இன்னும் ஒருமாத காலம் ஆகும் என்றும் கேட்டறிந்தார். எனவே, அந்த ஒருமாத காலத்திற்குத் தமது குதிரைப் பயணத்தை ஆய்வுப்பயணமாக மேற்கொண்டார். அவரது பயணத்திற்குட்பட்ட சான்டாஃபே என்ற பகுதியில் ஏராளமான தொல்பொருள் படிவங்கள் இருப்பதாக அறிந்திருந்தார். ஆனால் அப்பகுதியில் எதிர்பார்த்த தொல்பொருள் படிவங்கள் அவருக்குக் கிடைக்கவில்லை.

எனினும் அவர் அதுவரை இருந்த கருத்தோட்டம் ஒன்றை மறுக்கக்கூடிய தொல்பொருள் ஒன்றைத் தமது தேடுதலில் கண்டுபிடித்தார். அது என்னவெனில் தொன்மைக்காலக் குதிரை ஒன்றின் பல்லாகும். பொதுவாக அப்போதிருந்த கருத்து என்னவெனில், தென்னமெரிக்க நாடுகளில் ஸ்பெயின் தனது காலனியாதிக்கத்தை ஏற்படுத்திய பின்னே அவர்கள் குதிரை-களைக் கொண்டு வந்து அறிமுகப்படுத்தினார்கள் என்பதுதான். ஆனால், டார்வின் கண்டுபிடித்த குதிரைப்பல், ஸ்பெயினின் காலனி ஆதிக்கத்திற்கு வெகு காலத்திற்கு முன்பே தென்னமெரிக்காவில் குதிரைகள் வாழ்ந்திருந்தன என்பதை நிரூபிப்பதாக அமைந்தது. டார்வினின் இந்தக் கண்டுபிடிப்பு அவரிடம் ஒரு கேள்வியை எழுப்பியது. தென்னமெரிக்காவில் இன்னும் எத்தனைவகை உயிரினங்கள் வாழ்ந்து அழிந்து போயின என்பதுதான் அந்தக் கேள்வி. அவர் கண்டெடுத்த குதிரைப்பல் வேறு சில கேள்விகளையும் எழுப்பியது. தாம் இதுவரை தென்னமெரிக்காவில் கண்டுபிடித்த தொல்பொருள் படிவங்கள், இப்போதும் வாழ்ந்து கொண்டிருக்கும் மிருகங்களை முக்கியமாக தென்னமெரிக்காவிற்கு மட்டுமேயான மிருகங்களின் சாயலைக் கொண்டிருப்பதேன்? ஒரு குறிப்பிட்ட சிறப்புத்தன்மை கொண்ட பறவையினம் அதாவது நீண்ட கழுத்தையும் நீண்ட கால்களையும் கொண்டு ஆனால் தரைக்கு மேலேபறக்க முடியாத ரீயா (Rhea) என்பது போன்ற பறவையினம் தன்னுடன் தொடர்புடையதானதோர் உயிரினத்திற்கு காலப்போக்கில் வழிவிட்டு மறைந்துபோனதேன்? அவரது சிந்தனையில் எழுந்த இந்தக் கேள்விகளுக்கு அந்தச் சமயத்தில் அவர் விடைகாண முடியவில்லை. அதற்கான கால அவகாசமும் அவருக்கில்லை. ஆனால் எதிர்காலத்தில் விடை காணவேண்டிய முக்கியமான கேள்விகள் என்பது அவரது சிந்தனையில் ஆழமாகப் பதிந்தது.

ரீயா பறவை

இத்தகைய அனுபவங்களுடன் அவர் மோன்டெ வீடியோவில் இருந்த கப்பலை வந்தடைந்தார். ஆனால் கப்பல் உடனடியாக புறப்படக்கூடிய நிலைமையில்

இல்லை. ஏனெனில் பீட்ஸ்ரோயும் அவரது குழுவினரும் நடத்திய அளவாய்வில் ஏராளமான தகவல்கள் சேகரிக்கப்பட்டிருந்தன. அவற்றையெல்லாம் வரைபடங்களாக வரைந்து லண்டனுக்கு அனுப்ப வேண்டியிருந்தது. இந்தப் பணிகளில் டார்வினுக்கு எந்தப் பங்கும் இல்லை என்பதால் அவர் ஒருவழிகாட்டியை அமர்த்திக் கொண்டு உருகுவே நதியையொட்டிய பரந்த பகுதிகளில் ஆய்வுகளை மேற்கொள்ளச் சென்றார். 4 வாரங்களில் கிட்டத்தட்ட 500 மைல் தூரத்திற்கு இருவரும் ஆய்வுப் பயணம் செய்தனர். இந்தப் பயணத்தை முடித்துத் திரும்பியபோது இரண்டு கப்பல்களும் புறப்படுவதற்குத் தயார் நிலையில் இருந்தன.

டிசம்பர் 7ஆம் தேதி பீகிளும் அட்வென்ச்சரும் மால்டோ நாடோவையொட்டிய பிளேட் நதியிலிருந்து புறப்பட்டன. இந்தப் பயணம் பேன்டோ கோனியாவையும் அவர்கள் ஏற்கெனவே சென்றிருந்த டியரடெல் ஃபியூகோவையும் நோக்கிய பயணமாக இருந்தது. பயணத்தின் போது கிறிஸ்துமஸ் தினம் டிசம்பர் 25ஆம் தேதி வந்தது. அப்போது இரு கப்பல்களும் டிசைர் என்ற துறைமுகத்தையொட்டியே பயணித்துக் கொண்டிருந்தன. கிறிஸ்துமஸைக் கொண்டாடும் பொருட்டு இரு கப்பல்களையும் கடலோரக்கரையில் நிலைநிறுத்திவிட்டு படகுகளில் கரைக்குச் சென்றனர். அருகில் இருந்த உயரமான பாறையில் டார்வின் ஏறினார். அந்தப் பாறைக்கு மறுபக்கத்திலிருந்து பசுமைக் காடுகளை பார்ப்பதற்காகத்தான் ஏறினார். அவர் அந்தக் காடுகளை ரசித்துக் கொண்டிருந்தபோது கண்கள் ஓர் இடத்தில் கூர்மையான பார்வையுடன் நிலைகொண்டன. உடனே தமது தோளில் தொங்கிக் கொண்டிருந்த துப்பாக்கியை எடுத்துக் குறிபார்த்து அந்த இடத்தில் சுட்டார். கிட்டத்தட்ட 170 பவுண்டு எடையுள்ள ஒரு மிருகம் சுருண்டு விழுந்தது. அது தென்னமெரிக்காவின் காடுகளில் வாழும் அசைபோடும் இனத்தைச் சேர்ந்த மிருகமாகும். அன்று கிறிஸ்துமஸ் தினமானதால் அதனை சிறப்பாகக் கொண்டாட அவர்கள் அனைவருக்கும் அந்த மிருகத்தின் மாமிசம் நல்ல விருந்தாக அமைந்தது. எனவே, அவரைக் கிறிஸ்துமஸ் கதாநாயகனாக அவர்கள் அனைவரும் கொண்டாடினர்.

டார்வின் கடந்த சில மாதங்களாகவே துப்பாக்கியைப் பயன்படுத்தவில்லை. அவருடன் சென்ற ஸிம்ஸ்கோவிங்டன்

தான் அவசியப்படும் போதெல்லாம் துப்பாக்கியைப் பயன்படுத்தி வந்தான். எனவே சில மாதங்களுக்குப் பிறகு முதல் தடவையாக பயன்படுத்தியபோது முதல் குறியிலேயே அந்த மிருகத்தை சுட்டு வீழ்த்தியதை பீட்ஸ்ரோய் உட்பட அவரது நண்பர்கள் பாராட்டினர்.

கிறிஸ்துமஸ் கொண்டாட்டத்தை முடித்துக் கொண்டு அட்லாண்டிக் கடலில் அவர்கள் தெற்கு நோக்கித் தங்களுடைய கப்பல்களைச் செலுத்தினர். அவர்கள் அந்தக் கடலில் ஏற்கனவே ஓர் ஆண்டுக்கு முன்பு பயணித்த மேகலேன் நீர்சந்திப்பிற்குள் 1834 ஜனவரி 7ஆம் தேதி 2 கப்பல்களும் நுழைந்து பயணத்தைத் தொடர்ந்தன. ஒருநாள் காலை இருகப்பல்களிலும் இருந்தவர்கள், அந்தப் பகுதியில் துடுப்புகளால் செலுத்தப்படும் வட்டப்படகைக் கண்டனர். அதில் அரைகுறை உடையுடன் ஒருவனைப் பார்த்தனர். முதலில் அவனை அடையாளம் காண முடியவில்லை. பின்னர்தான் அவன் அவர்களுடைய நண்பன் ஜெம்மி பட்டன் என்று தெரியவந்தது. பீகிள் கப்பலில் தங்களுடன் நாகரிக ஆடைகளை அணிந்து பயணம் செய்த அதே ஜெம்மி இந்த அலங்கோலத்தில் இருந்தது குறிப்பாக பீட்ஸ்ரோய்க்கும் டார்வினுக்கும் ஆச்சரியமாக இருந்தது. லண்டனில் ஓர் ஆண்டுகாலம் பீட்ஸ்ரோயின் கட்டுப்பாட்டில் வாழ்ந்து நவநாகரிகமானவனாக பீகிளில் தங்களுடன் பயணம் செய்து நண்பர்களுடன் தமது தீவில் இறங்கிய அந்தச்சிறுவன் ஏதோ ஒருவகைப் பிராணிபோல் இருக்கின்றானே என்ற கவலையும் அவர்களுடைய முகத்தில் தெரிந்தது.

ஜெம்மி தனது வட்டப்படகில் வந்து பீகிள் கப்பலில் ஏறிக் கொண்டு தனது நண்பர்களை யெல்லாம் மகிழ்ச்சியுடன் சந்தித்தான். பீட்ஸ்ரோய்க்கும் டார்வினுக்கும் ஒட்டா என்ற கடல் பிராணியின் 2 அழகிய தோல்களையும் 2 ஈட்டி முனைகளையும் அம்புகளையும் தனது ஞாபகார்த்தமாக கொடுத்தான். அவர்கள் இருவருடனும் நீண்ட நேரம் பேசினான். அப்போது அவன் தெரிவித்த ஒரு முக்கியமான தகவலின் படி, இவனுடன் லண்டனிலிருந்து பீகிள் கப்பலில் வந்த யார்க், இவனுடைய உடமைகளையும் பொருட்களையும் சுருட்டிக் கொண்டு அவனுடைய மனைவி ஃபியுஸிகோவுடன் தமது சொந்தத் தீவான யார்க்மினிஸ்டர் தீவுக்கு சொல்லிக்

கொள்ளாமல் போய்விட்டான். ஜெம்மியை பீட்ஸ்ரோய் லண்டனுக்கு அழைத்தபோது, தாம் சொந்த இடத்திலேயே தமது மக்களுடன் வாழ விரும்புவதாகக் கூறிவிட்டான். இந்தப்பதில் டார்வினுக்கு திருப்திகரமானதாகப்பட்டது. ஆனால் அவர்கள் மூவரையும் கிறிஸ்துவப் பரப்பாளர்களாக ஆக்க வேண்டுமென்ற தமது விருப்பம் வெறும் கனவாகவே முடிந்துவிட்டது என்ற வருத்தம் பீட்ஸ்ரோயின் முகத்தில் தெரிந்தது. கப்பல் புறப்பட வேண்டிய நேரம் வந்தது. அப்போது ஜெம்மியின் வட்டப்படகில் கடுகடுப்பான முகத்துடன் ஒரு பெண் இருந்ததை கப்பல் நண்பர்கள் பார்த்தனர். அந்தப் பெண் தம் மனைவி என்று ஜெம்மி தெரிவித்தான். அனைவரும் அவனிடம் விடைபெற்றனர். பீட்ஸ்ரோய் இனம் தெரியாத சோகத்தை உணர்ந்தார்.

அங்கிருந்து மீண்டும் ஃபால்க் லாண்ட் தீவுகளை அடைந்த இரு கப்பல்களும் அங்கு 4 வாரங்கள் தங்கியிருந்தன. கிட்டத்தட்ட ஓராண்டுக்கு முன்பு இங்கு வந்திருந்தபோது அட்வென்ச்சர் கப்பலை வாங்குவதில் ஈடுபட்டதனால் கிழக்கு ஃபால்க் லாண்ட் தீவில் விடுபட்டுப்போன அளவாய்வுப் பணிகளை இப்போது பீட்ஸ்ரோயும் அவரது குழுவினரும் செய்து முடித்தனர்.

இதனைத் தொடர்ந்து பீகிள் கப்பல் ஏப்ரல் 13இல் புறப்பட்டது. தென்னமெரிக்காவின் தென் பகுதியில் உள்ள பேடா கோனியா கடற்கரையை நோக்கி இந்தப் பயணம் இருந்தது. ஏப்ரல் 13ஆம் தேதி சான்டா குரூஸ் என்ற முகத்துவாரத்திற்கு அருகில் பென்டாகோனியா கடற்கரையை அடைந்தது. அங்கு பீகிள் கப்பலின் அடிப்பகுதியைச் சரி பார்க்கும் வகையில் கரையோரத்திற்குக் கொண்டு செல்லப்பட்டது. ஏனென்றால், தற்போதுவரை அட்லாண்டிக் கப்பலில் பயணித்துக் கொண்டிருக்கும் பீகிள் விரைவில் பசிபிக் கடலில் நுழைய வேண்டியுள்ளது. சரிபார்க்கும் பணி முடிந்தவுடன் தனது பயணத்தை மீண்டும் தெற்கு நோக்கித் தொடர்ந்த பீகிள், மே 23ஆம் தேதி வாக்கில் மேகலன் நீர்சந்திப்புக்குள் நுழைந்தது. இந்த நீர்சந்திப்பு ஒரு பக்கம் தென்னமெரிக்காவின் தென்பகுதியின் பெண்ட்கோனியாவையும் மறுபக்கம் டைராடெல் ஃபுயகோ, யார்க்மினிஸ்டர், கேப்கார்ன் வூலியா நேவரின் ஆகிய தீவுகளைப் பிரிக்கக் கூடியதும் அட்லாண்டிக் பெருங்கடலையும் பசிபிக் பெருங்கடலையும்

இணைக்கக் கூடியதுமாகும். இந்த நீர்சந்திப்பில் நுழைந்த இருகப்பல்களும் அந்த சந்திப்பில் கணிசமான தூரம் பயணம் செய்தன. பின்னர் அந்த நீர்சந்திப்பிலிருந்து பிரிந்து பசிபிக்கடலில் இணையும் கோபர்ன் என்ற கடல் இணைப்பு நீர்வழிக்குள் நுழைந்தன. அந்த நீர்வழியில் பசிபிக்கடலில் பயணம் செய்வதற்கு முன்னதாக பீகிள் தயாரானது. ஆனால் அது பின்தங்கி வந்த அட்வென்ச்சர் கப்பலுக்காக 14 மணிநேரம் காத்திருக்க வேண்டியிருந்தது. அட்வென்ச்சர் இரவில் கடற்பாறைகளுக்கிடையே குறுகலான வழியில் வரவேண்டியிருந்தது. ஜூன் 11 ஆம் தேதி பீகிளுடன் அட்வென்ச்சர் இணைந்தது. அன்றே 2 கப்பல்களும் பசிபிக் பெருங்கடலுக்குள் நுழைந்துவிட்டன.

தென்னமெரிக்காவின் மற்றொரு கடலோரத்தையொட்டிய வடக்கு நோக்கிய பயணத்தையும் தொடங்கிவிட்டன. ஆனால் ஒரு கடுமையான அனுபவம் காத்திருந்தது.

பசிபிக் கடலில் நீண்ட நெடிய பயணம் காத்திருந்ததால் இரண்டு கப்பல்களையும் பழுதுபார்க்க பீட்ஸ்ரோய் தீர்மானித்தார். எனவே இரு கப்பல்களும் வால்பாரெய்ஸோவை நோக்கிப் பயணித்தன. ஜூலை 23ஆம் தேதி அந்தத் துறைமுக நகரை அடைந்தன. சுகமான தட்பவெட்ப நிலையுடன் இயற்கை எழில்மிகுந்த அந்த சின்னஞ்சிறு நகரில் ஏராளமான ஆங்கிலேயர்கள் வாழ்ந்து வந்தனர். அவர்களில் ஒருவர் ரிச்சர்டு கோர் ஃபீல்டு என்பவர். டார்வினின் சொந்த ஊரான ஷ்ரெவ்ஸ்பரியை சேர்ந்தவர்; டார்வின் படித்த பள்ளியிலேயே படித்தவர் என்பது மட்டுமில்லாமல் டார்வினின் தந்தை ராபர்ட் டார்வின் வட்டிக்குப் பணம் கொடுப்பவர் என்பதால் அவரிடம் கொடுக்கல் வாங்கல் கொண்டிருந்தவர். எனவே இருவரும் இவ்வளவு நெருக்கமானவர்கள் என்பதால் டார்வின், வால்பாரெய்ஸோவில் தங்கியிருந்த காலத்தில் அவர், கோர்ஃபீல்டின் வீட்டிலேயே தங்கினார். இருவருக்குமிடையே நெருக்கமான நட்புறவு ஏற்படுவதற்கு இருந்த முக்கியக்காரணம் கோர்ஃபீல்டிற்கு நிலஅமைப்பியலில் மிகுந்த ஆர்வம் இருந்தது என்பதாகும். இருவரும் வீட்டில் இருக்கும் சமயத்தில் டார்வினுடன் விவாதிப்பதிலும் அவரிடமிருந்து நிலஅமைப்பியல் குறித்த அறிவு ஞானங்களைப் பெறுவதிலும் கோர்ஃபீல்டு மிகுந்த ஆர்வம் கொண்டிருந்தார்.

டார்வினுக்கு மற்றொரு மகிழ்ச்சியான நிகழ்வு ஒன்று நிகழ்ந்தது. அது என்னவெனில், அவருடைய மூத்த சகோதரி சூசன் எழுதிய கடிதமாகும். பிப்ரவரி 9ஆம் தேதி பிறந்த டார்வினுக்கு 5மாதங்களுக்கு முன்பே சூஸன் தமது கடிதத்தில் பிறந்தநாள் வாழ்த்துத் தெரிவித்திருந்தார். அதில் அவர் "மகிழ்ச்சிகரமான பிறந்தநாள் வாழ்த்துக்கள். ஆனால் வெளிநாட்டில் அல்ல" என்று குறிப்பிட்டு விரைவில் டார்வின் ஷ்ரெவ்ஸ்பரிக்குத் திரும்ப வேண்டுமென்ற விருப்பத்தை மறைமுகமாகத் தெரிவித்திருந்தார். மேலும் அவர், தனது கடிதத்தில் தந்தை பொதுவாகக் கடிதம் எழுதுவதில்லை என்பதை டார்வினுக்கு நினைவுறுத்தியதோடு டார்வினைப் பற்றி அவர் தெரிவித்திருந்த மதிப்பீட்டையும் தெரிவித்திருந்தார். தந்தை ராபர்ட் டார்வின் தம் இளயமகன் சார்லஸ் டார்வின் மீது மிகுந்த அன்பும் நேசமும் கொண்டவராக இருப்பதோடு அறிவியல் உலகில் தம் மகனின் செல்வாக்கு குறித்துப் பெருமிதம் கொண்டுள்ளார் என்று சூசன் தெரிவித்திருந்தார். இது டார்வினுக்கு நெகிழ்வை ஏற்படுத்தியது. அவருடைய இன்னொரு சகோதரி கரோலினும் கடிதம் எழுதியிருந்தாள். அதில் அவள் பணத்தைப் பற்றி கவலைப்பட வேண்டாம் என்றும் முடிந்தவரை புத்திசாலித்தனமாக இரு என்றும் டார்வினைத் தந்தை கேட்டுக்கொண்டதாகத் தெரிவித்திருந்தாள்.

அடுத்த 2 வாரங்களுக்குள் டார்வின் தமது உதவியாளர் ஸிம்ஸ்கோவிங்டனுடன் ஓர் ஆய்வுப் பயணத்தை மேற்கொண்டார். இருவரும் 6 வாரங்கள் வட்டப்பாதையில் 400 மைல் தூரம் குதிரைப்பயணம் செய்தனர். அப்போது அவர் நிலஅமைப்பியல், உயிரினங்கள் குறித்துப் பலவகைப்பட்ட தொல்பொருள் படிவங்களையும் தாவரங்களையும் சின்னஞ்சிறு பிராணிகளையும் சேகரித்தார். அதே சமயத்தில் இன்னொரு வகையில் இந்தப் பயணம் மறக்க முடியாததாக இருந்தது. ஏனென்றால் அவர்கள் இந்தப்பயண நாட்களில் ஆங்காங்கே திறந்த வெளிகளிலும் கட்டாந்தரையிலும் படுத்துறங்கினர். ஆனால் டார்வினைப் பொறுத்தவரையில் அது துன்பமாக முடிந்தது. அவர் 6வாரப் பயணத்தை முடித்துக்கொண்டு வால்பேதெய்ஸோ திரும்பியவுடன் உடல்நலக்குறைவு ஏற்பட்டது. கோர்ஃபீல்டின் வீட்டில் கிட்டத்தட்ட 6 வாரங்கள் படுத்தபடுக்கையில் கிடந்தார்.

இதில் உடல்தேறி பீகிள் கப்பலுக்குத் திரும்பியபோது அங்கு அதிர்ச்சியான நிகழ்வு ஒன்று நடந்தது. பீட்ஸ்ரோயை கமாண்டர் பொறுப்பிலிருந்து நீக்கிவிட்டு அவருக்குப் பதிலாக அவருக்கு அடுத்த அதிகாரியான கிளெமென்ட்ஸ் விக்காம் என்பவரை கமாண்டராக நியமித்து லண்டனிலிருந்து பிரிட்டிஷ் அரசாங்கம் உத்தரவு பிறப்பித்திருந்தது. அட்வென்ச்சர் கப்பல் வாங்கியதில் அதற்கான செலவுகளில் ஏற்பட்ட இழப்புகளுக்கு உதவுமாறு பீட்ஸ்ரோய் கேட்டுக் கொண்டதைத் தொடர்ந்தே பிரிட்டிஷ் அரசாங்கத்தின் உத்தரவு வந்தது. இதனால் நொந்துபோன பீட்ஸ்ரோய், கமாண்டர் பொறுப்பிலிருந்து விலகினார். இதை அறிந்த போது டார்வின், தாம் கப்பல் பயணத்தை அத்துடன் முடித்துக் கொண்டும் முடிந்தவரை தென்னமெரிக்காவில் குறிப்பாக சிலியிலும் பெருவிலும் நிலப்பயணத்தை நடத்திவிட்டு பிரிட்டனுக்குத் தமது சொந்த முயற்சியில் திரும்பி விடுவதென முடிவு செய்தார். ஆனாலும் கிளெமென்ட்ஸ் விக்காமினுடைய ஒத்துழைப்புடன் பிரச்சனை ஒருவாறு முடிவடைந்தது. பீட்ஸ் ரோய் மீண்டும் கமாண்டர் பொறுப்பை ஏற்றார்.

இதனைத் தொடர்ந்து நவம்பர் 10ஆம் தேதி பீகிள்கப்பல், வால்பேரெய்ஸோவிற்கு தெற்கே 1000 மைல் கடற்கரைப் பகுதியில் அளவாய்வுப் பணியை மேற்கொள்ளத் தனது பயணத்தைத் தொடர்ந்தது. அதன் பயணப் போக்கில் சுமார் 3 மாதங்களுக்குப் பிறகு வால்வியா என்ற துறைமுக நகரில் பீகிள் நிலை கொண்டிருந்தது. அங்கே தமது வழக்கமான பணிகளில் ஈடுபட்டிருந்த டார்வின், அந்நகருக்கு அருகில், 1835 பிப்ரவரி 20இல் ஒரு மரத்தடியில் ஓய்வு எடுத்துக் கொண்டிருந்தார். அப்போது பூமியில் ஒரு அதிர்வு ஏற்படுவதை உணர்ந்தார். அவர் தனது வாழ்க்கையில் அறிந்த முதல் பூகம்பம் இதுதான். அதற்கு அடுத்தவாரம் டார்வினும் வடக்கு நோக்கிக் குதிரைப்பயணம் மேற்கொண்டபோதும் பலமுறை பூமிஅதிர்வுகளை உணர்ந்தனர். அங்கிருந்து அவர்கள் கான்ஸெம்சியன் என்ற நகருக்குச் சென்றபோது அந்நகரில் பூகம்பத்தால் பேரழிவுகள் ஏற்பட்டிருந்ததைப் பார்த்தனர். அடுத்து டால்கா ஹுவானா என்ற நகரையொட்டிய கடலோரக் குடியிருப்புகளுக்கு அருகில் கடல், மூன்று முறை வெகுதூரத்திற்கு உள்வாங்கிப் பின்னோக்கிச் சென்றிருந்ததைக் கவனித்தனர். அது திரும்பி வரும்போது பேரலைகளாக வந்தது; அந்தப் பேரலைகள்,

துறைமுகத்தில் நிலைகொண்டிருந்த கப்பல்களைத் தூக்கி அடித்தன; படகுகளைக் கடலுக்கு வெளியே தூக்கி எறிந்தன.

இவையெல்லாம் பேரழிவுமிக்கவையாக இருந்த போதிலும், டார்வினைப் பொறுத்தவரையில் அவரது இந்த முதல் அனுபவங்கள் அவருக்குப் நிலஅமைப்பியலில் படிப்பினை மிக்கவையாக இருந்தன.

வால்டிவியா துறைமுகத்தில் நிலைகொண்டிருந்த பீகிள் கப்பல் அடுத்த பல மாதங்களுக்கான உணவுப்பொருட்களைக் கொள்முதல் செய்வதற்காக மார்ச் மாத மத்தியில் மீண்டும் வடக்கு நோக்கி வால்பேஸெய்ராவிற்கு பயணம் செய்ய வேண்டியிருந்தது. மார்ச் 27இல் அங்குபோய் சேர்ந்தது. ஆனால் இந்தப் பயணத்தில் பங்கேற்காத டார்வின் முன்னதாகவே தமது நண்பர் கோர்ஃபீல்டுடன் சான்டியாகோவிற்கு குதிரைப்பயணம் மேற்கொண்டார். அங்கு மார்ச் 18இல் ஒரு வழிகாட்டியை ஏற்பாடு செய்து கொண்டார். மூவரும் சான்டியாகோவிலிருந்து குதிரைப்பயணமாக போட்டில்லோ, மென்டோஸா ஆகிய நகர்கள் வழியாகப் பயணித்த அவர்கள், பின்னர் 10 ஆயிரம் அடி உயரம் கொண்ட மலையின் 2 கணவாய்கள் வழியாக அந்த மலையைக் கடந்து சென்றனர். இந்தப் பயணத்தின் போது நிலஅமைப்பியல் குறித்த ஆய்வுகளையும் சேகரிப்புகளையும் மேற்கொண்டனர். சேகரித்தவற்றைச் சுமந்து வருவதற்கு அவர் ஏற்பாடு செய்திருந்த 10 மட்டக் குதிரைகள் பயன்படுத்தப்பட்டன. ஆனால் அவர்களின் தொடர் பயணத்தின்போது அவரை வியப்புக்குள்ளாக்கிய விஷயம் ஒன்றை அவர் சந்திக்க நேர்ந்தது. அது என்னவெனில் ஆண்டெஸ் என்ற மலையின் கிழக்குப்பகுதியில் இருந்த தாவரங்கள் மற்றும் பிராணிகளுக்கும் அதே மலையின் மேற்குப் பகுதியில் இருந்த தாவரங்கள் மற்றும் பிராணிகளுக்குமிடையே இருந்த வித்தியாசங்கள்தாம்; அதே சமயத்தில் ஆன்டெஸ் மலையின் கிழக்குப்பகுதியில் உள்ள தாவரங்களும் பிராணிகளும் அந்த மலைக்கு வெகு தொலைவிலும் தென்னமெரிக்காவின் தென்கோடிப் பகுதியிலும் உள்ள பேடகோனியாவில் இருந்த தாவரங்களும் பிராணிகளும் ஒரேமாதிரியானவையாக இருந்ததும் அவரை ஆச்சரியப்படுத்தியது. இந்த வித்தியாசங்களையும் ஒரே மாதிரித் தன்மைகளையும் தாம் கண்டறிந்தது பற்றி டார்வின் பெருமகிழ்ச்சி கொண்டார். ஏனெனில் நிலஅமைப்பியல், உயிரியல் ஆகியவற்றில் தமது ஆய்வுக்கு முக்கியமானவையாகக்

கருதினார். அவரை இன்னும் ஆச்சரியப்படுத்திய மற்றொரு விஷயமும் இருந்தது. அது என்னவெனில் காலப்போக்கில் தொல்பொருள் படிவங்களாகப்பட்ட மரங்களின் அடிப்பகுதிகள், கடலையொட்டிய அடுக்குப் படுகைகளில் பதிந்து கிடந்ததுதான். இந்தத் தொல்பொருள் படிவங்கள் பூமிஅதிர்ச்சி, பூகம்பம் போன்ற இயக்கங்களால் நிகழ்ந்தவை என்றும் பூமியின் இந்த இயக்கங்களால் அந்த மரங்கள் கடலில் மூழ்கிப் போனவை; பின்னர் மேலேவந்து கரையில் ஒதுங்கியவை என்றும் அவர் தமது ஆய்வில் முடிவுக்கு வந்தார். மேலும் அவர், இத்தகைய நிகழ்வுகள் நிகழ்ந்து வந்த நீண்ட நெடிய காலங்களில் இந்தப் பூமி தொடர்ச்சியான மாற்றங்களுக்கு உள்ளானது என்றும் இதனால் பூமியின் புறத்தோற்றமும் மாறுதல்களுக்கு உள்ளாகி வந்துள்ளது என்றும் தீர்மானித்தார்.

எனவே இந்த முடிவுகளுக்கு அவரை இட்டுச் சென்ற தொல்பொருள் படிவங்களின் மாதிரிகளை அவர் தவறாமல் சேகரித்து எடுத்துக் கொண்டார். அவரைப் பொறுத்தவரையில் சான்டியாகோவிலிருந்து மேற்கொண்ட இந்தப்பயணம், தென்னமெரிக்காவில் இதுவரை மேற்கொண்ட பயணங்களிலேயே அறிவியல் ரீதியில் மிகச்சிறப்பானது என்றும் டார்வின் கருதினார். இதனால் தமக்கு ஏற்பட்ட மகிழ்ச்சி எந்தளவிற்குத் தம்மிடம் தாக்கத்தை ஏற்படுத்தியது என்பது குறித்து அப்போது தனது சகோதரி சூசனுக்கு எழுதிய கடிதத்தில் தெரிவித்துள்ளார். தம்முடைய பகல்நேரப் பணிகளை நினைத்துக் கொண்டிருந்ததால் இரவு நேரங்களில் தாம் தூங்கவே முடியவில்லை என்றும் அக்கடிதத்தில் குறிப்பிட்டுள்ளார்.

டார்வினும் அவரது குழுவினரும் சாண்டியாகோவிலிருந்து புறப்பட்ட பயணம் ஒருதிசைப்பட்டதாக இருக்க வேண்டும். ஆனால், அந்நகரின் இடது பக்கமாகத் துவங்கிய பயணம் ஒரு சுற்றுவட்டப்பாதைப் பயணமாக இருந்தது. எனவே, அந்நகரிலிருந்து புறப்பட்ட திசைக்கு எதிர்த்திசை வழியில் அந்நகரை அடைந்தனர். அங்கிருந்து வால்பெரெஸ்லோவிற்கு திரும்பினர். அதேசமயத்தில் பீட்ஸ்ரோயும் அவரது குழுவினரும் அளவாய்வுப் பணிகளை முடித்துவிட்டு மார்ச் 27ல் பீகிளில் திரும்பியிருந்தனர்.

அதன்பிறகு ஒருநாள், பீகிள் கப்பலுக்கு வந்திருந்த கடிதம், துறைமுக மேடையில் நின்று கொண்டிருந்த டார்வினின் கையில் கிடைத்தது. அக்கடிதம் பீட்ஸ்ரோய்க்கான கடிதம்.

அக்கடிதம் இதுவரை கமாண்டராக இருந்த அவரை கேப்டனாக பதவி உயர்த்தி பிரிட்டிஷ் அரசு உத்தரவிட்டு அனுப்பியிருந்த கடிதம். கமாண்டராக அவர் இருந்த போதும் பீகிள் கப்பலில் எல்லோரும் அவரை கேப்டன் என்றுதான் அழைத்து வந்தனர். இப்போது அவர் உண்மையிலேயே கேப்டனாகிவிட்டதால் அனைவரும் ஆரவாரத்துடன் வாழ்த்தும் பாராட்டும் தெரிவித்தனர்.

பீட்ஸ்ரோயைப் பொறுத்தவரையில் அட்வென்ச்சர் கப்பல் வாங்கியதில் பிரிட்டிஷ் அரசின் கண்டனத்திற்கு உள்ளானதால், பதவி விலக முன்வந்த அவருக்கு இந்தப்பதவி உயர்வு கொஞ்சம் ஆறுதலாக இருந்தது.

பீகிள், தென்னமெரிக்கக் கடலோரத்தில் தமது கடைசிப் பயணத்தை மேற்கொள்ளவிருந்தது. இதன்படி வால்பெரெய்ஸா துறைமுகத்திலிருந்து காலவோ என்ற துறைமுக நகருக்கு வடக்கு நோக்கிப் பயணம் செய்யவும் அங்கிருந்து அதே பசிபிக் கடலில் மேற்கு நோக்கி ஒரு நெடிய பயணத்தைத் தொடரவும் திட்டமிடப் பட்டிருந்து. எனவே, காலவோவிலிருந்து மேற்கொள்ளப்படும் பயணம் தென்னமெரிக்காவிலிருந்து விலகிச் செல்லும் பயண-மாகும். எனவே, டார்வின் கடைசியாக தென்னமெரிக்காவில் தமது கடைசி நிலவழிப் பயணத்தை மேற்கொள்வதென முடிவு செய்தார். அதன்படி வால்பேரெய்ஸோவிலிருந்து 400 மைல் தொலைவில் உள்ள காலவோவில் பீகிளுடன் இணைந்து கொள்வதெனத் திட்டமிடப்பட்டது.

தென்னமெரிக்காவில் மேற்கொள்ளப்படும் கடைசி நில வழிப்பயணம் என்பதால் வால்டெவியாவைச் சேர்ந்த தமது நண்பர் கோர்பீல்டுக்கு டார்வின் பிரியாவிடை கொடுத்து அனுப்பிவைத்தார். ஆனால், சான்டியாகோவைச் சேர்ந்த வழிகாட்டியை இந்தப் பயணத்திலும் சேர்த்துக் கொண்டார். மேலும் 4 குதிரைகளும் 2 மட்டக் குதிரைகளும் வாடகைக்கு எடுத்துக் கொள்ளப்பட்டன.

பீகிள் ஏப்ரல் 28ஆம் தேதி வடக்கு நோக்கிப் பயணத்தைத் தொடர்ந்தது. இந்தப் பயணத்தின் உடனடி நோக்கம், பசிபிக் கடலில் கோபோகோஸ் தீவுகளில் அளவாய்வு செய்வதுதான்.

அதே சமயத்தில் குதிரைப்பயணம் மேற்கொண்ட டார்வின், வால்பேரெய்ஸோவிலிருந்து கோக்குய்ம்போ நகர் வழியாக

கோபியாபோவிற்குத் தனது வழிகாட்டியின் உதவியுடன் குதிரைப் பயணம் மேற்கொண்டார். இந்தப் பயணம் நிலஅமைப்பியல் ஆய்வுரீதியாக அவர் எதிர்பார்த்த அளவிற்குப் பயனுள்ளதாக இல்லை என்று தமது நாட்குறிப்பில் குறிப்பிட்டிருந்தார். ஆனால் அவர், 5 வாரங்கள் கடல் பயணத்தைத் தவிர்த்தமை அவருக்கு இதமானதாக இருந்தது. இருவரும் ஆங்காங்கே சமையல் செய்து சாப்பிட்டனர். முக்கியமாகத் திறந்த வெளியில் உடற்பயிற்சி செய்வது அவருக்கு விருப்பமானதாகவும் ஏற்றதாகவும் இருந்தது. திறந்த வெளியிலும் கட்டாந்தரையிலும் ஆங்காங்கே தூங்கினர். சிலசமயங்களில் கோபியாபோ உள்ளிட்ட நகரங்களில அங்கு வாழ்ந்த பிரிட்டிஷ்காரர்களின் வீடுகளில் தங்கவும் செய்தனர். மொத்தத்தில் இந்தத் தரைவழிப்பயணமானது ஒரு சுற்றுலாப் பயணமாகவே இருந்தது.

பின்னர், தமது வழிகாட்டியை வழியனுப்பி வைத்துவிட்டு டார்வின் தமது உதவியாளர் கோவிங்டனுடன் ஏற்கெனவே திட்டமிட்டபடி கோயிபோ நகருக்கு அருகில் உள்ள கடற்கரையில் பீகிள்கப்பலுடன் இணைந்து கொண்டார். பீகிள் இப்போது, தென்னமெரிக்காவை விட்டு விலகிக் கொள்ளும் பயணத்தைத் தொடங்கியது. இந்தக் கப்பல் பிரிட்டனின் பிளைமவுத் துறைமுகத்திலிருந்து 1931 டிசம்பரில் பயணத்தைத் தொடங்கியபோது அட்லாண்டிக் பெருங்கடலில் தெற்குநோக்கியே பயணம் செய்தது. இந்தப் பயணம் தென்னமெரிக்காவின் தென்கோடி முனையில் உள்ள காலகேன் நீர்ச்சந்திப்பிற்குள் நுழைந்து தென்னமெரிக்காவின் இன்னொரு பக்கத்திற்கு அதாவது தென்னமெரிக்காவின் நீண்டநெடிய மேற்குக் கடற்கரைக்குச் சென்றது. தென்னமெரிக்காவின் கிழக்குக் கடற்கரை அட்லாண்டிக் பெருங்கடலில் அமைந்திருந்தது. அதன் மேற்குக்கடற்கரை பசிபிக் பெருங்கடலில் உள்ளது. எனவே, மேகலேன் நீர்ச்சந்திப்பைக் கடந்து பசிபிக் பெருங்கடலுக்குள் நுழைந்த பீகிள் கப்பல், அதே கடலில், தென்னமெரிக்காவின் நீண்ட நெடிய கடற்கரையையொட்டி வடக்கு நோக்கிப் பயணித்தது. இந்த வடதிசைப் பயணம், தென்னமெரிக்காவில் டார்வின் தமது கடைசி நிலவழிப் பயணத்தை முடித்துக்கொண்டு கோபியாபோ நகருக்கு அருகில் பீகிள் கப்பலில் அவர் ஏறிய கடலோரப்பகுதி வரை நிகழ்ந்தது. இந்த இடத்திலிருந்து அதே

பசிபிக் பெருங்கடலில் மேற்குதிசை நோக்கிய பயணத்தைத் தொடங்கியது. பீகிளின் பயணத்தில் இந்த மூன்றாவது திசைப்பயணம் மூன்றாவது முக்கியக் கட்டமாகும்.

செப்டம்பர் 15ஆம் தேதி கேலா போகோஸ் தீவுகளை பீகிள் அடைந்தது. அத்தீவுகளில் கடைசி கிழக்குத் தீவான கேதாம் தீவில் நங்கூரமிடப்பட்டது. அதிலிருந்து 2 படகுகளில் பீட்ஸ்ரோயும் அவரது குழுவினரும் கேலாபோகோஸ் தீவுகளில் அளவாய்வுப் பணிகளை மேற்கொள்ளப் புறப்பட்டுச் சென்றனர். இந்தப் பணிகளுக்கு 5 வாரங்கள் ஆகும் என்பதால், டார்வின் முடிந்தவரை அத்தீவுகளில் சுற்றி வருவதென முடிவு செய்தார். அவர் அத்தீவில் நுணுக்கமாகக் கவனித்ததில், ஓர் எரிமலை கிளம்பக் கூடும் என எதிர்பார்த்தார். அவர் எரிமலை வாய் வழியாக வெளியேறிய எரிமலைக் குழம்புகளும் தணல்கங்குகளும் நீர்த்துப் போய் இருந்ததைப் பார்த்தார். ஆனால் உயிரின ஆய்வு ரீதியில் அவர் இதுவரை கண்டிராத அளவிலான பிராணிகளைப் பார்த்தார். அவை அவர் எதிர்பார்த்ததைவிட மிகப்பெரியதாக இருந்ததால் அவற்றை வெளிக்கிரகப்பிராணிகள் போல் உள்ளதாகக் கருதினார். அத்தீவுகளின் பாறைகளில் அவர் பார்த்த பல்லிகள் 4 அடி முதல் 5 அடி வரையிலும் கறுப்பு நிறத்திலும் இருந்தன. இன்னும் அவரை ஆச்சரியப்படுத்தியது என்னவெனில் அங்கிருந்த ஆமைகள்தாம். அவற்றின் வட்ட வடிவமான மேலோடுகளின் சுற்றளவு 8 அடிவரை இருந்தன. இந்த ஆமைகள் உணவோ தண்ணீரோ இல்லாமல் பலமாதங்களுக்கு உயிர்வாழக்கூடியவை என்றும் அத்தீவுகளில் வாழ்ந்தவர்களிடமிருந்து டார்வின் அறிந்து கொண்டார். ஒரு பெரியஆமை மீது டார்வின் உடகார்ந்து சவாரி செய்தார்; அது அவரையும் சுமந்துகொண்டு தனது பாதையில் தடங்கலின்றி சென்றது. இப்படித் திரிந்த ஆமைகளை டார்வினுடன் சென்ற கப்பலோட்டிகள் பிடித்தனர். அந்த ஆமைகளின் நெஞ்சுப்பகுதிகளும் இளம் ஆமைகளின் சூப்பும் மீன்வகைகளும் அத்தீவுகளில் இருந்த நாட்களில் பீகிள் கப்பலைச் சேர்ந்த அனைவருக்கும் சிறப்பான உணவாயின.

மேலும் அந்தத் தீவுகளில் வாழ்ந்த மக்கள் ஒரு ஆமை எந்தத் தீவிலிருந்து வந்தது என்பதை அதன் மேலோட்டைப் பார்த்து அடையாளப்படுத்த முடிந்தவர்களாக இருந்தனர் என்பதையும் டார்வின் அனுபவப்பூர்வமாக அறிந்துகொண்டார்.

மேலும் அத்தீவுகளைச் சுற்றிய கடல்களில் மீன்களும் திமிங்கலங்களும் கடலாமைகளும் கூட்டங்கூட்டமாகக் காணப்பட்டன. எங்கு பார்த்தாலும் அவற்றின் தலைகளாகவே தெரிந்தன. இப்படியொரு காட்சியை அவர் தமது தென்னமெரிக்கப் பயணத்திலும் சரி, அதற்கு முன்பும் சரி கண்டதில்லை.

டார்வின் அவரது தென்னமெரிக்கப் பயணத்தில் பல புதிர்களை எதிர்கொண்டதுண்டு. இப்போது கேலேபோகோஸ் தீவுகளிலும் அத்தகைய நிலைமை அவருக்கு ஏற்பட்டது.

அன்றைய நாட்களில் பல்வேறு வகைப்பட்ட மிருகங்களின் வாழ்க்கை முறைகள் பற்றிப் பொதுவாக ஒருகருத்து மேலோங்கியிருந்தது. அது என்னவெனில் மிருகங்களின் வாழ்க்கைமுறைகளும் அவற்றின் வாழ்க்கைச் சூழ்நிலைமைகளும் பரஸ்பரம் ஒருங்கிணைந்தவையாகவும் அனுசரணையானவையாகவும் உள்ளன என்பது கடவுளின் படைப்பில் ஓர் அம்சமாகும் என்பதாகும். இந்தக் கருத்தின் அடிப்படையில்தான் மிருகங்கள் அவற்றின் வாழ்க்கை நிலைமைகளுக்கு ஏற்பவையாக உள்ளன; உதாரணமாக, குளிர்நாடுகளில் வெள்ளாடுகளுக்கு அடர்த்தியான ரோமங்கள் உள்ளன; பாலைவனங்களில் வாழும் ஒட்டகங்களுக்குத் திமில்கள் கொடுக்கப்பட்டுள்ளன; இவையெல்லாம் கடவுளின் ஏற்பாடாகும் என்றும் விளக்கமளிக்கப்பட்டது.

இதில் டார்வினுக்கு ஏற்பட்ட புதிர் என்னவெனில், அப்படியானால் ஒரேமாதிரியான சுற்றுப்புறச் சூழ்நிலைமைகளில் ஒரேமாதிரியான உடல்வடிவங்களுடன் மிருகங்கள் வாழவேண்டும்; ஆனால் நிலைமை அப்படி இருக்கவில்லையே என்பதுதான். ஏனென்றால் அவர் பீகிள் கப்பல் பயணத்தில் ஏற்கெனவே சென்றிருந்த கேப்பெர்டே தீவுகளின் இடஅமைப்பும் சுற்றுப்புறச் சூழல்களும் கேலேபோகோஸ் தீவுகளில் உள்ளது போன்றே இருக்கின்றன; ஆனால் இந்த இரு தீவுக்கூட்டங்களில் மிருகங்களின் தோற்றங்கள் முற்றிலும் மாறுபட்டவையாக இருந்தன. இதில் டார்வின் கவனித்த மற்றொரு அம்சம் என்னவெனில் கேலேபோகோஸ் தீவுகளில் உள்ள உயிரினங்கள், தாம் இதுவரை கடந்துவந்த எந்தவொரு தீவுக்கூட்டத்தின் உயிரினங்கள் போன்றும் அல்லாமல் தென்னமெரிக்காவின்

பிரதான நிலப்பகுதிகளில் உள்ள உயிரினங்கள் போன்று இருந்தன என்பதுதான்.

கேலேபோகோஸ் தீவுகளின் பறவைகளையும் கவனித்தார். உயிரினங்களில் பிறவற்றிடமிருந்து பறவைகளை வேறுபடுத்திக் காட்டுவது, அதுவும் முக்கியமாக அபாயகரமான நேரங்களில் அவற்றின் இயல்பான செயல்பாடு சிறகுகளை விரித்துப் பறப்பதுதான். ஆனால், அந்தத்தீவில் உள்ள பறவைகளை மனிதர்கள் நெருங்கினாலோ அல்லது கல்லை வீசினாலோ அவை அச்சப்படுவதுமில்லை; பறப்பதுமில்லை. அவர் ஒரு தீவில் ஒரு மரத்தின் தாழ்வான கிளையில் உட்கார்ந்திருந்த பருந்துவகைப் பறவை ஒன்றை நெருங்கினார். அது இம்மியும் நகரவில்லை. அவர் தம்மிடமிருந்த துப்பாக்கியால் அதனைத் தள்ளியபோதுதான் சிறிது நகர்ந்தது. கேலேபோகோஸ் தீவுகளில் ஒன்றான சொல்லெஸ் என்னும் தீவில் ஒரு சிறுவன் மரக்கிளைகளிலிருந்து புறாக்களை குச்சியொன்றால் தள்ளி விட்டு அவற்றைக் கொஞ்ச நேரத்தில் மதிய உணவிற்காக சேகரித்தான். டார்வின் இந்தத் தீவுகளில் பார்த்த பறவைகளைப் போல் தாம் வேறெங்கும் பார்த்ததில்லை என்று தமது நாட்குறிப்பில் குறிப்பிட்டுள்ளார்.

கேலேபோகோஸ் தீவுகளில் தமது குழுவினருடன் தாம் பார்த்த பெரிய பல்லிகள் முதல் பறவைகள் வரையிலான உயிரினங்களின் மாதிரிகளைச் சேகரித்ததுடன் அவை பற்றிய குறிப்புகளையும் தமக்கு ஏற்பட்ட அனுபவங்களையும் புதிர்களையும் குறித்துவைத்தார். அவை பற்றிய ஆய்வுகளை மேற்கொள்ளவும் முடிவுகளை எடுப்பதற்கும் கால அவகாசம் தேவைப்பட்டது. எனவே அவை சம்பந்தமான தமது ஆய்வுகளைத் தள்ளிவைத்தார். ஆனால் தமது குறிப்புகளைத் தமது பேராசிரியர் ஹென்ஸ்லோவிற்கு வழக்கம்போல் அனுப்பிவைத்தார்.

கேலோபோகோஸ் தீவுகளில் கேப்டன் பீட்ஸ்ரோயும் அவரது குழுவினரும் அளவாய்வுப் பணிகளை முடித்துவிட்ட நிலைமையில் பீகிள் கப்பல் தமது தாயகமான இங்கிலாந்தை நோக்கி மேற்குத் திசையில் பயணத்தைத் தொடங்கியது. பயணத்திற்கேற்ற காற்று வீசியதால் கப்பல் எந்த இடத்திலும் நிற்காமல் 25 நாட்களில் 3200 மைல்களைக் கடந்து டாகிடி தீவுகளை நவம்பர் 15ஆம் தேதி அடைந்தது. இந்தத் தீவுகளில்

தங்கியிருந்த 11 நாட்களும் பீகிள் கப்பல் குழுவினருக்கு மகிழ்ச்சிகரமானவையாக இருந்தன. அத்தீவுகளைச் சேர்ந்த மக்களின் விருந்தோம்பல்களையும் குழந்தைகளின் ஆடல்பாடல் களையும் அனுபவித்ததுடன் அத்தீவுகளில் குன்றுகளுக்குச் சுற்றுலாப் பயணங்களையும் மேற்கொண்டனர்.

ஆனால் அங்குக் குறிப்பாக பீட்ஸ்ரோயின் குழுவினருக்கு ஒரு முக்கியமான பணி இருந்தது. டாகிடி தீவுகளில் பிரதான நிலப்பகுதியின் வடபுறத்தில் பாய்ன்ட் வீனஸ் என்ற இடம் இருந்தது. அந்த இடத்தில் கேப்டன் குக் என்பவர் வெளிக்கிரகத்தின் இடப்பெயர்வை (Transit) அளப்பதற்கானப் பணிநிலையம் ஒன்றை அமைத்திருந்தார். அந்தப் பணிநிலையத்தின் கடகரேகை (Latitude) தீர்க்கரேகை (Longitude) ஆகியவை குறித்துக் கேப்டன் குக்ஸ் அளவைகள் செய்திருந்தார். அதே அளவைகளை பீகிள் கப்பல் குழுவினரும் செய்ய வேண்டிய பணி இருந்தது. இதில் கேப்டன் குக்ஸின் அளவைகளுடன் பீகிள் குழுவினரின் அளவைகள் ஒத்திருந்தன. இது, பீகிள் குழுவினரின் அளவாய்வுப் பணிக்கு முக்கியத்துவம் வாய்ந்ததாக இருந்தது.

டாகிரி தீவிலிருந்து பீகிள் கப்பல் நவம்பர் 26ஆம் தேதி தென்மேற்காகத் தனது பயணத்தைத் தொடர்ந்தது. ஆஸ்திரேலியாவிற்கு அருகில் உள்ள நியூ ஐலாண்ட் என்ற தீவுக்கு மேற்கொள்ளப்பட்ட பயணம், டார்வினைப் பொறுத்தவரையில் அவ்வளவு ஏற்றதாக இருக்கவில்லை. ஏனென்றால் இந்தப் பயணத்தின் பெரும்பாலான நாட்களில் கடல் குமட்டல் நோய் அவருக்குத் தொந்தரவு கொடுத்து வந்தது. எனினும் அந்நாட்களில் பவழப் பாறைகள் (coral reefs) குறித்த தமது கோட்பாட்டைத் தீர்மானிப்பதில் தமது சிந்தனைகளைச் செலவழித்தார். அவர், இதுகுறித்து ஏற்கெனவே சார்லஸ் லையெலின் புத்தகத்தைப் படித்திருந்தார். அதில் அவர் கடலில் பவழப் பாறைகள் வளர்வதற்கு எரிமலைகளும் அவற்றின் வெளிப்பாடுகளும்தான் காரணம் என்று கூறியிருந்தார். ஆனால், நிலஅமைப்பியலைப் பொறுத்தவரையில் அவரை மகத்தான சிந்தனையாளராக டார்வின் கருதினாலும் பவழப்பாறைகள் குறித்த அவரது கோட்பாட்டை ஏற்பதற்கு டார்வினின் சிந்தனை உடன்படவில்லை. ஏற்கெனவே அவர் கல்லூரி மாணவராக இருந்தபோது ஒருமுறை தமது

சகமாணவர்கள் சிலருடன் நிலஅமைப்பியல் குறித்து சார்லஸ் லையெல் தனது நூலில் குறிப்பிட்டிருந்த இடத்திற்குச் சென்று ஆய்வு செய்திருந்தார். இன்னொருமுறை தமது பிரியமான பேராசிரியர் ஹென்ஸ் லேயின் பரிந்துரையின் பேரில் மற்றொரு பேராசிரியருடன் பிரிட்டனின் வேல்ஸ் பகுதியில் ஆய்வு செய்திருந்தார். இப்போது 1931ஆம் ஆண்டிலிருந்து இதுவரையிலும் கப்பல் பயணத்திலும் நிலவழிப்பயணங்களிலும் ஏராளமான ஆய்வுகளையும் ஆராய்ச்சிகளையும் மேற்கொண்டிருந்தார். இந்தப் பின்னணியில் அவர் கடலடி பவழப்பாறைகள் குறித்த சார்லஸ் லையெலின் கோட்பாட்டுடன் உடன்படவில்லை. டார்வின் இதுவரை ஒரு பவழப் பாறையைக் கூட பார்த்ததில்லை. எனினும் அவர், தமது அனுபவ ஆய்வுகளின் படி ஒரு கோட்பாட்டை அமைத்தார். அந்தக் கோட்பாட்டின்படி கடலடித்தரை படிப்படியாக கீழே இறங்கும்போது அதன்மீது பவழப்பாறைகள் வளர்கின்றன; கடல்உயிரினங்கள் அவற்றின் மீது வாழ்கின்றன. இத்தகைய உயிரோட்டமுள்ள பவழப்பாறைகள் தவிர்த்த ஏனைய அடித்தரைப் பகுதிகள் செயலற்றவையாக இருக்கின்றன. இந்தக் கோட்பாட்டை அவர் உறுதிப்படுத்தவும் விரும்பினார்.

பீகிள்கப்பல் ஆஸ்திரேலியாவிற்கு கிழக்கே உள்ள நியூசிலாந்து தீவை அடைந்தவுடன் கப்பலைவிட்டு வெளியேறியதும் டார்வினுக்கு குமட்டல் நோயின் தொல்லை இருக்கவில்லை. அங்கு அவர் தங்கியிருந்த போது அங்கு வாழ்ந்த மக்களின் வாழ்க்கை நிலைமை-களைப் பார்த்தார். அம்மக்களில் பெரும்பகுதியினரான மாவோரி இனமக்கள் மிகவும் பின்தங்கிய நிலைமையில் இருந்தனர். ஆனால் அந்த மக்களைக் கிறிஸ்துவ மதத்தில் சேர்ப்பதற்கு ஏற்ற நிலைமை இருப்பதாக பீட்ஸ்ரோய் கருதினார். இந்தப் பின்னணியில், பிரிட்டனின் பிளைமவுத் துறைமுகத்திலிருந்து பீகிள் கப்பலில் பயணம் செய்த ஒருவர், மற்றவர்களுக்கு விடைகொடுத்துவிட்டு இறங்கிக் கொண்டார். அவர் மதபோதகர் ரிச்சர்டு மாத்யூஸ்தான். பீட்ஸ்ரோயின் சீடர். இவரின் சகோதரர் ஒருவர் நியூசிலாந்தில் மதபோதகராகப் பணியாற்றி வந்தார். அவருடன் இணைந்து மதபோதனையில் ஈடுபடவே இந்தத்தீவில் இறங்கி விடைபெற்றார். அப்போது, தமது இதயம் கனமானதை பீட்ஸ்ரோய் உணர்ந்தார்.

நியூசிலாந்து தீவிலிருந்து பீகிள் கப்பல் தனது பயணத்தை மேற்கு நோக்கித் தொடர்ந்தது. இந்தப் பயணத்தில் பீகிள் கப்பல் 1936 ஜனவரி 12ஆம் தேதி ஆஸ்திரேலியாவின் சிட்னி துறைமுகத்தை அடைந்தது. அந்நகரை தமது நாடு பிரிட்டனின் காலனியாதிக்கமும் அங்கிருந்து கொண்டு வரப்பட்ட தண்டனைத் தொழிலாளர்களும் உருவாக்கிய நகரமாகப் பார்த்தார். அங்கிருந்து தமது குடும்பத்திற்கு எழுதிய கடிதம் ஒன்றில், தண்டனைத் தொழிலாளர்களில் ஆண்டுக்கு 12 பவுண்டிலிருந்து 15ஆயிரம் பவுண்டுகள் வரை சம்பாதிப்பவர்கள் உள்ளனர் என்று குறிப்பிட்டிருந்தார்.

ஜனவரி 31ஆம்தேதி சிட்னியிலிருந்து புறப்பட்ட பீகிள் இடையில் ஆஸ்திரேலியாவையொட்டிய பிற இடங்களில் நிலை கொண்டிருந்தது. அவற்றில் ஆஸ்திரேலியாவின் கிங் ஜார்ஜ் சவுன்ட் என்ற துறைமுகத்திலிருந்து மார்ச் 16இல் புறப்பட்ட பீகிள், இந்தியப் பெருங்கடலில் நுழைந்து வடமேற்காகப் பயணத்தைத் தொடர்ந்தது. 16 நாட்கள் நிகழ்ந்த இந்தப் பயணத்தின் இறுதியாக ஏப்ரல் 1-இல் கோகோஸ் தீவுகளை அடைந்தது. இந்தத் தீவுகள், இந்தியப் பெருங்கடலிலும் இந்தியாவிற்குத் தெற்கே பல ஆயிரம் மைல் தொலைவிலும் ஜாவாத் தீவிலிருந்து 100 மைல் தொலைவிலும் இருப்பவையாகும். அத்தீவுகளில் வேறு எந்தவொரு விஞ்ஞானியின் துணையும் கலந்தாய்வுமின்றி கப்பல் பணியாளர்களின் உதவியுடன் டார்வின் அவரது ஒரு முக்கியமான கடல்கோட்பாடு குறித்துத் தமது சொந்த ஆய்வுகளையும் ஆராய்ச்சிகளையும் மேற் கொண்டார். இதில் அவரது நோக்கம் கடலடி பவழப்பாறைகள் எவ்வாறு உருவாகின்றன என்பதைக் கண்டறிவதுதான். இதுகுறித்து ஏற்கெனவே தனது கோட்பாட்டை டார்வின் தீர்மானித்திருந்தார் என்பதைப் பார்த்திருந்தோம்.

அவரது ஆராய்ச்சிக்கு உதவியாகக் கப்பல் பணியாளர்கள் கடலின் நீரோட்டங்களை வரைபடம் வரைந்து பதிவு செய்தனர்; அவர்கள் ஆழமில்லாத கடல் பகுதிகளுக்கும் சென்றனர். அப்போது டார்வின் இடுப்பளவிற்குச் சேறும் சகதியுமான நீர்ப்பகுதிக்குச் சென்று பவழப்பாறைகள் குறித்தும் அவற்றில் வாழும் உயிரினங்கள் குறித்தும் ஆய்வு செய்தார். இந்த ஆய்வின் விளைவாக, அவர் ஒரு முடிவுக்கு வந்தார். அதன்படி பெருங்கடலின் அடித்தரை படிப்படியாக

இறங்குவதால் அதற்கேற்பக் கடலடி பவழப்பாறைகள் தொடர்ந்து வளர்ச்சியடைகின்றன என்ற தமது கோட்பாடு சரியானது தான் என்பதே அவரது இறுதி முடிவாகும். பரிசோதனை முறையிலான இந்த ஆய்வின் முடிவு அவருக்குப் பெரும் மகிழ்ச்சியை அளிக்கக்கூடியதாக இருந்தது. மேலும், உலக அறிவியலுக்கு ஏதோ ஒரு சாதனையை நிகழ்த்திக் காட்ட வேண்டும் என்ற அவரது பேரார்வத்திற்கு நம்பிக்கையூட்டியது. இந்த உற்சாகத்தில் அவர் தமது குடும்பத்திற்கு கடிதம் எழுதத் தவறவில்லை.

ஏப்ரல் 13இல் கோகோஸ் தீவிலிருந்து புறப்பட்ட பீகிள், இந்தியப்பெருங்கடலில் ஆப்ரிக்க கண்டத்திற்கு அருகில் உள்ள மொரீஷியஸ் தீவுகளை ஏப்ரல் 29இல் அடைந்தது. அங்கு சென்றவுடன் டார்வின் தமது வீட்டிற்குக் கடிதம் ஒன்றை எழுதினார். அதில் தனது பயண அனுபவங்களையும் தமது பணிகளையும் விவரித்திருந்த டார்வின், தாம் முறையாக ஹென்ஸ்லோவிற்கு வைத்திருந்த ஆய்வுக்குறிப்புகளை அவர் ஏற்றுக்கொள்ளவில்லையானால் அத்துடன் அறிவியலைத் தாம் கைவிட்டு விடுவதும் தம்மை அறிவியல் கைவிட்டு விடுவதுமே சரியானதாக இருக்கும் என்று குறிப்பிட்டிருந்தார்.

மொரீஷியஸ் தீவில் மே 9-ஆம் தேதிவரை தங்கியிருந்து விட்டு மே 10ஆம் தேதி பீகிள் தனது பயணத்தைத் தொடர்ந்தது. ஆப்பிரிக்காவின் சைமஸ் டவுன் என்ற நகரத்தை அது அடைந்தது. அங்கு 2வாரங்கள் தங்கியிருந்தது. அந்நாட்களில் பீட்ஸ்ரோய், அங்கிருந்த விண்வெளி ஆய்வுக்கூடத்தில் அளவுகள் எடுப்பதிலும் அவை குறித்து அங்கிருந்த விண்வெளி ஆராய்ச்சியாளர்களுடன் விவாதிப்பதிலும் ஈடுபட்டிருந்தார். ஆனால் டார்வின் பெரிதாக எதிலும் ஈடுபடவில்லை. வீட்டிற்குத் திரும்பவேண்டும் என்ற விருப்பம் அவரிடம் மேலோங்கியிருந்தது. எனவே, வெளியிடங்களுக்குச் சென்று தேடுதலிலோ சேகரிப்பிலோ அக்கறை காட்டவில்லை.

சைமஸ் நகரிலிருந்து புறப்பட்ட பீகிள், முதலில் பயணம் செய்த அட்லாண்டிக் பெருங்கடலுக்குள் மீண்டும் நுழைந்து வடக்கு நோக்கிப் பயணித்தது. 5 வாரங்கள் தொடர்ந்து பயணம் செய்து ஜூலை 19ஆம் தேதி அஸ்ஸென்சியன் தீவை அடைந்தது. இந்தப் பயணகாலத்தில் டார்வின் தமது அறையில் தனியாக உட்கார்ந்து கொண்டு, தாம் அதுவரை எழுதிய விவரக்

குறிப்புகளையும் நாட்குறிப்புகளையும் முறைப்படுத்தும் பணியில் ஈடுபட்டார். இதில் அவர் தாம் தனது பயணத்தில் கண்டவற்றை உள்ளது உள்ளபடி எழுதினார். பறவைகள் பற்றிய குறிப்பு ஒன்றையும் தயாரித்தார். அதில் உயிரினங்கள் அவற்றின் தோற்றம் குறித்துத் தமது சிந்தனையில் இருந்த ஆய்வுக்கருத்துக்களை யெல்லாம் பதிவு செய்தார். இதில் முந்தைய நவம்பரில் கேலே-காபோஸ் தீவுகளில் அவர்கண்ட பறவைகள் குறித்த அனுபவங்கள் முக்கிய இடம் பெற்றன.

ஜூலை 23இல் அஸ்ஸெசியன் தீவிலிருந்து பீகிள் கப்பல் புறப்பட்டபோது அனைவரும் ஆரவாரம் செய்தனர். ஏனெனில், பீகிள் இறுதியாக பிரிட்டனில் தான் போய் நிற்கும் என்று அவர்கள் கருதினர். ஆனால் அவர்களது மகிழ்ச்சிக்குக் கொஞ்ச நேரம்தான் உயிர் இருந்தது. கப்பல் அஸ்ஸெசியன் தீவின் கடற்கரையைக் கடந்தவுடன் கேப்டன் பீட்ஸ்ரோய், கப்பலின் திசையை மாற்றினார். அட்லாண்டிக் பெருங்கடலில் வடக்குநோக்கிச் செல்ல வேண்டிய கப்பல் இப்போது மேற்கு திசை நோக்கி பயணித்தது. பீட்ஸ்ரோய் தமது காலக்கணிப்புக் கருவியின் (Chronometers) செயல்திறனை அறிந்து கொள்வதற்காக ஒரு சுற்றுவழியில் செல்ல விரும்பினார். காரியத்தில் கறாரான அவர் இந்தப் பயணத்தில் பீகிள் கப்பல் முதலில் தடம் பதித்த தென்னமெரிக்காவின் பாஹியா துறைமுகத்திற்கு மீண்டும் செல்ல வேண்டுமெனத் தீர்மானித்தார். 5 நாட்கள் பயணம் செய்து ஆகஸ்ட் 1-இல் தென்னமெரிக்காவின் பாஹியா துறைமுகத்தை அடைந்தது.

பீகிள் கப்பல் போஹியா துறைமுகத்தை இரண்டாவது முறையாக அடைந்த போது டார்வின் 4 ஆண்டுகளுக்கு முன்பு இதே நகருக்கு வெளியே இருந்து பசுமைக் காடுகளுக்குள் சென்று வந்ததை நினைவு கூர்ந்தார். பீகிள் கப்பல் அங்கு தங்கியிருந்த கடைசி நாளான ஆகஸ்ட் 6இல் டார்வின் பாஹியா நகருக்குள் சென்று வந்தார். அப்போது பாஹியாவில் மட்டுமின்றி தென்னமெரிக்காவின் மண்ணில் மேற்கொள்ளும் கடைசிநடை என்று நினைத்துக் கொண்டார். தமது நாட்குறிப்பில் அந்நகரின் பசுமையான அழகைத் தமது சிந்தனையில் பதித்துக் கொள்வதற்காக திரும்பத்திரும்ப ஆழ்ந்து பார்த்ததாகக் குறிப்பிட்டுள்ளார்.

ஆகஸ்ட் 7ஆம் தேதி பாஹியா துறைமுகத்திலிருந்து புறப்பட்ட பீகிள், பிரிட்டனை நெருங்கிக் கொண்டிருந்த

வேளையில் அட்லாண்டிக் பெருங்கடலின் அஸோர்ஸ் தீவில் செப். 20 முதல் 25 வரை நிலை கொண்டிருந்தது. பின்னர் அங்கிருந்து புறப்பட்டு 1836 அக்டோபர் 2ஆம் தேதி பிரிட்டனை அடைந்தது. 1831 டிசம்பர் 27இல் பிரிட்டனின் பிளைமவுத் துறைமுகத்திலிருந்து தமது ஆய்வுப் பயணத்தை தொடங்கிய பீகிள், அதே பிளைமவுத் துறைமுகத்தை அடைந்தது. பீகிளுக்கு இது தற்காலிக நிறுத்தம்தான். அது தன்னுடைய பயணத்தின் முடிவாக, லண்டன் பாலத்தை யொட்டிய தேம்ஸ் நதியில் நங்கூரமிடப்பட வேண்டும்.

ஆனால் பிளைமவுத் துறைமுகத்தில் பீகிள் நிறுத்தம் கொண்ட சில மணி நேரங்களிலேயே டார்வின் கிட்டத்தட்ட 5ஆண்டுகள் பிரிந்திருந்த தமது தந்தை, சகோதரிகள், சகோதரன் ஆகியோரைப் பார்ப்பதற்காக ஆவலின் உச்சத்தில் தம் சொந்த ஊரான ஷ்ரெவ்ஸ்பரிக்குக் குதிரை வண்டியில் போய்க் கொண்டிருந்தார்.

4

டார்வின் - எம்மா திருமண வாழ்க்கை

வசதிகளும் வாய்ப்புகளும் மிகுந்த குடும்பத்தில் பிறந்தவர்தான் சார்லஸ் டார்வின் எனினும் தமது இயல்பான திறனுக்கும் விருப்பத்திற்கும் ஏற்ற கல்வியைப் பெறுவதில் பெரும் கெடுபிடிகளுக்கும் அச்சங்களுக்கும் உள்ளானார். ஆனாலும் தமது தந்தைக்கு விருப்பமற்ற கடல்பயணத்தை அவரது அனுமதியுடனும் அவருடைய ஆசியுடனுமே சார்லஸ் டார்வின் தமது 22-ஆம் வயதில் மேற்கொண்டார். அப்போது அவர் 3 உலகப் பெருங்கடல்கள் வழியாக அறிவுப்பயணத்தை 4 ஆண்டுகள் 9 மாதங்களில் நடத்தி முடித்தபோது அவரது வயது 27இல் ஓடிக்கொண்டிருந்தது. இந்த இளஞன் ஒரு முதிர்ந்த ஆய்வாளருக்குரிய சாதனைகளைப் புரிந்திருந்தார். இதனை அவரது சாதனைப் பட்டியலைப் பார்த்தாலே புரிந்து கொள்ள முடியும்.

> *சார்லஸ் டார்வின் பீகிள் கப்பலில் செய்த பயணம் 40 ஆயிரம் மைல்கள்; நிலவழிப் பயணம் 2000 மைல்கள்; நிலஅமைப்பியல், தாவரவியல் மற்றும் தாவரவியல் குறித்து அவர் எழுதிய குறிப்புகள் 1700 பக்கங்கள்; நாட் குறிப்புகள் 800 பக்கங்கள்; எலும்புகள், உலர்ந்த உயிரின மாதிரிகள் 4000; சாராயத்தில் பக்குவப்படுத்தப்பட்ட அதே பொருட்கள் 1500; இந்தப் பயணத்தின்போது அவருக்கு ஆன செலவுகளுக்காக அவரது தந்தை ராபர்ட் டார்வின் அனுப்பிவைத்த பணம் 1000 பவுண்டுகள்.*

மகத்தான சாதனைகளுடன் பீகிள் கப்பலிலிருந்து பீட்ஸ்ரோய் உள்ளிட்ட தமது பயண நண்பர்களிடம் விடை பெற்றுக் கொண்ட டார்வின் அடுத்த சிலமணி நேரங்களில் தமது சொந்த ஊரான ஷ்ரெவ்ஸ்பரிக்குப் பயணித்தார். தொடர்ந்து 2 இரவுகள் 2 பகல்கள் பயணித்து அக்டோபர் 4-ஆம்தேதி மாலையில் ஷ்ரெல்ஸ்பரியை அடைந்தார். ஆனால் குடும்பத்தினர்க்குத் தொல்லை கொடுக்க வேண்டாம் என்ற நோக்குடன் அன்றிரவு சத்திரம் ஒன்றில் தங்கிவிட்டு மறுநாள்

காலை வீட்டிற்குச் சென்றார். அவருடைய தந்தையும் சகோதரிகளும் குதூகலம் அடைந்தனர். பயணத்திற்குப் போனபோது டார்வின் இருந்தது போலவே இருப்பதாக அவரது சகோதரிகள் கூறினர். தந்தை ராபர்ட் டார்வின் தமது இளைய மகனைப் பெருமிதத்துடன் அணைத்துக் கொண்டார். கிட்டத்தட்ட 5 ஆண்டுகால இடைவெளி அவர்களை நெருக்கமடையச் செய்தது. குடும்பத்தில் இந்த ஐந்துஆண்டுகளில் முக்கிய நிகழ்வுகள் நிகழ்ந்திருந்தன. டார்வினின் முதல் மூத்த சகோதரியான மேரியன்னே, ஒரு டாக்டருக்குத் திருமணம் செய்து வைக்கப்பட்டிருந்தார். ராபர்ட் டார்வின் தமது மருமகனிடம் தனது மருத்துவமனையையும் நோயாளிகளையும் ஒப்படைத்துவிட்டு ஓய்வில் இருந்தார். இது சார்லஸ் டார்வினுக்குப் பெரும் மகிழ்ச்சியையும் நிம்மதியையும் அளித்தது. இது குறித்து மறுநாள் தனது நண்பன் பீட்ஸ்ரோய்க்கு எழுதிய கடிதத்தில் குறிப்பிட்டிருந்தார். மேலும் தமது 5 ஆண்டுகால கப்பல் பயணம் தம்மைத் தமது குடும்பத்தில் மகத்தானவனாக்கிவிட்டது என்றும் குறிப்பிட்டிருந்தார்.

டார்வின் தமது வீட்டிற்கு வந்த நாள் முதல் 21 நாட்கள் தமது குடும்பத்தின் மகிழ்ச்சியில் திளைத்திருந்தார். அவரது அறிவியல் பணிகள் நிமித்தம் பேரில் அக்டோபர் இறுதியில் லண்டன் புறப்பட்டுச் சென்றார். அங்குக் கிரீன்விச்சில் நிறுத்தப்பட்டிருந்த பீகிள் கப்பலுக்குச் சென்றார். 5 ஆண்டுக் கப்பல் பயணத்தின் போது அவர் சேகரித்தவை இறக்கப்பட்டன. அதனைக் கண்காணிப்பதும் தமது திரட்டல்களைச் சரி பார்ப்பதும் அவரது முக்கியப் பணியாக இருந்தது.

இதற்கிடையே அவரது பிரியமான பேராசிரியர் ஹென்ஸ்லோ, டார்வின் 5 ஆண்டுகாலக் கப்பல் பயணத்தின்போது எழுதிய கடிதங்களையும் அவற்றின் அறிவியல் உள்ளடக்கங்களையும் அவ்வப்போது பத்திரிகைகளில் வெளியிட்டுப் பிரபலப்படுத்தியதன் விளவாக அறிவியலாளர்களின் கவனம் டார்வின் மீது பதிந்திருந்தது.

இந்தப் பின்னணியில் டார்வின் கிரீன் வீச்சில் இருந்தபோது ஒரு முக்கியமானவரிடமிருந்து டார்வினுக்கு ஒரு விருந்து அழைப்பு வந்திருந்தது. அந்த அழைப்பை அனுப்பியவர் டார்வினால் நேசிக்கப்பட்டவர்; கப்பல் பயணத்தின்போது அவரது *நிலஅமைப்பியலின் கோட்பாடுகள்* (Principles of

Geology) என்ற நூலைத்தான் பீட்ஸ்ரோயும் டார்வினும் ஆழமாக விவாதித்துப் பாராட்டியிருந்தனர். அவர்தான் சார்லஸ் லையெல். எனவே, பேரார்வத்துடன் அவரது அழைப்பை ஏற்றுக் கொண்டு அவரைச் சந்தித்தார். அப்போது லையெல் கிட்டத்தட்ட 40 வயதானவர்; டார்வினைவிட 12 வயது மூத்தவர். அவரும் டார்வினைப் போலவே இளம்வயதில் பூச்சி மற்றும் வண்டுகள் குறித்த அறிவியலில் (Entomology) ஆர்வம் கொண்டிருந்தவர். இப்போது அவர் உயிரியலில் தீவிர ஆய்வை மேற்கொண்டிருந்தார். அவர் அப்போதுதான், நிலஅமைப்பு இயலாளர் அமைப்பின் (Geologist Society) தலைவர் பொறுப்பை முடித்திருந்தார். எனினும் லையெலிடம் டார்வின் கடலடி பவழப்பாறைகள் குறித்த தமது ஆய்வுகளையும் அனுபவங்களையும் விளக்கியதோடு கடலடித்தரை கீழே இறங்குவதற்கேற்ப அதன்மீது பவழப்பாறைகள் உருவாகி வளர்கின்றன என்ற தமது கோட்பாட்டை எடுத்துரைக்கத் தவறவில்லை. அப்போது எரிமலைகளின் செயல்பாடுகள் காரணமாகவே பவழப்பாறைகள் உருவாகின்றன என்ற கோட்பாட்டை வெளியிட்டிருந்த லையெல், மாறுபட்ட கோட்பாட்டை டார்வின் கூறியபோது மந்திரத்திற்குக் கட்டுப்பட்டவர் போல் கேட்டுக்கொண்டிருந்தார். இருவரும் முதல்தடவையாக சந்தித்தாலும் அது அவர்களது வாழ்நாள் நட்பிற்கான தொடக்கமாக இருந்தது.

லையெல் அளித்த விருந்தில் ராயல் கல்லூரிப் பேராசிரியரும் லண்டன் விலங்குப் பூங்காவின் முன்னாள் உடல் உறுப்பியலறிஞருமான (Anatomist) ரிச்சர்டு ஓவனை டார்வின் சந்தித்தார். அப்போது டார்வினின் கப்பல் பயணத்தின் சிறப்புகளை ஓவன் பெரிதும் பாராட்டினார்

அடுத்த சில நாட்களில் அறிவியல் உலகில் முக்கியமாக நிலஅமைப்பியல் வட்டாரத்தில் டார்வினின் செல்வாக்கு அதிகரித்தது. ஏனென்றால் நிலஅமைப்பியல் அறிவியலாளர்கள் அமைப்பின் அதிகாரப் பூர்வமான உறுப்பினராக்கப்பட்டார்.

பின்னர், தமது குடும்பத்தினருடன் சிலநாட்களைக் கழிப்பதற்காக ஷ்ரெவ்ஸ்பரிக்குச் சென்றார். அங்கு பீட்ஸ் ரோயின் கடிதம் ஒன்று காத்திருந்தது. அதில் அவர் தாம் விரைவில் திருமணம் செய்துகொள்ளப் போவதைத் தெரிவித்திருந்தார்.

ஷ்ரெவ்ஸ்பரியில் 2 வாரங்கள் தங்கியிருந்த டார்வின், டிசம்பர் முதல்வாரத்தில் லண்டன் சென்றார். அங்கு சில நாட்கள் தமது பிரியமான பேராசிரியர் ஹென்ஸ்லோவின் வீட்டில் தங்கினார். பின்னர் தான்படித்த கிறிஸ்துவக் கல்லூரிக்கு அருகில் ஒரு வாடகை வீட்டில் தங்கினார். தமது ஆராய்ச்சிப் பணியின் பொருட்டுத் தனி வீட்டினை எடுத்துக் கொண்ட அவர் பீகிள் கப்பல் பயணத்தின்போது தமது உதவியாளராகப் பணியாற்றிய ஸிம்ஸ்கோவிங்னையே மீண்டும் உதவியாளராக்கிக் கொண்டார். டார்வினின் சேகரிப்புகளைக் கையாள்வதில் கோவிங்டன் முக்கியப் பணியாற்றினார்.

இதுவரை பயணங்களுக்கிடையே அவ்வப்போது ஆராய்ச்சி மற்றும் ஆய்வுகளில் ஈடுபட்டு வந்த டார்வின் இப்போது முழுமையாக ஈடுபட்டார். அப்போது அவர் 1837 ஜனவரி 4ஆம் தேதி நிலஅமைப்பியல் அறிவியலாளர்கள் அமைப்பிடம் இதுவரை தாம் பதப்படுத்தியும் பக்குவப்படுத்தியும் வைத்திருந்த பாலூட்டி மிருகங்கள், பறவைகள் ஆகியவற்றில் 450 உருப்படிகளை நன்கொடையாக வழங்கினார். அன்றுமாலை உயிரியல் அறிவியலாளர்கள் அமைப்பில், ஓர் ஆய்வுக் கட்டுரையைச் சமர்ப்பித்தார். அந்தக் கட்டுரையானது கடல் மட்டத்திற்குமேலே தென்னமெரிக்க நிலப்பரப்பின் உயரம் (Elevation of land in South America) என்ற தலைப்பிலானதாகும். இந்தக்கட்டுரை அறிவியலாளர்களின் பெரும் பாராட்டுக்கு உள்ளானது. இதனைத் தொடர்ந்து நிலஅமைப்பியல் அறிவியலாளர்கள் அமைப்பின் அடுத்த மாதக் கூட்டத்தில் டார்வின் அந்த அமைப்பின் கவுன்சிலின் உறுப்பினராக உயர்த்தப்பட்டார்.

ஆனாலும் அடுத்த மாதங்களில் வேறொரு பகுதியில் இருந்த வேறொரு வீட்டிற்கு மாற வேண்டியிருந்தது. இப்போது தமது மூத்த சகோதரன் எராஸ்மஸ் டார்வின் வாழ்ந்த வீட்டிற்கு அருகில் ஒரு வீட்டில் குடியேறினார். இது கேம்பிரிட்ஜ் பல்கலைக்கழகத்தையொட்டிய பகுதி என்பதால் பல்வேறு முன்னணி அறிவியலாளர்களைச் சந்திக்கவும் அவர்களுடன் விவாதிக்கவும் வசதியாகவும் இருக்கும் என்பதுதான் அவருடைய வீடுமாற்றத்திற்கான காரணமாகும்.

ஏற்கெனவே தமது 5 ஆண்டுகாலக் கப்பல் பயணத்தின் அறிவியல் பயன்கள் குறித்து எழுதிவந்த குறிப்புப் புத்தகத்தை

இங்கு வந்துதான் முடித்தார். அந்தப் புத்தகத்தின் தலைப்பு ஹெச்.எம்.எஸ். பீகிள் கப்பலில் பயணித்த பல்வேறு நாடுகளின் நிலஅமைப்பியல் - இயற்கை வரலாறு பற்றிய ஆராய்சிகள் குறித்த குறிப்புப் புத்தகம் (Journal Researches of the Geology and Natural History of the various countries visitied by the H.M.S. Beagle) இந்த நீண்ட தலைப்பிலான புத்தகத்தின் உள்ளடக்கங்களில் கணிசமான பகுதியை டார்வின் கப்பல் பயணத்தின் போதே எழுதி முடித்திருந்தார் ஆனால் 150 வண்ணப் படங்களுடன் வெளியிட ஏராளமாகச் செலவாகும் என்று தெரியவந்தது. இது குறித்து ஹென்ஸ்லோவிடம் பேசினார். ஹென்ஸ்லோ அப்போதைய பிரிட்டிஷ் நிதித்துறை அமைச்சரின், நெருங்கிய நண்பராவார். எனவே அவரும் ஏனைய முன்னணி விஞ்ஞானிகளும் அளித்த பரிந்துரைக் கடிதங்களுடன் மே 18ஆம் தேதி நிதித்துறைச் செயலாளரை டார்வின் நேரடியாக சந்தித்துப் பேசினார். அவரது புத்தகத்தின் முக்கியத்துவத்தை உணர்ந்த நிதிச்செயலாளரும் அதனை வெளியிட அரசாங்க நிதியிலிருந்து 1000 பவுண்டு மானியம் அளிக்க உறுதி அளித்தார். (இந்த 1000 பவுண்டுகள் 1999ஆம் ஆண்டு மதிப்பில் 75 ஆயிரம் பவுண்டுகளுக்குச் சமம்)

இந்தப் பின்னணியில் அறிவியல் கண்ணோட்டத்தில் தம்மிடம் ஏற்பட்டுள்ள மாற்றங்களை நினைத்துப் பார்த்தார். அப்போது அவரின் தாத்தா எராஸ்மஸ் டார்வின் 60 ஆண்டுகளுக்கு முன்பு எழுதிய ஸுனோமியா (Zoonomia) என்ற நூல், அவருக்கு நினைவுக்கு வந்தது. அதில் 60 ஆண்டுகளுக்கு முன்பே, மிருகங்களின் பரிணாம வளர்ச்சி பற்றி எராஸ்மஸ் டார்வின் ஆய்வு செய்து எழுதியிருந்தார். அந்நூலை டார்வின் தாம் கல்லுரி மாணவனாக இருந்தபோதே படித்தார். ஆனால் அப்போது தமது தாத்தாவின் பரிணாம வளர்ச்சிக் கோட்பாட்டை ஏற்கவில்லை. ஏனெனில் அப்போது அவர், வில்லியம் பேலீ எழுதிய இயற்கை சார்ந்த வேதஇறையியல் (Natural Theology) என்ற நூலின்பால் ஈர்க்கப்பட்டிருந்தார். அந்நூலில் கடவுளின் படைப்புத் திட்டத்தால் தான் இந்த உலகம் படைக்கப்பட்டது என்று கூறப்பட்டிருந்த கண்ணோட்டத்தின் மீது மிகுந்த நம்பிக்கை கொண்டிருந்தார். ஆனால் 5 ஆண்டுகால பீகிள் கப்பல் பயணத்தின்போது மேற்கொண்ட பரிசோதனைகளும் அனுபவங்களும் ஆய்வுகளும், ஆராய்ச்சிகளும், வில்லியம் பேலீயின் கோட்பாட்டை உதறி

ஏறியச் செய்துவிட்டன; மாறாக டார்வினை அவரது தாத்தாவின் கோட்பாட்டின் பக்கம் நெருங்க வைத்துவிட்டன. இதையெல்லாம் நினைவு கூர்ந்த டார்வின் அங்கு கிடந்த ஒரு குறிப்புப் புத்தகத்தின் முதல் பக்கத்தில் ஸூனோமியா என்று பெருமையுடனும் பெருமிதத்துடனும் எழுதினார்.

இந்நிலைமையில் செப்டம்பர் 20இல் அவருக்கு 5 ஆண்டுகளுக்கு முன்பு ஏற்பட்ட இதயப்படபடப்பு (Palpitation) ஏற்பட்டது. ஏற்கெனவே, பீகிள் கப்பலில் ஆய்வுப்பயணம் செல்வதற்கு ஒரு வாரத்திற்கு முன்பு இதே தொல்லை ஏற்பட்டபோது, தாம் கப்பல் பயணத்திற்குத் தகுதியற்றவராக அறிவிக்கப்படக்கூடும் என்ற அச்சத்தில் அதனைத் தம்மளவில் சமாளித்து மறைத்துவிட்டார். ஆனால் இப்போது அவர் டாக்டர் கிளேச் என்பவரிடம் சென்றார். டாக்டர் அவரைப் பரிசோதனை செய்துவிட்டு அனைத்து வேலைகளையும் விட்டுவிட்டு நகர்ப்புறத்தை விட்டு வெளியேற வேண்டும் என்று கறாராகக் கூறினார். செப்டம்பர் 25இல் லண்டனை விட்டு வெளியேறிய டார்வின் தமது சொந்த ஊரான ஷ்ரெவ்ஸ்பரிக்குச் சென்றார். போகும் முன்பு, பேராசிரியர் ஹென்லோவிற்கு எழுதிய கடிதத்தில் தமது உடல் நிலைமையை எடுத்துரைத்து தமக்குக் கொஞ்சம் ஓய்வு தேவைப்படுகிறது என்றும் எனவே தமது குறிப்பு புத்தகத்தினை அச்சடிப்பதற்கு முன்பு கடைசி முறையாக சரிபார்த்து உதவவேண்டும் என்றும் கேட்டுக் கொண்டார். ஷ்ரெவ்ஸ்பரியிலும் மாயெரியிலும் கிட்டத்தட்ட ஒருமாதத்தைக் கழித்தார். இந்த ஓய்வு அவரது உடல் நிலைமையில் முன்னேற்றத்தை ஏற்படுத்தியிருந்தது.

இதற்கிடையே ஹென்ஸ்லே எழுதியகடிதம் ஒன்றில், நிலஅமைப்பியல் அறிவியலாளர் அமைப்பின் செயலாளர் பதவியை ஏற்பதற்குத் தயாராகுமாறு கேட்டுக் கொண்டிருந்தார். இதற்கு பதில் எழுதிய டார்வின் தாம் ஒருபோதும் சோம்பலாக இருக்க விரும்பவில்லை என்றும் ஆனால் தமதுஉடல் நிலைமை, செயலாளர் பொறுப்பை ஏற்பதற்கு இடையூறாக உள்ளது என்றும் எழுதினார்.

உடல்நிலைமை தேறிய நிலைமையில் டார்வின் அக்டோபர் 21இல் லண்டனுக்குத் திரும்பினார். உடனடியாகத் தமது குறிப்புப் புத்தகத்தை (Journal) வெளிக் கொணரும் முயற்சியாகப் பிழைதிருத்தம் போன்ற சரிபார்ப்புப் பணிகளில் ஈடுபட்டார்.

மேலும் அப்புத்தகத்திற்கான முன்னுரையையும் எழுதினார். அதன் நகல் ஒன்றைத் தமது ஆத்மார்த்த நண்பன் பீட்ஸ்ரோய்க்கும் அனுப்பிவைத்தார். ஆனால் அது அவருக்கு என்றைக்குமான ஓர் உறுத்தலை ஏற்படுத்திவிட்டது. ஓர் ஆராய்ச்சியாளர் என்ற முறையில் மட்டுமே அந்த முன்னுரையை எழுதியது எவ்வளவு பெரிய தவறு என்பதை பீட்ஸ்ரோய் எழுதிய 2 கடிதங்கள் அவருக்கு போதித்தன. டார்வினின் பீகிள் கப்பல் பயணம் பற்றி அந்த முன்னுரையில் கூறப்பட்டிருந்தது. ஆனால் இது குறித்து பீட்ஸ்ரோய், அடுத்தடுத்து எழுதிய 2 கடிதங்களிலும் அந்தப்பயணத்தில் டார்வின் வெற்றிபெறுவதற்கு தாமும் தமக்குக் கீழ் பணிபுரிந்தவர்களும் ஆற்றிய பங்களிப்புகள் பற்றி அந்த முன்னுரையில் முறையாக குறிப்பிடப்பட்டு அங்கீகரிக்கப்படவில்லை என்று பீட்ஸ்ரோய் சாடியிருந்தார். மேலும் அவர், தாம் விடுத்த அழைப்பு காரணமாகத்தான் டார்வின் இந்தப் பயணத்தில் பங்கேற்க முடிந்தது என்றும் அந்தக்கப்பலில் வழக்கமாக தாம் தங்கும் அறையை டார்வினுக்காக மட்டுமே விட்டுக் கொடுத்திருந்ததாகவும் பீட்ஸ்ரோய் குறிப்பிட்டிருந்தார். மேலும் பீகிள் கப்பலில் பணியாற்றிய அதிகாரிகளும் பணியாளர்களும் தூக்கிப்பிடித்திருந்த ஏணியில் ஏறித்தான் டார்வின் ஓர் உயரிய நிலையை எட்ட முடிந்தது என்றும் குறிப்பிட்டிருந்தார்.

பீட்ஸ்ரோயின் வார்த்தைகள் மரியாதையுடனும் பண்பார்ந்ததாகவும் இருந்தாலும் அவற்றின் உள்ளடக்கம் காரசாரமாக இருந்தது. அவரது வார்த்தைகள் டார்வினை அதிரவைத்து விட்டன என்றாலும் அவற்றை நல்ல மருந்தாக ஏற்றுக் கொண்டார். உடனடியாகத் தமது முன்னுரையில் பலமாற்றங்கள் செய்து பீட்ஸ்ரோயின் சாடல்களைத் தமது உணர்வுகளாக வெளிப்படுத்தினார். பீட்ஸ்ரோய் படித்த முன்னுரையில் டார்வின் தமக்கு இந்த ஆண்டு நிலஅமைப்பியலில் முக்கிய சாதனை புரிந்தவர் என்ற முறையில் நிலஅமைப்பியல் அறிவியலாளர்கள் அமைப்பு சார்பில் அளிக்கப்பட்ட விருதைப் பற்றியும் போகிற போக்கில் தான் குறிப்பிட்டிருந்தார்.

பீகிள் கப்பல் பயணத்திற்கு பிறகு கடிதங்களிலேயே பேசிக்கொண்ட டார்வினும் பீட்ஸ்ரோயும் 1838 மார்ச் 18ஆம் தேதி நேரடியாகச் சந்தித்தனர். பீட்ஸ்ரோயின் வீட்டிற்கு அன்று டார்வின் சென்றிருந்தார். திருமணம் செய்து கொள்ளப் போவதாக ஏற்கெனவே டார்வினுக்குக் கடிதம் எழுதியிருந்த

பீட்ஸ்ரோய் இப்போது அதையும் முடித்துவிட்டு ஒரு பெண்குழந்தைக்குத் தந்தையாகவும் உயர்ந்திருந்தார். இருவரும் அன்று நீண்டநேரம் பேசினார்கள்; விவாதித்தார்கள். இந்த சந்திப்புப் பற்றி தமது சகோதரி சூஸனிற்கு மகிழ்ச்சியுடன் எழுதிய கடிதத்தில் பீட்ஸ்ரோயினுடைய குழந்தையின் மழலை, கவர்ந்திழுக்கும் இனிய இசை போன்றிருந்தது என்று டார்வின் குறிப்பிட்டிருந்தார்.

இந்த ஆண்டின் குளிர்காலத்திலும் கோடை காலத்திலும் உயிரினங்கள் குறித்து ஏராளமான நூல்களைப் படித்ததுடன் குறிப்புகளையும் எழுதிக் கொண்டார். இதற்கிடையே ஜுலை மாதத்தில் 2 வாரங்கள் தமது சொந்த ஊரான ஷ்ரெவ்ஸ்பரிக்கும் தமது மாமா ஜோஸின் ஊரான மாயெருக்கும் சென்றிருந்தார். ஆகஸ்ட் 1-ஆம் தேதி மாயெரிலிருந்து லண்டனுக்குப் பயணம் கொண்டார். இதில் குறிப்பிடத்தக்கது என்னவெனில் அவர் முதல்தடவையாக ரயிலில் பயணம் செய்ததுதான். நீராவியில் இயங்கிய ரயில்கள் புதிதாக அக்கால கட்டத்தில் ஓட்டப்பட்டன. அவற்றில் பயணம் செய்வதில் மக்கள் பேரார்வம் கொண்டிருந்தனர். லண்டனையும் லிவர்பூலையும் இணைக்கும் 400 மைல் தூரம் ரயிலில் செய்த பயணம் டார்வினுக்குப் புதிய அனுபவமாக இருந்தது. இந்தப் பயணத்தின்போது டார்வின் புவியியல் அல்லது உயிரியல் சம்பந்தமான நூல் எதனையும் வாசிக்கவில்லை. அவர் தமது தந்தை வயதையொத்த பாதிரியார் தாமஸ் மால்தூஸ் என்பவர் எழுதிய மக்கள் தொகைப் பெருக்கம் பற்றிய ஒருகட்டுரையை (An Essay on the Principle of population) வாசித்தார்.

இதுபற்றிப் பின்னாட்களில் ஒரு நாள் டார்வின் கூறுகையில், தாமஸ் மால்தூஸின் கட்டுரையை வாசித்துக் கொண்டிருந்தபோதுதான், இயற்கையில் நிகழும் வாழ்வதற்கான போராட்டம் பற்றி ஆராய வேண்டுமென்ற யோசனை திடீரெனத் தமக்கு ஏற்பட்டதாக டார்வின் குறிப்பிட்டார்.

தமது 28ஆம் வயதில் அறிவியல் உலகில் மூத்த அறிவியலாளர்களால் பாராட்டப்படும் அளவிற்கு உயர்ந்திருந்த டார்வின், தமது சொந்தவாழ்க்கை பற்றியும் சிந்திக்க ஆரம்பித்துவிட்டார். தாம் இளைஞனாக இருந்த காலத்தில் தம்மை ஈர்த்த பேன்னி ஓவன், திருமணமாகி 3 குழந்தைகளுக்குத் தாயாகிவிட்டாள். தனது நண்பன் பீட்ஸ்ரோயும் ஒரு

குழந்தைக்கு தகப்பனாகி விட்டார். டார்வினின் மூத்த சகோதரிகளும் மூத்த சகோதரன் எராஸ்மஸ் டார்வினும் திருமணமாகி அவரவர் குடும்பங்களை அமைத்துக் கொண்டனர். அவரது இளைய சகோதரி கரோலினும் மாமா ஜோஸ்வெட்ஜ்வுட்டின் மகன் மூன்றாவது ஜோஸியா வெட்ஜ்வுட்டிற்கு திருமணம் செய்து வைக்கப்பட்டாள். ஆனால் 28 வயதான சார்லஸ் டார்வின் மட்டும் தமது உதவியாளருடன் தனிவீட்டிலோ லாட்ஜிலோ தங்கியும் அல்லது நண்பர்களின் வீடுகளில் அவர்களுடன் சேர்ந்தும் சாப்பிட்டுக் கொண்டிருந்தார். நண்பர்களின் வீடுகளில் சாப்பிடுவது அவர்களுக்கு இடைஞ்சல்களை ஏற்படுத்தியிருக்கும்; அவர்களின் மனைவிகளுக்கு எரிச்சலை ஏற்படுத்தியிருக்கும். இப்படியெல்லாம் டார்வின் யோசித்தார். சிறுவனாக இருந்தபோது தமது மூத்த சகோதரிகள் கொஞ்சியும் சீராட்டியும் அன்பு செலுத்தினர். இப்போதும் 28 வயதான இளைஞனுக்கு அன்பு தேவைப்படுகிறது. இப்படி ஓடிய அவருடைய சிந்தனையோட்டம் அவருடைய மாமா மகள் எம்மாவெட்ஜ்வுட்டின் (Emma Wedgwood) பக்கம் சென்றது. அவர் டார்வினைவிட ஒரு வயது மூத்தவர். ஒரு சண்டேஸ்கூலில் ஆசிரியையாகப் பணியாற்றிவந்தார். (சன்டே ஸ்கூல் என்பது ஞாயிற்றுக்கிழமைகளில் மட்டும் குழந்தைகளுக்கு கிறிஸ்துவ மதம் சம்பந்தமாகக் கற்றுக் கொடுக்கப்படும் பள்ளியாகும். இத்தகைய பள்ளிகள் கிறிஸ்துவ ஆலயங்களால் நடத்தப்பட்டவையாகும்.) அவருக்கு அவருடைய தந்தை ஜோஸ்வெட்ஜ்வுட் திருமண ஏற்பாடுகள் செய்தபோதெல்லாம் நிராகரித்துவிட்டார் என்பதும் டார்வினுக்குத் தெரியும். ஆனாலும் எம்மாவை திருமணம் செய்துகொள்வதற்கான தமது விருப்பத்தை அவரிடம் தெரிவித்து விட வேண்டும் என்ற முடிவுக்கு வந்தார்.

எனவே அவர் லண்டனிலிருந்து 1938 நவம்பர் 9ஆம் தேதி தனது மாமாவின் ஊரான மாயெருக்கு சென்றார். மறுநாள் சனிக்கிழமை விடுமுறைநாள் என்பதால் விருந்தினர்களும் நண்பர்களும் வந்து போய்க் கொண்டிருந்தார்கள். எனவே எம்மாவை டார்வின் தனியாகச் சந்திக்க முடியவில்லை. இதனால் அவர் பரிதவித்துப் போயிருந்தார். மறுநாள் ஞாயிற்றுக்கிழமை அவள் பள்ளிப்பணிக்குச் செல்வதற்கு முன்பு இருவரும் தனியாக சந்திக்க முடிந்தது. இந்த சந்தர்ப்பத்தைப் பயன்படுத்தி அவரைத்

திருமணத்தின் போது எம்மா டார்வின்

திருமணம் செய்துகொள்ள விரும்புவதாக டார்வின் தெரிவித்து விட்டார். எம்மா, ஏற்கெனவே பல திருமண ஏற்பாடுகளை நிராகரித்தவர் என்ற அச்ச உறுத்தலுடன் தான் தெரிவித் தார்.ஆனால் அவருக்கு ஆச்சரியமும் மகிழ்ச்சியும் ஏற்படும் வகையில் பதில் வந்தது.

அவர்கள் இருவரின் முடிவு மற்றவர்களுக்கு மட்டில்லாத மகிழ்ச்சிக்குரிய செய்தியாகி விட்டது. எம்மாவின் தந்தை ஜோஸ் ஆனந்தக்கடலிலே மூழ்கிவிட்டார். தமது அன்புச் சகோதரி சூஸன்னாவின் மகனுக்கும் தனது அன்புமகளுக்கும் திருணம் என்பதை அவர் நினைத்துப் பார்த்தபோது அவரது முகத்தில் ஆனந்தமும் கண்ணீரும் போட்டி போட்டன. இந்த மகிழ்ச்சியில் எம்மாவின் மூத்த சகோதரன் மூன்றாவது ஜோஸ்வெட்ஜ்வுட்டும் அவரது மனைவியும் பங்கெடுத்தனர்.

ஜோஸ் வெட்ஜ்வுட், தமது மகள் எம்மாவும் டார்வினும் எடுத்த முடிவு குறித்து உடனடியாக டார்வினின் தந்தை ராபர்ட் டார்வினுக்குக் கடிதம் எழுதினார். பெருமகிழ்ச்சியடைந்த ராபர்ட் டார்வின் அதனை வெளிப்படுத்தும் பதில் கடிதத்தை ஜோஸ் வெட்ஜ்வுட்டிற்கு எழுதினார். அதில் அவர், தமது மகள் கரோலினா, ஜோஸின் மகன் மூன்றாவது வெட்ஜ்வுட்ஸைத் திருமணம் செய்து கொண்டபோது ஏற்பட்ட மகிழ்ச்சியைத் தமது கடைசி மகனைத் திருமணம் செய்துகொள்ள எம்மா ஒப்புக்கொண்டதிலும் அனுபவிப்பதாகத் தெரிவித்திருந்தார். சார்லஸ் டார்வின் - எம்மா வெட்ஜ்வுட் திருமணத்தை 1839, ஜனவரி 24இல் நடத்துவதெனத் தீர்மானிக்கப்பட்டது.

திருமணத்திற்குப் பிறகு இருவரும் வாழ்க்கை நடத்துவதற்கான வாடகை வீடு தேடுவதற்கு டார்வின் லண்டன் விரைந்தார். அங்கு தமது மூத்த சகோதரன் எராஸ்மஸ் டார்வினின் உதவியுடன் வாடகைவீடு தேடுவதில் ஈடுபட்டார். அதே சமயத்தில் தமது

அறிவியல் ஆராய்ச்சிகளிலும் ஈடுபட வேண்டியிருந்தது. திருமண நாளும் நெருங்கிக் கொண்டிருந்தது. இதனால் குழப்பத்துக்கும் பதற்றத் திற்கும் உள்ளானார். இதனால் அவருக்கு மீண்டும் இதயப் படபடப்பும் தலைவலியும் தலைதூக்கின. இதனை அவர் தமது எதிர்கால மனைவி எம்மாவுக்கு எழுதிய கடிதத்தில் தெரிவித்திருந்தார். எம்மா தமது பதில் கடிதத்தில் தமது அன்புள்ள சார்லி உடனடியாக நகரத்தைவிட்டு வெளியேறி ஓய்வு எடுத்துக் கொள்ள வேண்டும் என்று அறிவுரை கூறியிருந்தார். மேலும் தமது அன்புள்ள சார்லிக்குத் தாம் பயனுள்ளவளாக இருக்கும்போதுதான் தனக்கு மகிழ்ச்சி அளிக்கும் என்றும் அப்படி கவனித்துக் கொள்ள வாய்ப்பு வரும்வரை உடல் நலனைக் கவனித்துக் கொள்ளுமாறும் கூறியிருந்தார். இந்தக்கடிதம் டார்வினுக்கு மகிழ்ச்சிகரமானதாகவும் உத்வேகம் அளிப்பதாகவும் இருந்தது. மிகவும் மிருதுவான அன்பான மனைவி என்று தமக்குள் நினைத்துக் கொண்டார். இதுபோல் திருமணத்திற்கு முன்னர் இருவரும் கடிதங்கள் மூலம் தங்களுடைய எதிர்காலத்தைப் பற்றிய ஆக்கப்பூர்வமான கருத்துகளைப் பரிமாறிக் கொண்டனர். 1839, ஜனவரி 29-இல் எளியமுறையில் இருவருக்கும் திருமணம் மாயெர் நகரில் நடைபெற்றது. இதில் இருதரப்பினரின் குடும்பத்தினரும் உறவினரும் நண்பர்களும் கலந்து கொண்டனர்.

Darwin aged 31, by George Richmond RA

திருமணம் முடிந்த ஓர் ஆண்டிற்கு பிறகு டார்வின்

திருமணம் முடிந்த மறுநாள் காலையில் புதுத்தம்பதியரான சார்லஸ் டார்வினும் எம்மாவும் ரயிலில் லண்டனுக்குப் பயணித்தனர். லண்டனை அடைந்த அவர்கள் ஏற்கெனவே டார்வினும் அவரது சகோதரன் எராஸ்மஸ் டார்வினும் பார்த்து வைத்திருந்த வீட்டில் தங்களுடைய புது வாழ்க்கையைத்

தொடங்கினர். அந்த வீட்டிற்கு 'மேகாவ் காட்டேஜ்' என்று இருவரும் பெயரிட்டனர்.

அவர்களுடைய வாழ்க்கையில் மகிழ்ச்சிகளும் இருந்தன; துயரங்களும் தலையிட்டன; ஏற்றங்களும்; இறக்கங்களும் குறுக்கிட்டன. ஆனால் 10குழந்தைகளுக்குப் பெற்றோர்களான அவர்கள், டார்வினுக்கு எம்மா எம்மாவுக்கு டார்வின் என்ற தேவையின் அடித்தளத்தில் வாழ்க்கையை அமைத்துக் கொண்டனர்; டார்வினுக்கு அவ்வப்போது ஏற்படும் உடல்நலக் குறைவு, அவர் மீதான எம்மாவின் அன்பைத் தீவிரப்படுத்தியது. 1882 ஏப்ரல் 19ல் நிகழ்ந்த டார்வினின் மரணந்தான் அவர்களைப் பிரிக்க முடிந்தது.

1839 ஜனவரி 9ல் மாயெர் நகரில் திருமணம் செய்து கொண்டதுடன் சார்லஸ் டார்வினும் எம்மா வெட்ஜ்வுட்டும் துவங்கிய மகிழ்ச்சிகரமான வாழ்க்கையின் நிறைவாக 1839 டிசம்பர் 27இல் அவர்களுக்கு ஓர் ஆண் குழந்தை பிறந்தது. அதற்கு வில்லியம் எராஸ்மஸ் டார்வின் என்று பெயரிட்டனர்.

ஆனால் தமது மனைவியின் பிரசவ நேரத்தின் போது மனைவி மீதான அன்பு காரணமாக டார்வினுக்கு இதயப்படபடப்பும் உளைச்சலும் ஏற்பட்டு அவதிப்பட்டார். இந்த அனுபவம் அநேகமாக ஒவ்வொரு பிரசவத்தின்போதும் அவருக்கு எற்பட்டது.

பத்துக் குழந்தைகளில் மூன்றாவது குழந்தையான மேரி எலீனா ஒருமாதம் கூட வாழாமல் 1842 அக்டோபர் 16இல் இறந்துவிட்டது. அதேபோல் கடைசிக் குழந்தையான சார்லஸ் வாரிங் டார்வின் 6 மாதங்களே உயிரோடு இருந்து 1858, ஜூன் 28ஆம் தேதி இறந்துவிட்டது.

இதற்கிடையே 1841ஆம் ஆண்டு மார்ச்சில் இரண்டாவது குழந்தை பிறந்ததைத் தொடர்ந்து மே மாதத்தில் குழந்தைகளுடன் டார்வினும் எம்மாவும் மாயெருக்குச் சென்றனர். அங்கு 2 மாதம் கோடைவிடுமுறையைக் கழித்தனர். அப்போது டார்வினின் உடல் நிலைமையில் நல்ல முன்னேற்றம் இருந்தது. அமைதியான சூழ்நிலையில் டார்வின் தமது ஆய்வுகளையும் ஆராய்ச்சிகளையும் குறிப்பாக உயிரினங்களின் இயற்கைத் தேர்வு வீட்டு உயிரினங்களின் செயற்கைத் தேர்வு குறித்துத் தீவிரமாக மேற்கொண்டார்.

இரண்டு மாதங்களுக்குப் பிறகு லண்டன் திரும்பிய டார்வினும் எம்மாவும் புதிய வீடு தேடுவதில் இறங்கினர். இதில் லண்டனிற்குத் தென்கிழக்கே 15 மைல் தொலைவில் கென்டிஷ் என்னும் நாட்டுப்புறத்தில் இருந்த டோன் என்ற கிராமத்தில் ஒரு வீட்டை வாடகைக்குப் பிடித்தனர். அந்த வீட்டிற்கு டோன் இல்லம் எனப் பெயரிடப்பட்டது. அந்தக் கிராமத்தில் மொத்தமே 40 வீடுகள்தான் இருந்தன. இவற்றில் டோன் இல்லம் விசாலமானதாக இருந்தது. வீட்டைச் சுற்றி விசாலமான திறந்தவெளி இருந்தது. லண்டனில் புகை மண்டலத்துடனும் மூடுபனியுடனும் வாழ்ந்து வந்த டார்வின் குடும்பத்தினருக்கு இந்தக் கிராமத்தில் சுத்தமான காற்றோட்டம் இருந்தது. கிராமத்தைச் சுற்றி வயல்களும் மரங்களும் இருந்தன. இந்த வீட்டில் செப்டம்பர் மாத மத்தியில் குடியேறினர்.

ஆனால் புதிய வீட்டில் குடியேறியபிறகு ஒருமாத காலம் டார்வினுக்கு அலைக்கழிப்பானதாக இருந்தது. ஏனெனில் அங்கு குடியேறிய ஒருவாரத்திற்குப் பிறகு எம்மாவிற்கு மூன்றாவது குழந்தை பிறந்தது. அந்தப் பெண்குழந்தை - மேரிஎலீலுனார் எனப்பெயரிடப்பட்டது. பிறந்த மூன்றாவது வாரத்தில் இறந்துவிட்டது. அதனை அக்கிராமத்தின் புனிதமேரி கல்லறையில் புதைத்தனர்.

இந்தச் சோகம் முடிவடைந்து எம்மா ஓய்வெடுத்துக் கொண்டிருந்த நிலைமையில் மற்றொரு சோகத்தகவல் வந்து சேர்ந்தது. அவருடைய தந்தை ஜோஸ் வெட்ஜ்வுட்டிற்கு கை-கால்கள் செயலிழப்பு (Stroke) ஏற்பட்டது. எனவே அவரைப் பார்க்க குழந்தைகளுடன் எம்மாவும் டார்வினும் மாயெருக்குச் சென்றனர். அதேபோல், தகவலறிந்து ஷ்ரெவ்ஸ்பரியிலிருந்து ராபர்ட் டார்வினும் வந்திருந்தார். அவர், தமது நண்பரின் நிலைமையைப் பார்த்து நிலைகுலைந்து போனார். முன்பெல்லாம் கூட்டமாகவும் கலகலப்பாகவுமிருந்த அந்தப் பழைய வீடு இப்போது வெறிச்சோடிக் கிடந்தது. எம்மாவின் தந்தை மட்டுமின்றி தாயார் பெஸ்ஸியும் படுத்த படுக்கையில் இருந்தார். மோசமான மரணப்படுக்கையில் இருந்த தந்தையை எம்மா கவனித்துக் கொண்டிருந்த போதே அவரின் உயிர் பிரிந்துவிட்டது.

கொஞ்ச நாட்களுக்குப் பிறகு டார்வினும் எம்மாவும் குழந்தைகளுடன் டோன் கிராமத்திற்குத் திரும்பினர். ஒரு நாள்

டார்வின் செய்திப்பத்திரிகையைப் படித்துக் கொண்டிந்தபோது தமது நண்பர் பீட்ஸ்ரோய் நியூசிலாந்து தீவு நாட்டின் (அப்போது அது, பிரிட்டிஷ் காலனி நாடாகும்) ஆளுநராக நியமிக்கப்பட்டுள்ளார் என்ற செய்தியைப் பார்க்க நேர்ந்தது. அந்தச் செய்தியைப் பார்த்ததும் பீட்ஸ்ரோய்க்கு டார்வின் கடிதம் எழுதி அதில் தமது மகிழ்ச்சியைத் தெரிவித்திருந்தார். மேலும் தம்முடைய கடந்தகால மகிழ்வான தருணங்களுக் காகவும் தம்முடைய முழுமையான திருப்திக்குரிய வாழ்க்கைக் காகவும் தாம் பீட்ஸ்ரோய்க்குக் கடமைப்பட்டிருப்பதாகக் குறிப்பிட்டிருந்தார்.

மாயெர் நகரிலிருந்து டோன்கிராமத்திற்குத் திரும்பிய டார்வின் வழக்கம் போல் தமது ஆய்வு மற்றும் ஆராய்ச்சிப் பணிகளைத் தொடர்ந்தார்.

ஆனால் 1840-களின் முதல் 5 ஆண்டுகளில் பிரிட்டனில் மழைபெய்யாததால் வறட்சியும் உணவுதானியப் பஞ்சமும் ஏற்பட்டன. தானியச் சட்டத்தின் காரணமாக தானிய இறக்குமதியும் தடை செய்யப்பட்டிருந்தது. உணவு தானியப் பஞ்சம் 1844-ல் கென்டிஷ் நாட்டுப்புறப்பகுதியைக் கடுமையாகத்

டோன் கிராமத்துவீடு

உயிரினங்களின் தோற்றம் நூல் உருவான அறை

தாக்கியது. இதனால் உணவு தானியங்கள் போதுமான அளவிற்குக் கிடைக்காமல் டோன் கிராமத்தில் டார்வின் குடும்பம் மிகச் சிரமப்பட்டது. அதேபோல் பக்கத்து வீடுகளில் வசித்த பணக்காரர்களும் கூட உணவுப் பொருட்கள் கிடைக்காமல் கஷ்டப்பட்டனர். டார்வின் வீட்டில் 3 குழந்தைகள் உட்பட 5 பேர்களின் தேவைகளை டார்வின் தான் சமாளித்தார்.

இந்நிகழ்வுகளுக்கிடையே 1848இல் டார்வினுக்கும் மிகப்பெரும் சோகநிகழ்வு ஒன்று நிகழ்ந்தது. அவருடைய தந்தை ராபர்ட் டார்வின் தமது 81ஆம் வயதில் சிந்தனை ரீதியாகத் தெளிவாக இருந்தாலும் ஒரு சக்கர நாற்காலிக்குள்தான் முடங்கிக் கிடந்தார். மூச்சுத் திணறலுடன் வாழ்ந்து வந்த ராபர்ட் டார்வினுக்கு அவருடைய மகள்கள் சூஸனா மற்றும் கேத்தரினின் கவனிப்பு தொடர்ந்து தேவைப்பட்டது. அந்த ஆண்டு மே மாதம் டார்வின் தமது தந்தையைப் பார்ப்பதற்கு ஸ்ரெவ்ஷ்பரிக்குச் சென்றிருந்தார். அப்போதே அவருடைய தந்தையின் உடல் நிலைமை சீர்குலைந்திருந்தது. தந்தையின் நிலைமையைப் பார்த்த டார்வினுக்கு மயக்கம், நடுக்கம் போன்ற கோளாறுகள் ஏற்பட்டன. எனவே தமது மனைவியின் கவனிப்பு தமக்குத் தேவை என உணர்ந்தார். அப்போது அவர் தமது

மனைவி எம்மாவுக்கு எழுதிய கடிதத்தில் “நான் உன்னுடனேயே உன்னுடைய கவனிப்பிலேயே இருக்க விரும்புகிறேன். அப்போதுதான் எனது பாதுகாப்பை உணர்கிறேன்” என்று குறிப்பிட்டிருந்தார்.

டார்வினின் தந்தை செப்டம்பர் மாதத்தில் ஒரு வெள்ளிக்கிழமை மரணமடைந்தார். தந்தையின் மரணம், டார்வினை மிகக் கடுமையாக பாதித்தது. நிலைகுலைந்து போனார். நடக்கக்கூட முடியாதவராகி விட்டார். அவருடைய மனைவியின் கவனிப்பே அவரை எழவைத்தது.

ராபர்ட் டார்வினின் மரணத்திற்குப் பிறகு அவரது உயிலின்படி அவருடைய எஸ்டேட்டிலிருந்து டார்வினுடைய பங்காக 50 ஆயிரம் பவுண்ட் கிடைத்தது. ராபர்ட் டார்வின் உயிருடன் இருந்த காலத்தில் அவரிடமிருந்து கிடைத்த தொகையுடன் இதனையும் சேர்த்தபோது டார்வினுடைய பங்கு அவரது குடும்பத்தின் தேவைக்கு அதிகமாகவே இருந்தது.

இந்தப் பின்னணியில் உடல் நலமுற்றிருந்த டார்வினை, அவரது கப்பல் பயணத்தின் போது பீகிள் கப்பலில் பீட்ஸ்ரோய்க்கு அடுத்த கமாண்டராகப் பணியாற்றிய சுல்லிவேன் சந்திக்க வந்திருந்தார். டார்வினின் உடல்நிலையைப் பார்த்து அதிர்ச்சி அடைந்த அவர், நீர்சிகிச்சைமுறையை எடுத்துக் கொள்ளுமாறு டார்வினிடம் கூறினார். சல்லிவேன் யோசனையை ஏற்றுக் கொண்ட டார்வின், லண்டனிலிருந்து 150 மைல் தொலைவில் மால்வெர்ன் என்னும் ஊரில் நீர்சிகிச்சை மையத்தை நடத்தும் நிபுணர் டாக்டர் ஜேம்ஸ் கல்லியிடம் சிகிச்சை எடுத்துக் கொள்ளமுடிவு செய்தார். இதன்பொருட்டு அங்கு 2 மாதங்களேனும் தங்க வேண்டியிருந்தது. ஆனால் அவர் தனது மனைவி எம்மா இல்லாமல் தாம் மட்டும் தனியாகச் செல்ல விரும்பவில்லை. எம்மா தம்முடன் வராமல் நோய் குணமாவது நோயை விடக் கொடுமையானது என்று அவர் கருதினார். ஆனால் குழந்தைகளை விட்டுவிட்டு எம்மா அவருடன் செல்ல முடியவில்லை. இந்நிலைமையில் குழந்தைகளை மட்டுமின்றி வீட்டு உதவியாளர்கள். குழந்தைகளின் ஆசிரியை ஆகிய அனைவரையும் அழைத்துச் செல்வதென இருவரும் தீர்மானித்தனர். அதன்படி அனைவரும் 1849ஆம் ஆண்டின் கோடை காலத்தில் டோன் கிராமத்திலிருந்து புறப்பட்டுச் சென்றனர். மால்வெர்னில் தங்குவதற்கு வாடகை வீடு ஒன்று பிடிக்கப்பட்டது. அங்கு கிட்டத்தட்ட 3 மாதங்கள்

தங்கினர். அப்போது, டாக்டர் ஜேம்ஸ் கல்லியின் சிகிச்சையின்படி. குளிர்நீர் குளிப்பு, மெல்லிய துணித்துடைப்பு, குளிர் அழுத்தங்கள், நீண்ட தூர நடை, உணவுக் கட்டுப்பாடு ஆகியவை கடைப்பிடிக்கப்பட்டன. இந்தச் சிசிச்சை டார்வினுக்குப் பயனளிக்கவே செய்தது. அவருடைய உடல்நிலைமையில் முன்னேற்றம் ஏற்பட்டது. இந்த 3 மாத காலம், குழந்தைகளுக்கு மறக்க முடியாததாகவும் அமைந்தது. டோன் கிராமத்திற்குத் திரும்பிய டார்வின், டாக்டர் கல்லியின் ஆலோசனைப்படி நடந்து வந்தார். கொஞ்ச காலத்திற்கு மூளை உழைப்பை சிலமணி நேரங்களே மேற்கொள்ள வேண்டுமென்ற டாக்டரின் ஆலோசனையையும் செயல்படுத்தினார். மேலும் டாக்டர் அறிவுறுத்தியபடி 1850ஆம் ஆண்டிலும் இருமுறை மால்வெர்னுக்கு டார்வின் சென்று வந்தார். இத்தகைய சிகிச்கையினால் தமது உடல்நலக்குறைவுக்கு நிரந்தரத்தீர்வு காண முடியும் என்ற திடமான நம்பிக்கை கொண்டார்.

ஆனால், ஜூன் 1850இல் அவரது மகள் அன்னி எலிஸபெத், சோர்வுடன் இருந்தாள். இதைக் கவனித்த டார்வினும் எம்மாவும் அவளை டோன்கிராமத்திலிருந்து 15 மைல் தொலைவில் உள்ள ரேம்கேட் என்ற கடலோரப்பகுதிக்கு அனுப்பிவைக்க முடிவு செய்தனர். அதன்படி அவளை அவளது ஆசிரியையின் பாது காப்பில் ரேம்கேட்டிற்கு அனுப்பிவைத்ததுடன் அன்னி எலிஸபெத்துடன் அவளது இளைய சகோதரி எட்டியும் உடன் அனுப்பப்பட்டாள். 15 நட்களுக்குப்பிறகு அங்கு டார்வினும் எம்மாவும் சென்றனர். அவர்கள் சென்ற 2 நாட்களில் அன்னி எலிஸபெத்திற்கு காய்ச்சல் தீவிரமடைந்தது. கண்களில் கண்ணீர் வருமளவிற்கு தொடர்ந்து இருமினாள். டார்வின், தமது டாக்டர் கில்லிக்கு

அன்னிஎலிசபத் டார்வின் (8)

எலிஸபெத்தின் நிலைமையை எடுத்துக் கூறி கடிதம் எழுதியதன்பேரில் அவர், அந்தக் குழந்கைக்கான நீர்சிகிச்சை முறையை தமது பதில் கடிதத்தில் தெரிவித்திருந்தார். 1850 ஜனவரி மத்தியிலிருந்து அளிக்கப்பட்ட நீர்சிகிச்சை எலிஸபெத்திற்கு பயனளித்தது. மார்ச் 2ஆம் தேதி அவளுடைய 10-ஆம் பிறந்ததினம். அன்று முதல் தடவையாக மட்டக் குதிரையில் பயணம் செய்தாள். அந்தளவிற்கு நலமுற்றிருந்தாள். ஆனால் அடுத்த ஒருவாரத்தில், அந்தக்குழந்தை இன்புளுயன்ஸா காய்ச்சலில் விழுந்துவிட்டாள்.

இந்நிலைமையில் அன்னி எலிசபெத்தை 200 மைல் தூரப் பயணத்தில் கல்லியிடம் மால்வெர்னுக்கு அழைத்துச் செல்லத் தீர்மானித்தார். அதன்படி எலிஸபெத், அவளுடைய நர்ஸ், ஆசிரியை, சகோதரி எட்டி ஆகியோருடன் மால்வெர்னுக்கு அழைத்துச் செல்லப்பட்டாள். அப்போது எம்மா, 7மாதக் கர்ப்பிணியாக இருந்ததால் அவர், தமது குடும்ப உதவிப் பெண்ணுடன் டோன் கிராமத்திற்குத் திரும்பிவிட்டார்.

மால்வெர்னில், டாக்டர் கல்லியின் சிகிச்சை அளிக்கப் பட்டது. ஆனால் நாளுக்குநாள் அன்னி எலிஸபெத்தின் நிலைமை மோசமாகிக் கொண்டிருந்தது. எம்மாவும் டார்வினும் கடிதம் எழுதிக்கொண்டனர். எம்மாவிற்கு அதிர்ச்சி அளிக்காதவாறு எழுதினார். ஆனாலும் அவரது வார்த்தைகளை எம்மா புரிந்து கொண்டார். தனது கணவர் தனியாக நிலைமையை சமாளிக்க வேண்டியுள்ளது என்று கவலைப்பட்டார். எனவே மாயெரிலிருந்த தனது சகோதரன் லேன்ஸ் வெலயின் மனைவி ஃபேனிக்கு கடிதம் எழுதி, உடனடியாக மால்வெர்னுக்கு சென்று டார்வினுக்கு உதவி செய்யுமாறு கேட்டுக்கொண்டார். கணவனும் மனைவியும் அங்குபோய்ச் சேர்ந்தனர். ஆனால் எலிஸபெத்தின் வாழ்வுக்கும் மரணத்திற்குமிடையே நடந்த போராட்டத்தில் இறுதியில் ஏப்ரல் 23ந்தேதி 12 மணிக்கு மரணம் வென்றுவிட்டது. அவள் பிறந்தபோது "நம்முடைய வயதான காலத்தில் நமக்கு இவள் ஆறுதலாகச் இருப்பாள்" என்று எம்மாவிடம் டார்வின் கூறியிருந்தார். இப்போது அவள் திரும்பவே முடியாதவாறு அவர்களை விட்டு வெளியேறிவிட்டாள் "அவள் அவளுடைய இறுதித் தூக்கத்திற்கு மிக அமைதியாகச் சென்றுவிட்டாள்" என்று டார்வின் எழுதிய கடிதம் எம்மாவை வந்தடைந்தது.

தனது அன்புக்குரிய குழந்தையின் மரணத்தால் நிலைகுலைந்து போனதால், அவளுடைய இறுதிச்சடங்கில் கூட கலந்து கொள்ள முடியாத பரிதவிப்பான நிலைமையில் இருந்தார். எனவே, இத்தகைய நிலைமையில் தன் மனைவியின் அரவணைப்பு அவருக்குத் தேவைப்பட்டது. எனவே எட்டியை தனது சகோதரி கரோலின் வீட்டில் விட்டு விடுமாறு ஃபேன்னியிடம் ஒப்படைத்தார். அன்னி எலிஸபெத்தின் இறுதி நிகழ்ச்சியை நடத்தி முடிக்கும் பொறுப்பை ஹென்ஸ்வெலெயிடம் ஒப்படைத்தார். பின்னர் அவர் தனது மனைவியைச் சென்றடைய கனத்த இதயத்துடன் டோன் கிராமத்தை நோக்கிப் பயணித்தார்.

எலிசபெத்தின் இறுதி நிகழ்ச்சி மால்வெர்னிலே நடந்துமுடிந்தது. அவளுடைய கல்லறையின் உச்சியில்

“அன்னி எலிஸபெத் டார்வின்
பிறப்பு - மார்ச் 2. 1841
இறப்பு - ஏப்ரல் 23, 1851
ஒரு அன்பான, நல்ல குழந்தை”
என்று பொறிக்கப்பட்டது.

ஒருவாரத்திற்குப் பிறகு தமது மகளைப் பற்றிய நினைவுக் குறிப்பில் “அவளது நடமாட்டங்கள் வேகமானவையாகவும் விறுவிறுப்பானவையாகவும், மென்மையானவையாகவும் இருந்தன” என்றும் தம்முடன் போட்டிபோட்டுக் கொண்டு நடந்து வந்ததையும் மிகவும், இனிமையான புன்சிரிப்புகளுடன் கூடிய அவளது முகம் எப்போதும் பிரகாசித்தது என்றும் குறிப்பிட்டிருந்தார். “எங்களது குடும்பத்தின் மகிழ்ச்சியையே இழந்துவிட்டோம்; எங்களுடைய வயதான காலத்தின் ஆறுதலையே இழந்துவிட்டோம்” என்றும் எழுதியிருந்தார்.

தமது அன்புக்குழந்தை எலிசபெத்தின் மரணத்திற்குப் பிறகு டார்வின், தாம் ஆலயத்திற்கு செல்வதை நிறுத்திக் கொண்டார். அதுவரை ஞாயிற்றுக்கிழமைகளில் ஆலயத்திற்குச் சென்று வந்த அவர், இப்போது தமது குடும்பத்தினரை ஆலயத்திற்கு அருகில் விட்டு விட்டுத் திரும்பிவிடுவார்.

அன்னி எலிஸபெத் இறந்த 20 நாட்களில் எம்மா, தமது 9ஆம் குழந்தையைப் பெற்றெடுத்தார். அடுத்த 5 ஆண்டுகளுக்குப் பிறகு 1856 டிசம்பர் 26இல் 10வது குழந்தை பிறந்தது. அந்தக்

குழந்தை தனது கருவிலிருந்த போது அன்னி உடல்ரீதியாக சங்கடப்பட்டார். ஏனெனில் அப்போது அவருக்கு வயது 47. குழந்தை பிறப்பதற்கான வயது தாண்டிவிட்டது என்று அவர் நினைத்துக் கொண்டிருந்த சமயத்தில் அந்தக் குழந்தை உருவானதே அவருக்கு ஏற்பட்ட சங்கடத்திற்குக் காரணமாகும். ஆனால் டார்வின் சங்கடம் வேறுவிதமாக இருந்தது. வழக்கம்போல் எம்மாவின் மீதான அன்பு காரணமாக ஏற்படும் படபடப்பு கடைசிக்குழந்தை கருவாக உருவான போதும் அவருக்கு ஏற்பட்டது. மேலும் அன்னி எலிஸபெத் இறந்தபிறகு தம்முடைய நோய்களே பரம்பரை நோய்களாக குழந்தைகளைத் தாக்குகிறதோ என அச்சமடைந்தார். இந்த அச்சம், கடைசிக்குழந்தை பிறந்த 7ஆம் மாதத்திற்குப்பிறகு இறந்தபோது மேலும் அதிகரித்தது. மீதமிருக்கும் குழந்தைகளும் பாதிக்கப்படுமோ என்றும் பயந்தார்.

1857 பிப்ரவரியில் ஒருநாள், டார்வினின் நண்பன் பீட்ஸ்ரோய் டோன் கிராமத்திற்கு வந்தார். இருவரும் 15 ஆண்டுகளுக்குப் பிறகு இப்போதுதான் சந்தித்துக் கொண்டனர். இப்போது இருவரும் நடுத்தர வயதுக்காரர்கள். டார்வின் 50 வயதை நெருங்கிக் கொண்டிருந்தார். பீட்ஸ்ரோய் 54 வயதை எட்டியிருந்தார். இருவரும் தங்களுடைய வாழ்க்கை அனுபவங்களைப் பரிமாறிக் கொண்டனர்.

பீட்ஸ்ரோயைப் பொறுத்தவரையில் அவரது வாழ்க்கை அவ்வளவு மகிழ்ச்சிகரமானதாக இருக்கவில்லை. அவருடைய சொந்த வாழ்க்கையில் சோகமே மிகுந்திருந்தது. முதலில் தமது மனைவியை இழந்தார்; பின்னர் அவர்களின் அடையாளமாக இருந்த மகளும் இறந்துவிட்டாள். அரசவம்ச சிந்தனை கொண்டவராக இருந்தாலும் பெருந்தன்மையானவராகவும் நல்லநட்புக்குரியவராகவும் இருந்த பீட்ஸ்ரோய், தமது வாழ்க்கையிலும் பணியிலும் இறக்கங்களையும் ஏற்றங்களையும் எதிர்கொள்ள வேண்டியிருந்தது. நியூசிலாந்தின் ஆளுநராக நியமிக்கப்பட்ட அவர் அடுத்த 2 ஆண்டுகளுக்குள் அந்தப் பொறுப்பிலிருந்து நீக்கப்பட்டு வேறொருவர் நியமிக்கப்பட்டார். இது அவருடைய செல்வாக்கிற்கும் புகழுக்கும் பலத்த அடியாக இருந்தது; மேலும் இதனால் எதிர்பாராத பெரும் செலவுகளையும் எதிர்கொள்ள நேர்ந்தது. பின்னர் அவர், உல்விச் துறைமுகத்தில் பிரிட்டிஷ் அரசின் கப்பல்கட்டும் தளத்தின் மேற்பார்வையாளராக

நியமிக்கப்பட்டார். அதில் அவர் ஈடுபாட்டுடன் பணியாற்ற முடியாத நிலைமையில் அதிலிருந்து 1850இல் அப்பொறுப்பிலிருந்து அவராகவே வெளியேறிவிட்டார். 1851இல் தான் அவருக்குக் கொஞ்சம் நல்ல திருப்பம் ஏற்பட்டது. ஏனெனில் அந்த ஆண்டு ராயல் சொசைட்டியின் உறுப்பினராகத் தேர்ந்தெடுக்கப்பட்டார். அதில் ஏற்கெனவே டார்வின் உறுப்பினராக இருந்தார். இதில் பீட்ஸ்ரோய் உறுப்பினரானதைத் தொடர்ந்து ராயல் சொசைட்டியின் அப்போதைய உறுப்பினர்கள், டார்வின் உட்பட 13 பேர் அளித்த பரிந்துரையின்பேரில், பிரிட்டிஷ் வர்த்தக வாரியத்தில் வானிலை ஆய்வு மையத்தின் புள்ளிவிவர நிபுணராக நியமிக்கப்பட்டார். இது டார்வினுக்கு ஏற்கெனவே தெரிந்ததாகும். ஆனால் பீட்ஸ்ரோய், இப்போது வேறொரு அந்தஸ்தில் இருந்தார். அதை அறிந்தபோது டார்வின் திகைப்படைந்து போனார். ஏனெனில் இப்போது அவர் பிரிட்டிஷ் கப்பல்படையில் மிக உயர்ந்த பதவிகளில் ஒன்றான அட்மிரலாக இருந்தார். இவ்வளவு உயரிய பதவியில் இருப்பவர் தன்னைக் காண்பதற்கு இந்தச் சின்னஞ்சிறிய கிராமத்திற்கு வந்திருக்கிறார் என்பதே டார்வினுக்கு ஏற்பட்ட திகைப்புக்குக் காரணமாகும். பீட்ஸ்ரோயின் இந்தத்திடீர் வருகைக்கு முக்கிய நோக்கம், தான் அழைத்துவந்திருந்த தமது 2வது மனைவியையும் 18 வயது மகனையும் தமது பழைய கப்பல் பயண நண்பர் டார்வினுக்கும் அவரின் மனைவி எம்மாவுக்கும் அறிமுகப்படுத்த வேண்டும் என்பதுதான். இங்கே அந்தஸ்து பதவி ஆகியவற்றிற்கு மேலாக நட்பு ஒளிர்விட்டது.

எம்மாவிற்குக் கடைசிக்குழந்தை சார்லஸ் வாரிங் டார்வின் (இது 7 மாதத்தில் இறந்துவிட்டது) பிரசவம் ஆனதிலிருந்தே உடல்நிலைமை அவ்வளவு நலமாக இருக்கவில்லை. மேலும் அவருடைய 4ஆம் குழந்தையான ஹென்ரீட்டா எம்மா எட்டி டார்வினும் நோயாளியாக இருந்தாள். அப்போது அவளுக்கு வயது 13. எனவே எட்டியை அழைத்துக் கொண்டு இருவரும் ஒருமாதகால ஓய்வு எடுக்கும் நோக்குடன் டோன் கிராமத்திலிருந்து 15 மைல் தொலைவில் உள்ள கடல்பகுதிக்குச் சென்றனர். ஆனால் டார்வினைக் கவனித்து வந்த நர்ஸ் போய்விட்டதால் அவர் உடல் நிலைமை மோசமடைந்தது. எனவே 5ஆண்டுகளுக்கு முன்பு மால்வெர்னில் எடுத்த நீர்சிகிச்சையை மீண்டும் எடுப்பதற்கு விரும்பினார். ஆனால் மால்வெர்னை நினைத்தாலே அவருக்கு இதயம் வலித்தது.

அவருடைய மகள் அன்னி எலிஸபெத்தின் நினைவு அவரை அலைக்கழித்தது. அவளுடைய கல்லறையை அவர் மட்டுமின்றி அவரது குடும்பத்தினர் யாரும் பார்த்ததில்லை. எனவே, அவர் டோன் கிராமத்திலிருந்து 40 மைல் தொலைவில் மூர்பார்க் என்ற ஊரில் நீர்சிகிச்சை மையத்தில் சிகிச்சை எடுக்க முடிவு செய்து அங்கு சென்றார். அவருக்கு மிக அமைதியான இந்த இடம் மால்வெர்னைவிடப் பிடித்தமானதாக இருந்தது. சுற்றுப்புறங்களும் பசுமையான அழகைக் கொண்டிருந்தன. இவருக்குச் சிகிச்சை அளித்த டாக்டர் எட்வர்டுலேன், இளைஞர் மட்டுமல்ல இனிமையானவருங்கூட. டார்வினின் வேதனைகளை மிகச்சரியாக கணித்து நீர்சிகிச்சைகளை மேற்கொண்டார். இந்தச் சூழ்நிலைகள் மற்றும் சிகிச்சை காரணமாக டார்வின் வேகமாகக் குணமடைந்தார்.

1865 ஏப்ரலில் ஐக்கிய அமெரிக்க நாட்டின் ஜனாதிபதி ஆப்ரஹாம்லிங்கன், கருப்புநிறவெறியன் ஒருவனால் சுட்டுக் கொல்லப்பட்ட செய்தி பிரிட்டனில் பரபரப்பாகப் பத்திரிகைகளில் வெளிவந்தது. இதுபற்றிய செய்திகள் இரண்டு வாரங்களாகப் பத்திரிகைகளை ஆக்ரமித்துக் கொண்டன. இந்தச் செய்திகளைப் படித்து வந்த டார்வின் சம்பவத்திற்கு இரண்டு வாரம் கழித்து அச்செய்திகளுக்கிடையே ஒரு செய்தியைப் பார்த்து அதிர்ச்சியடைந்தார். அந்தச் செய்தி அட்மிரல் ராபர்ட் பீட்ஸ்ரோய் மரணமடைந்தார் என்பதுதான். 5 ஆண்டுகால கப்பல் பயணத்தில் தமது உற்ற நண்பராகிய பீட்ஸ்ரோயின் மரணச் செய்தி டார்வினைப் பெரிதும் பாதித்தது.

பீகிள் கப்பல் பயணத்திற்குப் பிறகு அவர்கள் அடிக்கடி சந்திக்க முடியாவிட்டாலும் கடிதங்கள் மூலம் தங்களுடைய நட்புணர்வுகளைப் பரிமாறிக் கொண்டே இருந்தனர். 1857 பிப்ரவரியில் டார்வினின் கிராமத்து வீட்டுக்கு பீட்ஸ்ரோய் வந்திருந்தபோது இருவரின் குடும்பங்களும் இறுதியாக சந்தித்துக் கொண்டன. அதன்பிறகு 8 ஆண்டுகள் ஓடிவிட்டன. இப்போது தமது கப்பல் பயண நண்பர் இந்த உலகத்தில் இல்லை என்பது டார்வினுக்கு ஏதோ ஒரு வெறுமையை ஏற்படுத்தியது. ஏனெனில் பீட்ஸ்ரோய் டார்வினின் நண்பராக மட்டுமின்றி அவருடைய உயர்ந்த நிலைமைக்கு அடித்தளம் அமைத்துக் கொடுத்த சிலரில் ஒருவர்.

அடுத்த ஆண்டு 1866இல் டார்வின் தமது உடன்பிறப்பு உறவுகளில் 2 பேரை அடுத்தடுத்து இழக்க நேர்ந்தது. அந்த ஆண்டின் தொடக்கத்தில் அவரது இளைய சகோதரி காத்தரின் மரணமடைந்தார். அடுத்து நவம்பர் மாதத்தில் டார்வினின் மூத்த சகோதரி சூஸன் மரணமடைந்தார். இவர் ஏற்கெனவே இறந்துபோன இன்னொரு சகோதரி மேரிஅன்னியின் குழந்தைகளை வளர்ப்பதில் தம்மை அர்ப்பணித்துக் கொண்டவர். இந்த மரணங்கள் டார்வினுக்கு கனத்த வேதனை-களை அளித்தன. இதனால் அவரது உடல்நலம் பாதிக்கப்பட்டது. வழக்கம்போல் அவரது மனைவியின் அன்பும் கவனிப்பும்தான் அவரை சரிப்படுத்தின.

இப்படித் தொடர்ந்து மரணங்களும் உடல்நலக்கோளாறு களும் அவரை அலைக்கழித்த போதிலும் இவற்றிற்கிடையே தமது ஆய்வுகளையும் ஆராய்ச்சிகளையும் தொடர்ந்து அவற்றின் அடிப்படையில் நூல்களை எழுதுவதிலும் வெளியிடுவதிலும் அதன் பொருட்டுத் தமது சக அறிவியல் நண்பர்களுடன் தொடர்பு கொள்வதிலும் தீவிரமாக இருந்தார்.

1873 கோடைகாலத்தில் டார்வினும் அவருடைய அன்பு மனைவி எம்மாவும் சுரீ (Surrey) என்ற நாட்டுப்புறப் பகுதியைச் சேர்ந்த நண்பர்களின் விருந்தாளிகளாகச் சென்றிருந்தனர் (சுரீ என்பது அப்போது இங்கிலாந்தின் தென்கிழக்குப் பகுதியில் 722 சதுர கிலோ மீட்டர் பரப்பளவு கொண்ட நாட்டுப்புறப் பகுதியாகும். இந்தப் பகுதியில் இருந்த ஒரே நகரம் கில்டுஃபோர்டு என்பதாகும்) அப்படி அவர்கள் இருவரும் தங்களுடைய குடும்பப்பிரச்சனை எதுவும்இன்றி வெளியிடம் ஒன்றிற்கு விருந்தாளிகளாக மேற்கொண்ட பயணம் கடந்த 20 ஆண்டுகளில் இதுவே முதல் தடவையாகும். இது அவர்களால் மறக்க முடியாத நிகழ்வாகும்.

ஆனால் இவர்கள் அங்குப் போவதற்கு முன்பு ஒருவருக்கு நிகழ்ந்த சோகச் சம்பவம் ஒன்றைக் கேட்டறிந்த போது இருவரும் வேதனைப்பட்டனர். கடந்த காலத்தில் டார்வினுடன் சம்பந்தப்பட்டவர். அவர் ஆக்ஸ்போர்டில் கிறிஸ்தவ பிஷப்பாக இருந்த சாமுவேல் வில்ஃபெர்ஃபோர்ஸ் என்பவராவார். குதிரைச் சவாரி செய்வதில் வல்லவர். டார்வினும் எம்மாவும் தங்கியிருந்த அதே எஸ்டேட்டில் குதிரைச் சவாரியின் போது

கீழே விழுந்ததில் பலியானார். கடந்த காலத்தில் அவர் டார்வினின் உயிரின் தோற்றம் கோட்பாட்டைக் கடுமையாக எதிர்த்தவர். தனிப்பட்ட முறையில் இருவருக்குமிடையே எந்த விரோதமும் இல்லை. தம்முடைய அறிவுலக எதிரிக்கு ஏற்பட்ட துயரமுடிவு குறித்து டார்வின் மிகுந்த வேதனைப்பட்டார்.

அதேஆண்டு இலையுதிர் காலத்தில் வெளியாகிப் பரபரப்பாக விற்பனையாகிக் கொண்டிருந்த *மனிதர்கள் மற்றும் மிருகங்களிடத்தில் உணர்ச்சிகளின் வெளிப்பாடு* (The Expressions of Emotions in Men and Animals) என்ற நூலின் பிரதி ஒன்றைத் தமது இளம்வயது நட்புக்குரிய ஒரு பெண்ணுக்கு அனுப்பிவைத்தார் டார்வின். அவர் இளைஞனாகப் பழகியபோதே அந்தப்பெண் பிறப்பிலேயே அறிவாளி என்று அவரால் கருதப்பட்டவர். அவர் இளம் வயதில் தம்மைப் பெரிதும் ஈர்த்த ஃபேன்னி ஓவனின் மூத்த சகோதரி சாரா ஓவன். சாரா, டார்வினின் மூத்த சகோதரி சூஸனுடன் நெருக்கமான நட்புக் கொண்டிருந்தவர். அவர் ஹாலிபர்டன் என்பவரைத் திருமணம் செய்திருந்தார். தாம் அனுப்பிய நூலுடன் சேர்த்துக் கடிதம் ஒன்றையும் டார்வின் எழுதியிருந்தார். அதில் அவர் சாராவையும் அவரது குடும்பத்தினரையும் நீண்ட காலமாகச் சந்திக்கவில்லை என்றாலும் இளம்வயதில் அவர்களுடன் பழகிய மகிழ்ச்சிகரமான நாட்களை மறக்கவில்லை என்றும், உடல்நலக் கோளாறுகள் இருந்தாலும் வயதாகிவிட்டாலும் இயற்கை விஞ்ஞானத்தில் தமக்குள்ள ஆர்வம் காரணமாக தம்முடைய வாழ்க்கை மகிழ்ச்சிகரமான ஒன்றாக இருப்பதாகவும் அக்கடிதத்தில் கூறியிருந்தார்.

டார்வின் தமது கடிதத்தில் கேட்டுக் கொண்டிருந்தபடி அவருக்கு சாரா பதில் கடிதம் ஒன்றை உடனடியாக எழுதியிருந்தார். அக்கடிதத்தின் இறுதியில் டார்வின் பையனாக இருந்தபோது தமக்கு மிகுந்த மகிழ்ச்சி அளிக்கக் கூடியவராக இருந்ததாகவும் அதற்காகத்தாம் டார்வினுக்குக் கடமைப்பட்டுள்ளதாகவும் கடந்த காலத்தை நினைவு கூர்ந்திருந்தார்.

1873லும் அதன்பின்னரும் டார்வினின் உடல் நிலைமையில் அவ்வப்போது கோளாறுகள் வந்தாலும் பொதுவாக முன்னேற்றம் இருந்ததால் அவரது ஆய்வு மற்றும் ஆராய்ச்சிப் பணிகளிலும் நூல்கள் எழுதும் பணிகளிலும் மிகுந்த கவனம் கொண்டார்.

ஆனால் 1876இல் அவரது வாழ்க்கையில் மீண்டும் ஒரு சோகச் சம்பவம் நிகழ்ந்தது. அவருடைய மகன் பிரான்சிஸிற்கும் ஆமி என்ற பெண்ணுக்கும் 2 ஆண்டுகளுக்கு முன்பு திருமணம் நடைபெற்றது. லண்டனில் வாழ்ந்து வந்த அவர்களுக்கு செப்டம்பர் 7இல் ஒரு ஆண்குழந்தை பிறந்தது. அதற்கு ஃபெர்னான்ட் என்று பெயரிட்டனர். தங்களுக்கு முதல் பேரன் பிறந்தது குறித்து டார்வினும் எம்மாவும் பெரும் மகிழ்ச்சி அடைந்தனர். ஆனால் இந்தமகிழ்ச்சி நீடிக்கவில்லை. குழந்தை பிறந்த 4 நாட்களிலேயே ஆமி, ஒரு வகையான விஷக்காய்ச்சலுக்கு பலியானாள். இது எல்லோருக்கும் பேரிடியாய் விழுந்தது. இந்த அதிர்ச்சி டார்வின் குடும்பத்தையே நிலைகுலையச் செய்துவிட்டது. லண்டனில் பணிபுரிந்து வந்த பிரான்சிஸூம் பச்சிளங் குழந்தையும் டோன் கிராமத்திற்கு அழைத்து வரப்பட்டனர். பிரான்சிஸ், அவரது தந்தையின் அறிவியல் பணிகளுக்கு உதவியாளராகக் செயல்பட்டார். பேரனை வளர்க்கும் பொறுப்பை எம்மா ஏற்க வேண்டியதாயிற்று.

1877 நவம்பர், டார்வினின் அறிவியல் சாதனைகள் அங்கீகரிக்கப்பட்ட மாதமாகும். அவர் இளம் வயதில் பட்டதாரியான அதே காம்பிரிட்ஜ் பல்கலைக்கழகம், அவருக்கு கவுரவ முனைவர் பட்டம் (Honorary Doctorate) வழங்கிச் சிறப்பித்தது. ஆனாலும் இது காலதாமதமானதாகும். அவ்ருடைய பரிணாம வளர்ச்சிக் கோட்பாட்டுக்கும் இயற்கைத்தேர்வு கோட்பாட்டுக்கும் எதிரானவர்கள் பல்கலைக்கழகத்தின் நிர்வாகத்தில் அதிகமானவர்களாக இருந்ததே இத்தாமதத்திற்கு காரணமாகும். ஆனால் இது பேராசிரியர்கள் உள்பட ஆசிரியர்கள், அறிவியலாளர்கள் ஆகியோரிடம் கடும் அதிருப்தியை ஏற்படுத்தியது. டார்வினின் நண்பரும் பொருள்முதல்வாத அடிப்படையில் அறிவியல் நூல்களைப் படைத்தவருமான தாமஸ் ஹக்ஸ்லி வெளிப்படையாகவே இந்தப் பிரச்சனையைக் கிளப்பினார். இந்த நிர்ப்பந்தப் பின்னணியில் தான் காம்பிரிட்ஜ் பல்கலைக்கழகம் தமது பழைய மாணவரை கௌரவிக்க முன்வந்தது. கௌரவ முனைவர் பட்டத்தை நேரடியாகப் பெற்றுக் கொள்ள டார்வின் லண்டன் வந்திருந்தார். அதற்கான சிவப்பு நிற சீருடை அங்கியை அணிந்து தமது மனைவி எம்மாவுடன் அவர் காம்பிரிட்ஜ் பல்கலைக் கழகத்தில்

படித்தபோது சென்று வந்த அதே வீதிகளில் மகிழ்ச்சிகரமாக நடந்தார். பட்டமளிப்பு விழாநடைபெற்ற செனட்சபைக் கட்டிடத்தில் கூட்டம் நிரம்பி வழிந்தது. பேராசிரியர்களும் அறிவியலாளர்களும் கல்வியாளர்களும் தங்களுடைய குடும்பத்தினர்களுடன் அரங்கில் அமர்ந்திருந்தனர். கேலரிகளில் மாணவர்கள் நிரம்பியிருந்தனர். பட்டமளிப்பு விழா சிறப்பாக நடைபெற்றது. அதே நாளன்று விழாவைத் தொடர்ந்து தமது தந்தையையும் தாயையும் கௌரவிக்கும் பொருட்டு அவர்களது மகன் ஜார்ஜ், ட்ரினிடி கல்லூரியில் பெரும் விருந்து ஒன்றை நடத்தினார்.

ஆனால் இதற்குப் பல ஆண்டுகளுக்கு முன்பே 1859இல் டார்வினின் *உயிரினங்களின் தோற்றம்* வெளியானதைத் தொடர்ந்து அதனையும் அவரது அறிவியல் திறனையும் அங்கீகரிக்கும் வகையில் 1860ஆம் ஆண்டுகளில் பிரஷிய அறிவியல் கழகத்தின் விருதையும் பிரெஸ்லா, பான் ஆகிய பல்கலைக்கழகங்களின் கௌரவப் பட்டங்களையும் பெற்றார். மேலும் ராயல் ஸ்வீடிஷ் அறிவியல் கழகம், செயின்ட் பீட்டர்ஸ் பர்க் இம்பீரியல் அறிவியல் கழகம், பிலடெல்பியாவில் செயல்பட்டு வந்த அமெரிக்கத் தத்துவ அமைப்பு ஆகியவற்றின் சிறப்பு உறுப்பினராகவும் தேர்ந்தெடுக்கப்பட்டார்.

1879இல் டார்வின் மிகச்சுறுசுறுப்பாகச் செயல்படுவதற்கு அவரது உடல் நிலைமை இசைவானதாக இருந்தது. அவரை நேரில் சந்தித்துப் பேசுவதற்கும் விவாதிப்பதற்கும் எப்போதும் வந்து கொண்டிருக்கும் சக அறிவியலாளர் மற்றும் வாசகர்களிடம் இந்த ஆண்டு சுறுசுறுப்புடன் நடந்து கொண்டார். மேலும் பீகிள் கப்பல் பயணத்தின் போதே அவரது சிந்தனையில் துளிர்விட்டு வளர்ந்து கொண்டிருந்த மண்புழுக்கோட்பாடு குறித்து உயிரியல் நூல் ஒன்றை எழுதி முடிக்கும் பணியில் இறங்கினார். அந்தநூலை எழுதிமுடித்து அந்நூலும் வெளிவந்து 2 ஆண்டுகளில் 8000 பிரதிகள் விற்றுத் தீர்ந்தன. ஆனால் இந்நூல்தான் தமது கடைசி நூல் என்று அவர் அப்போது அறிந்திருக்க நியாயமில்லை.

1881ஆம் ஆண்டு கோடையில் எம்மா கேட்டுக் கொண்டதன் பேரில் லேக் என்ற மாவட்டத்திற்கு 4 பேரும் சென்றனர். அங்கு பேட்டர்டேல் என்ற ஊரில் ஒரு மாதத்திற்கு ஒரு வாடகை வீட்டில் தங்கினர். இயற்கைச் சூழல்கள் மிகுந்த அந்தப்பகுதியில்

டார்வினும் எம்மாவும் தங்களது பேரன் பேர்னாண்டை அழைத்துக் கொண்டு சென்று வந்தனர். அவர்களுக்கு அது மகிழ்ச்சிகரமானதாக இருந்தது.

கோடையின் இறுதியில் டார்வின் லண்டனுக்குப் பயணம் மேற்கொண்டார். அங்கு அவர், அவரது உருவப்படத்தை வரைவதற்கு ஓவியர் முன்பு உட்கார்ந்திருந்தார். மேலும் சர்வதேச மருத்துவப் பேரவையின் (International Medical Congress) விருந்து விழா தொடக்க நிகழ்ச்சியில் வேல்ஸ் இளவரசர் ஜெர்மன் இளவரசர் ஆகியோருடன் பங்கேற்றார்.

ஆனால் அதே ஆண்டின் இலையுதிர் காலத்தில் டார்வின், மீண்டுமொரு சோகநிகழ்வை எதிர்கொள்ள நேர்ந்தது. லண்டனில் அவரது அண்ணன் எராஸ்மஸ் டார்வின் திடிரெனக் கடுமையான நோய்க்கு உள்ளானார். ஆகஸ்ட் 26ஆம் தேதி அவர் மரணமடைந்தார். டார்வினின் குடும்பம் முழுவதும் லண்டன் சென்றது. அவரது உடல் டோன் கிராமத்திற்குக் கொண்டு வரப்பட்டு இறுதிநிகழ்ச்சிகள் நடத்தப்பட்டன. எராஸ்மஸ் டார்வின் மரணம் தமக்கு ஒருவித வெறுமையை ஏற்படுத்தியதை சார்லஸ் உணர்ந்தார். இருவரும் அன்புச் சகோதரர்களாகவும் நண்பர்களாகவும் இளமைக் காலத்தில் வாழ்ந்ததையெல்லாம் சோகத்துடன் நினைவு கூர்ந்தார். தம்முடைய இளமைக்கால நினைவுகளே தம்மைவிட்டு நழுவிச் செல்வதையும் உணர்ந்தார்.

எராஸ்மஸ் டார்வின் தமது உயிலில் தமது எஸ்டேட்டை இரண்டாகப் பிரித்து டார்வினுக்கும், அவருடைய உடன்பிறப்புகளில் மிச்சமிருக்கும் சகோதரி கரோலினுக்கும் எழுதிவைத்திருந்தார். டார்வின் தமக்குக் கிடைத்த எஸ்டேட்டை விற்றுப் பணமாக்கியபோது அவருடைய கையிருப்புப் பணம் இரண்டரை லட்சம் பவுண்டுகளாக உயர்ந்துவிட்டது. இது அவருக்கே கொஞ்சம் ஆச்சரியமாக இருந்தது. அவருடைய குடும்பத்தின் எதிர்கால நிதிநிலைமை குறித்து இருந்த கொஞ்சம் உள்உதறல்களும் இப்போது அவருக்கில்லை.

லண்டனில் வசித்து வந்த தங்களுடைய மகள் எட்டியையும் மருமகனையும் பார்ப்பதற்காக டார்வினும் எம்மாவும் டிசம்பர் மாதம் அங்குச் சென்றனர். அங்கு வயதான சக அறிவியலாளர் ஒருவரைச் சந்திப்பதற்காக டார்வின் சென்று கொண்டிருந்தார். அப்போது வழியில் அவருக்கு நெஞ்சுவலி ஏற்பட்டது.

டார்வின் டோன் கிராமத்தில் தனது முதிர்ந்த வயதில் நடைசென்ற மணல் பாதை.

எப்படியோ சமாளித்து ஒரு குதிரை வண்டியை ஏற்பாடு செய்து தமது மகள் வீட்டிற்குத் திரும்பிவிட்டார். மறுநாள் ஒரு டாக்டர் வந்து பரிசோதித்துவிட்டுக் கவலைப்படுவதற்கு ஒன்றுமில்லை என்று கூறிவினார். டார்வினும் இந்தச் சிகிச்சைக்குப்பிறகு தெளிவடைந்தார். எனவே எட்டி வீட்டில் கிறிஸ்துமஸ் கொண்டாடுவதற்கான முன்னேற்பாடுகள் செய்யப் பட்டன. அடுத்தசில நாட்களில் டார்வினைப் பாராட்டவும் மரியாதை செலுத்தவும் ஏராளமானவர்கள் வருகை அளித்தனர். அவர்களை உற்சாகமாக வரவேற்ற டார்வின் அவர்களுடன் உற்சாகமாக விவாதித்தார். பார்வையாளர்களில் ஹக்ஸ்லியும் கூக்கரும் குறிப்பிடத்தகுந்தவர்களாவர்.

லண்டனிலிருந்து எம்மாவுடன் டோன்கிராமத்திற்குத் திரும்பிய டார்வின் வழக்கம்போல் மணல் நடைமேற்கொண்டு வந்தார். ஆனால் இப்போது மெதுவாக நடந்தார். 1882 மார்ச் மாதம் ஒருநாள் நடந்து கொண்டிருந்த போது அவர் தமது வீட்டிலிருந்து தொலைவில் இருந்தார். அப்போது அவருக்குக் கடுமையான நெஞ்சுவலி ஏற்பட்டது. ஆனால் சமாளித்து வீடுவந்து சேர்ந்தார். ஆனால் டாக்டரை வரவழைக்க வேண்டாம் என்று எம்மாவிடம் கூறிவிட்டார். பின்னர் அவர் சுயநினைவுக்கு வந்தபோது எம்மாவின் கரத்தைப் பிடித்துக் கொண்டு அவரிடம் “நான் சாவதற்குப் பயப்படவில்லை. நீ எனக்கு எவ்வளவு நல்ல மனைவியாய் இருந்திருக்கிறாய் என்பதை நான் நினைவு கூர்கிறேன். என்னுடைய குழந்தைகளும் என்னிடம் எவ்வளவு நல்லவர்களாக இருந்திருக்கிறார்கள் என்பதை அவர்கள் அனைவரிடமும் கூறு” என்று கேட்டுக் கொண்டார். அன்றைய இரவு அவர்கள் இருவருக்கும் அமைதியற்ற இரவாக நகர்ந்தது. மறுநாள் காலையில் சிறிது உணவு எடுத்துக் கொண்டார். பின்னர் சிறிது நேரம் தூங்கினார். கண்விழித்தபோது நெஞ்சுவலியால் வேதனைப்பட்டார். இந்த வலி பல மணிநேரம் நீடித்தது. தகவலறிந்து லண்டனிலிருந்து மகன் பிரான்சிஸ் டார்வினும் மகள் ஹென்ரீட்டா எம்மாஎட்டிடார்வினும் விரைந்து வந்தனர். அப்போது டார்வின் தமது மகனிடமும் மகள்களிடமும் “நீங்கள் என்னைக் கவனிப்பதற்காகவே நான் நோயாளியாக இருப்பது பெருமைக்குரியதாகும்” என்று கூறினார். பகல் 3மணி அளவில் அவர் அவர்களிடம் தனக்கு மயக்கம் ஏற்படுவது போல் உணர்வதாகக் கூறினார். உடனே எம்மா வரவழைக்கப்பட்டார்.

உடலயர்ச்சியுடன் உறங்கிக் கொண்டிருந்த எம்மா அவசரஅவசரமாக வந்து அவரை அரவணைத்துக் கொண்டார். 43 ஆண்டுகளாக அரவணைத்து அவருக்கு ஆறுதலாக இருந்த எம்மாவின் அந்த அரவணைப்பு இருவருக்குமே கடைசி அரவணைப்பாக இருந்தது. அந்த அரவணைப்பிலேயே மாலை 4 மணி அளவில் 73 ஆண்டுகளாக இடைவிடாது நிகழ்ந்துவந்த அவரது மூச்சு நின்று போனது. 1882 ஏப்ரல் 19 மாலை 4 மணியுடன் டார்வின் தமது வாழ்க்கைப் பயணத்தை முடித்துக் கொண்டார்.

டார்வின் சடலத்தை டோன் கிராமத்தின் கல்லறையில் அவரது இரண்டு குழந்தைகள் அவருடைய சகோதரன் எராஸ்மஸ் டார்வின் ஆகியோருக்கு அருகிலேயே அடக்கம் செய்ய அவரது குடும்பத்தினர் ஏற்பாடுகள் செய்தனர்.

ஆனால், அவரது நண்பர்களான சார்லஸ் ஹக்ஸ்லி உள்ளிட்ட பிரிட்டிஷ் அறிவியலறிஞர்கள் மேற்கொண்ட முயற்சிகளின் காரணமாக பிரிட்டிஷ் அறிவியல் வளர்ச்சி அமைப்பான ராயல் சொசைட்டி லண்டனில் அரசர்களும் அரசவம்சத்தினரும் புதைக்கப்படும் வெஸ்ட்மினிஸ்டர் அபே (Abey)யில் அடக்கம் செய்ய அனுமதிக்குமாறு அவரது குடும்பத்தினரைக் கேட்டு கொண்டனர். முந்தைய அறிவியல் பிரபலங்களின் கல்லறைகளுக்கு அருகில் டார்வினை அடக்கம் செய்வதே அவருக்குப் பெருமை அளிக்கும் என ராயல் சொசைட்டியும் ஹக்ஸ்லி உள்ளிட்ட அறிவியலாளர்களும் வலியுறுத்தினர். இதற்கு ஆதரவாக நாடாளுமன்ற உறுப்பினர்கள் மட்டுமின்றிப் பிரபல பத்திரிகைகளும் எழுதின. இந்த நிர்ப்பந்தங்களின் காரணமாக டார்வின் குடும்பத்தினரும் ஒப்புக்கொண்டனர்.

ஏப்ரல் 27ஆம் தேதி 4 குதிரைகள் பூட்டப்பட்ட சாரட்டில் டார்வினின் சடலப்பெட்டி ஏற்றப்பட்டு டோன் கிராமத்திலிருந்து 60 மைல் பயணத்தில் லண்டன் கொண்டு செல்லப்பட்டது. அங்கு சவப்பெட்டி மலர் கொத்துக்கள், பட்டுத்துணிகள் ஆகியவற்றால் அலங்கரிக்கப்பட்டு மறுநாள் காலை 11 மணிக்கு வெஸ்ட்மினிஸ்டர்அபேயில் இருந்த சாப்டர்ஹவுஸ் எனப்படும் அரங்கு ஒன்றிற்குள் கொண்டு செல்லப்பட்டது. வெளிநாட்டுத் தூதர்கள், நாடாளுமன்ற உறுப்பினர்கள், பேராசிரியர்கள் பல்வேறு அறிவியல்

அமைப்புகளின் தலைவர்கள் உட்பட ஏராளமானவர்கள் கூடியிருந்தனர். அங்கிருந்து அவர்கள் ஊர்வலமாகப் பின்தொடர சவப்பெட்டி அடக்கம் செய்யப்படும் அபேயின் மேற்கு வாசல்பக்கம் கொண்டு செல்லப்பட்டது. அங்கு டார்வினின் குடும்பத்தினரும் உறவினர்களும் காத்திருந்தனர். ஆனால் டார்வினின் சவப்பெட்டியுடன் அழைத்து வரப்படுவார் என எதிர்பார்க்கப்பட்ட எம்மா வரவில்லை.

டார்வின் உடலை மண்ணிற்குள் அடக்கம் செய்வதைக் காண முடியாது என்பதனாலோ என்னவோ, அவர் கடந்த 40 ஆண்டுகளாக அவருடன் வாழ்ந்த வாழ்க்கையின் நினைவுகளுடனே வாழ்ந்து விடுவதென டோன் கிராமத்து வீட்டிலேயே இருந்துவிட்டார்.

அபேக்குள் கூட்டம் நிரம்பி வழிந்தது. இருக்கைகள் கிடைக்காதவர்கள் சுவர்களையொட்டி நின்று கொண்டிருந்தனர். டார்வினுக்கு முக்கியத்துவம் அளித்து விசேஷமாக இயற்றப்பட்ட கீதம் கோரஸாகப் பாடப்பட்டது. அந்தப் பாடல், பழமொழிப் புத்தகத்திலிருந்து பொறுக்கி எடுக்கப்பட்ட வார்த்தைகளால் அமைந்ததாகும். ஓர் அறிவியலாளர் என்பதற்கேற்ப அனுபவ அறிவும் சூழ்நிலைப்புரிதலும் கொண்ட மனிதனே மகிழ்ச்சியானவன், என்ற பொருள் கொண்ட பாடலாக அமைக்கப்பட்டது.

பின்னர் அவரது சவப்பெட்டி அங்கிருந்த கிறிஸ்தவ ஆலயத்தின் வடகிழக்கு மூலைக்கு எடுத்துச் செல்லப்பட்டது. அப்போது பீத்தோவென், ஸ்குபெர்ட் ஆகிய மகத்தான இசைக் கலைஞர்களின் இசை ஒலிக்கப்பட்டது. டார்வினின் இளம் வயதில் அவரை ஈர்த்த நிலஅமைப்பியலாளர் ஜான்ஹெர்செல், ஐஸக்நியூட்டன் ஆகியோரின் கல்லறை நினைவுச் சின்னங்களையொட்டிய புதைகுழியில் டார்வினின் சவப்பெட்டி இறக்கப்பட்டது அப்போது ‘அவரது உடல் அமைதியாக அடக்கம் செய்யப்பட்டது, ஆனால் அவரது புகழ் எப்போதைக்கும் வாழ்கிறது’ என்ற பாடல் இசைக்குழுவால் பாடப்பட்டது.

இந்நிகழ்ச்சியின்போது டார்வினின் சடலத்தை அவர் குழந்தையாகப் பிறந்தபோது ஆசீர்வதித்த கிறிஸ்துவமதமே சம்பிரதாயப்படி பெற்றுக்கொண்டது. ஆனால் அவரது இறுதி

நிகழ்ச்சிகள் அனைத்திலும் பாடல்கள் இசை ஆகியவற்றைக் தீர்மானிப்பது உட்பட அவருடைய சக விஞ்ஞானிகளே முக்கியப் பங்கு வகித்தனர் என்பது குறிப்பிடத்தக்கதாகும். அவர்கள் தங்களுடைய மகத்தான அறிவியல் புரட்சியாளருக்கு தங்களுடைய இறுதிக்கடன்களை செய்து முடித்தனர்.

டார்வினின் உயிருக்கு உறுதுணையாக இருந்த எம்மா டார்வின், தமது கணவரின் மரணத்திற்குப் பிறகு, டோன் கிராமத்திலிருந்து லண்டனின் கேம்பிரிட்ஜில் குடியேறினார். அங்கு பல ஆண்டுகாலம் வாழ்ந்தார். அன்றைய காலத்தில் பிரிட்டனில் குழந்தைப் பேற்றின் போதும் அதற்குப் பிறகும் தாய்மார்கள் மரணம் அடைவது என்பது அதிக அளவில் இருந்து வந்தது. ஆனால் எம்மா 10 குழந்தைகளைப் பெற்று அவர்களில் இறந்துபோன 3 குழந்தைகளைத் தவிர 7 குழந்தைகளை வளர்த்து ஆளாக்கியதுடன் தமது அன்புக்குரிய கணவரையும் கடைசிவரை ஒரு குழந்தையாகக் கவனித்துக் கொள்ள முடிந்தது. இத்தனைக்கும் பிறகும் அவர் தமது 9 பேரக் குழந்தைகளின் அன்பை அனுபவிக்கும் காலம் வரை வாழ்ந்தார்.

டார்வின் - எம்மா தம்பதியரின் மீதமிருந்த குழந்தைகளில் ஜார்ஜ் ஹோவார்டு டார்வின் பிரபலமான வானவியலாளரா-கவும் பிரான்சிஸ் டார்வின் மிகச்சிறந்த தாவரவியலாளராகவும் ஹோரேஸ்டார்வின் மிகச்சிறந்த சிவில் எஞ்சினியராகவும் பிரகாசித்தனர். தமது தந்தை வழியில் அறிவியல் துறையில் ஒளிர்விட்ட இவர்கள் மூவரும்., தங்களது தந்தையைப் போலவே ராயல் சொசைட்டியின் உறுப்பினர்களாகத் தேர்ந்தெடுக்கப்பட்டனர். முதல் மகனான வில்லியம் எராஸ்மஸ் டார்வின் ஒரு வங்கியின் பங்குதாரரானார். கடைசி மகன் லியோனார்டு டார்வின் ராணுவ வீரராகப் பணியாற்றியதுடன் அரசியல்வாதியாகவும், பொருளாதார நிபுணராகவும் இன மேம்பாட்டியலாளராகவும் (Eugenicist) விளங்கினார்.

டார்வின், தமது பிரியமான மகள் அன்னி எலிஸபெத் டார்வினின் மரணத்திற்குப் பிறகு கிறிஸ்துவ ஆலயத்திற்குச் செல்வதை நிறுத்திக் கொண்டாரல்லவா? இது குறித்து டார்வினின் மரணத்திற்கு பல ஆண்டுகளுக்குப் பிறகு 1915-ல் வெளிவந்த “Lady Hope Story” என்ற நூல் கருத்து ஒன்றை வெளியிட்டிருந்தது. அதில் டார்வின் நோயாளியாகப்

முதிர்ந்த வயதில் மணல்நடை
ஆடையுடன் டார்வின்

படுக்கையில் கிடந்தபோது கிறிஸ்தவத்திற்கே திரும்பிவிட்டார் என்று கூறப்பட்டிருந்தது. ஆனால் இதனை டார்வினின் மகன்களும் மகள்களும் முற்றிலுமாக மறுத்ததுடன் 'வரலாற்றாளர்களின் தவறான தகவல்' என்று அக்கருத்தை நிராகரித்துவிட்டனர்.

இந்த மறுப்பு டார்வினுக்கு அவருடைய குழந்தைகள் ஆற்றிய மிக உயரிய வரலாற்றுக் கடமையாகும்.

இங்கே நாம் ஒரு விஷயத்தை கவனத்தில் கொள்ள வேண்டும். டார்வின் குறிப்பாக தனது திருமணத்திற்கு பிறகான வாழ்க்கை முழுமையிலும் நோய்களோடு போராடிக் கொண்டிருந்தார். அவரது அன்புக் குழந்தைகளும் நோய் நொடிகளை சந்தித்து கொண்டேயிருந்தன. அவரது அன்பு மனைவியின் 10 பிரசவங்களும் டார்வினுக்கு பதற்றமும் படபடப்பும் மிகுந்த சோகயுகங்களாகவே இருந்தன. என்ற போதிலும் இவ்வளவு பிரச்சனைகளுக்கிடையேயும் அவரது ஆராய்ச்சி மற்றும் பரிசோதனை ஆய்வுப் பணிகளை தமது வாழ்க்கையிலிருந்து கிஞ்சிற்றும் ஒதுக்கி வைத்ததில்லை. அவரது ஐந்தாண்டு கால பீகிள் கப்பல் பயணத்தில் கிடைத்த அனுபவங்களும் சேகரித்த உயிரினங்களும் புதைபடிவங்களும் அவரது ஆராய்ச்சிக்கு கை கொடுத்தன. பீகிள் கப்பல் பயண காலத்தில் அவர் மேற்கொண்ட தரைப்பயணங்களின்போது ஆங்காங்கே புறா வளர்ப்போர், நாய் வளர்ப்போர் பந்தயக் குதிரைகள், உழவுக் குதிரைகள் செல்ல நாய்கள், வேட்டை நாய்கள் ஆகியவற்றின் உரிமையாளர்கள், இந்தப் பிராணிகளை இனப் பெருக்கம் செய்வோர் ஆகியோரிடமிருந்து கிடைத்த தகவல்களும் பயணத்தின் போதும் பயணத்திற்கு முன்பும், பின்பும் படித்த நூல்களின் தகவல்களும் அவரது ஆராய்ச்சிக்குப் பேருதவிகளாக இருந்தன.

இவைகளுடன் தென்னமெரிக்க நாடுகளிலும் தீவுகளிலும் தாம் கண்ட, சேகரித்த நீர்வாழ், நில வாழ் பிராணிகளுக்கிடையே நிலவிய ஒற்றுமைகளும் வேற்றுமைகளும் அவரது ஆராய்ச்சிக்கு உந்துசக்தியாக விளங்கின. திருமணத்திற்கு முன்னர் தொடங்கிப் பின்னரும் தொடர்ந்த இந்த ஆராய்ச்சி மற்றும் ஆய்வுகளின் விளைவாக 1842ஆம் ஆண்டு வாக்கில் அவரது சிந்தனையில் உயிரினங்களின் செயற்கைத் தேர்வு, இயற்கைத்

தேர்வு ஆகிய கோட்பாடுகள் பளிச்சிட்டன. இந்த ஆராய்ச்சியின் தொடர்ச்சியாக ஒரு பொதுவான தொன்மை உயிரினத்திலிருந்தே பல்வேறு தனிஉயிரினங்கள் வளர்ச்சியடைந்திருக்க முடியும் என்றும் இந்த மாற்றங்கள் படிப்படியாக நீண்டநெடிய காலமாக நிகழ்ந்திருக்க முடியும் என்றும் முடிவுக்கு வந்தார். இதன் தொடர்வாக, தென்னமெரிக்காவில் சேகரித்த உயிரினங்கள், புதை படிவங்கள் ஆகியவற்றோடு தற்போதைய உயிரினங்களை ஒப்பிட்டு அவர் செய்த ஆராய்ச்சி அவரை உயிரினங்களின் பரிணாம வளர்ச்சி என்ற முடிவுக்கு இட்டுச் சென்றன. இந்தப் பின்னணியில்தான் அறிவியலில் ஒரு புரட்சியாக 1859ல் *உயிரினங்களின் தோற்றம்* என்ற நூலை வெளியிட்டார். இது குறித்து பின்னர் பார்ப்போம்.

ஆனால், டார்வினிடம் ஏற்பட்ட இந்தப் புதிய கருத்துகள். பொருள் முதல்வாதத்திற்கு விசுவாசமானவையாக இருப்பதைப் பார்த்து அவரே ஆச்சரியப்பட்டார். அன்று அவரது தலைமுறையைச் சேர்ந்த கார்ல்மார்க்ஸ், பிரடெரிக் ஏங்கல்ஸ் தலைமையில் கருத்துமுதல்வாதத்தை எதிர்த்து ஐரோப்பாவில் பொருள்முதல்வாதம் வீரியமிக்க கருத்துப் போராட்டத்தை நடத்தி வந்தது என்பது குறிப்பிடத் தகுந்தது. எனவே, டார்வினுக்கு ஏற்பட்ட ஆச்சரியம் மார்க்ஸ் ஏங்கல்ஸின் பாராட்டுக்குரியதாக இருந்தது. இந்தப் பின்னணியில்தான் இரு தரப்பினருக்குமிடையே கடிதத் தொடர்புகள் ஏற்பட்டன.

ஆனால், டார்வினின் மனைவி எம்மா டார்வினோ, கிறிஸ்துவமதத்தில் ஊறிப் போனவர். இந்நிலைமையில் அறிவியல் குறித்தும் அதில் தனக்குள்ள ஆர்வம் குறித்தும் எம்மாவிடம் ஆரம்பத்திலிருந்தே டார்வின் பேசிவந்தார். இது எம்மாவிற்கு அச்சத்தையே ஏற்படுத்தியது. எனவே, திருமணத்திற்கு முன்பு அவர், டார்வினுக்கு எழுதிய கடிதம் ஒன்றில், இந்தப் பிரச்சனையில் ஏற்படும் கருத்து வேறுபாடுகள் பிரிவுக்கு இட்டுச் சென்று விடுமோ என்று அஞ்சுவதாகக்கூட குறிப்பிட்டிருந்தார்.

திருமணத்திற்கு பிறகு இருவரும் கருத்து வேறுபாடுகளை பரிமாற்றம் செய்தே வந்தனர். ஆனால் காலப்போக்கிலான தமது வாழ்க்கைஅனுபவங்கள் அறிவியல் சாதனைகள்

ஆகியவை காரணமாக டார்வின் கடவுள் நம்பிக்கையிலிருந்து வெகுதூரம் சென்றுவிட்டார். ஆனால் திருமணத்திற்கு கொஞ்ச காலத்திற்கு பிறகு இருவரும் விவாதித்துக் கொண்டிருந்த ஒரு சமயத்தில் டார்வினிடம் எம்மா டார்வின் "நீங்கள் நியாய உணர்வுடன் செயல்பட்டுக் கொண்டிருக்கிறீர்கள். உண்மையை அறிவதற்கு நீங்கள் மிகுந்த அக்கறையுடன் ஆர்வம் கொண்டுள்ளீர்கள். அதற்காக முயற்சிக்கிறீர்கள். எனவே நீங்கள் தவறாக எதையும் செய்யமாட்டீர்கள்" என்று கூறி நேர்மைக்கு நேர்மையாக இருந்தார்.

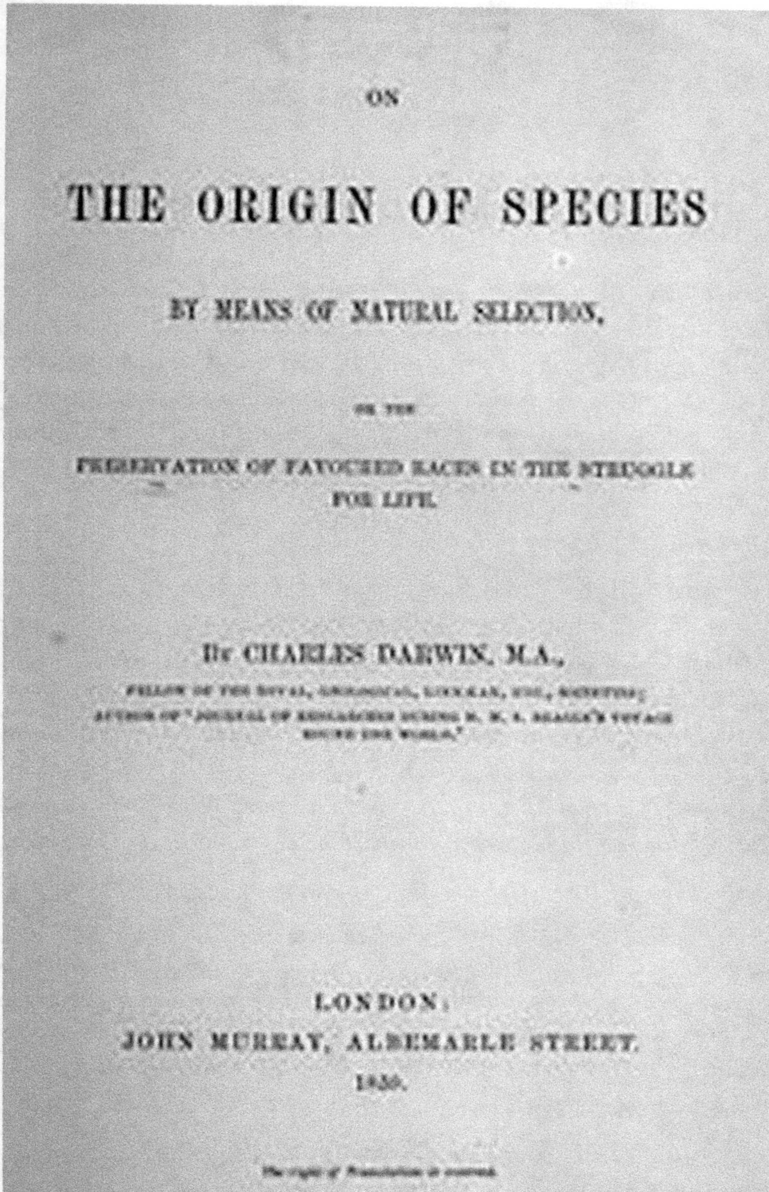
ON

THE ORIGIN OF SPECIES

BY MEANS OF NATURAL SELECTION,

OR THE

PRESERVATION OF FAVOURED RACES IN THE STRUGGLE
FOR LIFE.

BY CHARLES DARWIN, M.A.,

FELLOW OF THE ROYAL, GEOLOGICAL, LINNÆAN, ETC., SOCIETIES;
AUTHOR OF "JOURNAL OF RESEARCHES DURING H. M. S. BEAGLE'S VOYAGE
ROUND THE WORLD."

LONDON:
JOHN MURRAY, ALBEMARLE STREET.
1859.

The right of Translation is reserved.

அறிவியலில் ஒரு புரட்சியை ஏற்படுத்திய டார்வினின்
உயிரினங்களின் தோற்றம் நூலின் முகப்புத் தோற்றம்.

5

சாதனைகள் புரிந்த டார்வின் நூல்கள்

சார்லஸ் டார்வின் தமது 16ஆம் வயதில் உயிரியல் சம்பந்தமான ஆய்வுக்கட்டுரை ஒன்றை எழுதி (அப்போது அவர் மருத்துவக் கல்லூரியில் சேர்க்கப்பட்டிருந்தார்) வாசித்தார் என்பது உண்மையிலேயே வியக்கத்தக்கதாகும். இது அவர் உயிரியலில் எந்தளவிற்குத் திறனும் பேரார்வமும் கொண்டிருந்தார் என்பதையும் தெளிவுபடுத்துகிறது. அந்தக் கட்டுரை அவரது கண்டுபிடிப்பு ஒன்றையொட்டி எழுதப்பட்டதாகும்.

கடல்பாசியைப் போன்ற ஓர் உயிரினமானது (Flustra) கடல்பாசி (Sea weed) மீது மேலோடுகளை உருவாக்கக் கூடியது; ஏற்கெனவே அந்த மேலோடுகள் அந்த உயிரினத்தின் முட்டைகள் எனக் கருதப்பட்டு வந்தன. ஆனால் அவை முட்டைகளல்ல மாறாக அவை அந்த உயிரினத்தின் முட்டைப்புழுக்களாகும்; தண்ணீரில் நெளிந்து செல்லக்கூடியவை என்பதுதான் டார்வின் தமது 16 வயதில் தமது ஆய்வுக்கட்டுரையில் வெளியிட்ட கண்டுபிடிப்பாகும்.

அவர் தமது 72ஆம் வயதில் மண்புழுக்களைப் பற்றிய ஓர் ஆய்வுநூலை - (இதுவே அவரது கடைசி நூலுமாகும்) - வெளியிட்டார். அந்நூலின் பெயர் *மண்புழுக்களின் செயல்பாட்டால் தாவரங்களுக்கான உதிர்மண் உருவாக்கம்* (The Formatioon of vegetable mould through the action of worms) என்பதாகும். இந்நூல் டார்வின் 42 ஆண்டுகாலம் மண்புழுக்கள் குறித்து மேற்கொண்டிருந்த ஆராய்ச்சிகளின் விளைவாகும்.

தனது பரிசோதனைகள் மூலம் அவர் நடத்திய ஆய்வுகளில், மண்புழுக்கள், பூமியின் மேற்பரப்பிற்கு கீழிருந்து நிலத்தை உயர்த்திக் கொண்டே இருக்கின்றன; இதன்மூலம் அவை 60 ஆண்டுகளில் ஓர் அடி அளவிற்கான நில அடுக்கை (Layer) ஏற்படுத்த முடியும் என்று கண்டுபிடித்தார். மேலும் அவர்

நடத்திய பரிசோதனை ஆய்வில், முக்கோண வடிவிலான துண்டுக்காகிதத்தை மண்புழுக்கள் தங்களுடைய மண் வளைக்குள் (burrow) இழுத்துக் கொள்கின்றன. அந்தளவிற்கு அவற்றிற்கு அறிவுத் திறன் உள்ளது என்று அந்நூலில் குறிப்பிட்டுள்ளார்.

அவர் 16வயதில் எழுதிய ஆய்வுக்கட்டுரைக்கும் தம்முடைய இறுதிநூலுக்கும் இடைப்பட்ட காலத்தில் ஏராளமான நூல்களையும் ஆய்வுக் கட்டுரைகளையும் எழுதினார். அவர் தமது பீகிள் கப்பல் பயணத்தின்போது தமது பிரியமான பேராசிரியர் ஹென்ஸ்லோவிற்கு எழுதிய கடிதங்களும் அறிவியல் குறிப்புகளும் அவரை ஓர் இயற்கை அறிவியலாளராக, அறிவியல் உலகிற்கு அறிமுகப்படுத்தின. (டார்வின் கப்பல்பயணத்தில் இருந்தபோது அவரது கடிதங்களையும் அறிவியல் குறிப்புகளையும் பத்திரிகைகளில் ஹென்ஸ்லோ வெளியிட்டுப் பிரபலப்படுத்தினார்) பின்னர் அவர் தமது கப்பல்பயணத்தின் போது அன்றாடம் எழுதியிருந்த ஆய்வுக் குறிப்பு மற்றும் நாட்குறிப்புகளை (Journal) வெளியிட ஹென்ஸ்லோவின் உதவியுடன் முயற்சித்தார். டார்வின் இந்த முயற்சியைத் தமது திருமணத்திற்கு முன்பே மேற்கொண்டார்; ஆனாலும் டார்வினின் திருமணத்திற்குப் பிறகே அது வெளிவந்தது. இதில் பீட்ஸ்ரோய் தனது இரு கடல்பயணங்களின்போது அவர் மேற்கொண்டிருந்த அளவாய்வுப் பணிகள் குறித்து அவர் எழுதியவை ஒரு பிரிவாக இடம் பெற்றிருந்தன.

இந்நூலில் டார்வினின் தொகுப்பு மிகச் சிறப்பாக அமைந்திருந்தது. இது அவரை அறிவியல் உலகில் முக்கிய இயற்கை அறிவியலாளராக முன்னிறுத்தியது. அவரது ஆய்வுக்குறிப்புகள், அறிவியல் உலகில் பெரும் பாராட்டைப் பெற்றன. எனவே, டார்வினின் தொகுதி மட்டும் தனியாக *ஆராய்ச்சிகள் குறித்த விளக்கக் குறிப்புகள்* (Journal of Researches) என்ற தலைப்பில் வெளியிடப்பட்டது. இந்நூல் அன்றைய காலத்தில் வெளிவந்த பிரபலமான நூல்களில் ஒன்றாகக் கருதப்பட்டது. இந்நூலின் அறிவியல் உள்ளடக்கத்திற்காகவும் இலக்கியத் தரத்திற்காகவும் முன்னணி அறிவியலாளர்களிடமிருந்து பெரும் பாராட்டுகள் வந்தன. இக்கடிதங்களில் அலெக்சாண்டர் ஹூம் போல்டிட் என்ற

அறிவியலாளர் எழுதிய பாராட்டுக் கடிதம் டார்வினுக்கு மிகவும் பிடித்தமானதாக இருந்தது. ஏனெனில் இவருடைய விளக்கம் (Narrative) என்ற நூல்தான் இளைஞன் டார்வினுக்குத் தொலைதூரப் பயணம் குறித்துக் கனவைத் தூண்டிவிடுமளவிற்கு ஈர்ப்புள்ளதாக இருந்தது. அலெக்சாண்டர் ஹூம் போல்டுட், தமது கடிதத்தில் டார்வினின் ஆராய்ச்சிகளையும் ஆய்வுகளையும் பாராட்டியதோடு அவருக்கு ஒரு நல்ல எதிர்காலம் உள்ளது என்றும் குறிப்பிட்டிருந்தார்.

இதற்கிடையே டார்வின் கடலில் பவழப் பாறைகளின் உருவாக்கம் குறித்து 3 ஆண்டுகளாகக் கடுமையாக ஆய்வு செய்து வந்தார். இந்த ஆய்வு அவரது, தென்னமெரிக்கப் பயணத்தின்போது அவரது சிந்தனையில் இடம் பெற்றிருந்தது. இந்தப் பிரச்சனையில் டார்வின் தமது மதிப்பிற்குரிய அறிவியலாளர் சார்லஸ்லையலிடமிருந்து வேறுபட்டதை ஏற்கெனவே பார்த்தோம். தென்னமெரிக்கப் பயணத்தின்போது, பீகிள் கப்பல் பணியாளர்களின் உதவியுடன் பரிசோதனை ஆய்வுகளை நடத்தித் தமது கோட்பாட்டை உறுதிப் படுத்தியிருந்தார் என்பதையும் ஏற்கெனவே பார்த்தோம். இந்தக் கோட்பாடு சம்பந்தமாக அவர் தீவிரமாகச் சிந்தித்து வந்தார். இதனடிப்படையில் 1842 மே மாதம் *பவழப்பாறைகளின் கட்டமைப்பும் பரவலும்* (The Structure and distribution of coral reef) என்ற நூலை வெளியிட்டார்.

இதனைத் தொடர்ந்து அவர் சிந்தனையில் முன்னுக்கு வந்த பிரச்சனை இயற்கைத் தேர்வு (Natural Selection) பற்றியதாகும். ஏனென்றால், பீகிள் கப்பல் பயணத்தின் போது குறிப்பாக தென்னமெரிக்காவிற்கு மேற்கே பசிபிக் பெருங்கடலில் உள்ள கோலேபோகோஸ் தீவுகளில் அவர் பார்த்த கடல் பிராணிகளிடையே குறிப்பாகக் கடல் ஆமைகளிடையே நிலவிய வேறுபாடுகளைக் கவனித்தார். அப்போதே அவர் அது குறித்து ஆய்வு செய்தார். இந்த ஆய்வுகளைத் தொடர்ந்து செய்து வந்தார். இதற்கான பரிசோதனை ஆய்வுகளுக்கு பீகிள் கப்பல் பயணத்தின் போது சேகரித்துக் கொண்டு வந்திருந்த உயிரினங்களைப் பயன்படுத்திக் கொண்டார். இந்த ஆய்வுகள் மற்றும் ஆராய்ச்சிகள் 1842 வாக்கில் தீவிரமடைந்தன. இதன் விளைவாக இயற்கைத் தேர்வுக் கோட்பாட்டை உருவகப்படுத்தினார். இதன்படி உயிரினங்கள் தங்களைச் சுற்றியுள்ள சூழ்நிலைமைக்கேற்பத் தம்மை நிலைநிறுத்திக்

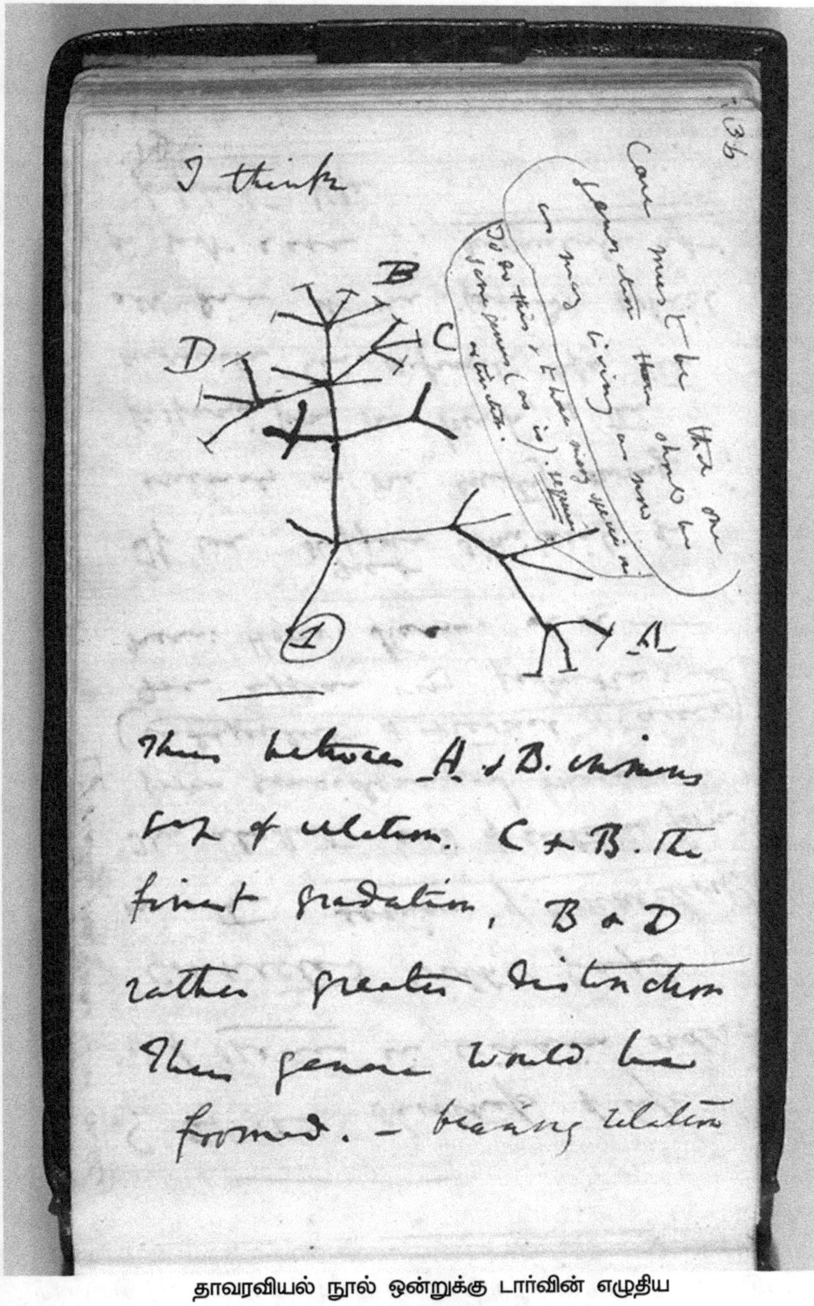

தாவரவியல் நூல் ஒன்றுக்கு டார்வின் எழுதிய கையெழுத்துப்பிரதியிலிருந்து.

கொள்ள முயல்கின்றன; இப்படி சூழ்நிலைமைகளுக்கு ஏற்ப உயிரினங்கள் தங்களை தகவமைத்துக் கொள்ளும் (Adaptation) போராட்டங்கள் நீண்ட நெடிய காலமாக நிகழ்ந்து வருகின்றன. இந்தப் போராட்டங்களில் தகுதியானவை வாழ்கின்றன. தகுதியற்றவை சாகின்றன என்று நிர்ணயித்தார்; மேலும் அதில் அவர், உயிரினங்களில் சூழ்நிலைமைக்கேற்ப ஏற்படும் மாறுதல்கள் காரணமாக அவற்றின் சில உறுப்புகள் பயனற்ற நிலைமையில் காலப்போக்கில் எச்சங்களாகி (Vestiges) விடுகின்றன என்பதையும் பல உதாரணங்களுடன் விளக்கியுள்ளார். இந்த வகையில் டார்வின் உதாரணமாக ஆண் உயிரினங்களின் பால்சுரப்பிகள் பயனின்றி எச்சமாகிவிட்டதைக் குறிப்பிட்டுள்ளார்.

ஒரு உயிரினத்தின் உறுப்பு அல்லது பகுதி, இயற்கையில் சூழ்நிலை மாற்றம் காரணமாக நீண்ட காலத்திற்கு பயன்படுத்தப்படாமையே அது எச்சமாவதற்கு முக்கியக்காரணமாகும் என்றும் டார்வின் தமது உயிரினத் தோற்றம் நூலில் குறிப்பிட்டுள்ளார். இது குறித்து அவர் விளக்குகையில், ஓர் உயிரினத்தின் குறிப்பிட்ட உறுப்பு புதிய சூழ்நிலையில் பயன்படுத்தப்படாமல் அடுத்தடுத்த தலைமுறைகளில் படிப்படியாக வளர்ச்சிகுன்றி இறுதியில் எச்சமாகி விடுகிறது என்பதாகவும் குறிப்பிட்டுள்ளார்.

ஒரு குறிப்பிட்ட சூழ்நிலையில் பயன்தந்த சில உயிரின உறுப்புகள் மாறிய சூழ்நிலையில் பயன்படால் போகின்றன. இந்நிலைமையில் தலைமுறை தலைமுறையாக நிகழும் இயற்கைத் தேர்வு அந்த உறுப்புகளை காலப்போக்கில் குறுக வைத்து எச்சமாக்குகிறது; எச்சமானவைகளுக்கு குகைவாழ் விலங்குகளின் கண்கள், ஆழ்கடல் தீவுகளில் வாழும் பறவைகளின் கண்கள் ஆகியவற்றை எடுத்துக்காட்டுகளாக டார்வின் தமது நூலில் குறிப்பிட்டுள்ளார்.

இயற்கைத் தேர்வு குறித்துப் பெரும்நூல் ஒன்றை எழுதுவதற்கு டார்வின் விரும்பினார். இதனுடன் நெருங்கிய தொடர்பு கொண்டதும் அவரது சிந்தனையில் ஏற்கெனவே இடம் பெற்றிருந்ததுமான உயிரினங்களின் தோற்றம் பற்றித் தமது ஆய்வுகளையும் ஆராய்ச்சிகளையும் மேற்கொண்டார். இதனைத் தொடர்ந்து அவர் எழுதிய 35பக்க பென்சில் குறிப்புகளின் அடிப்படையில் 350 பக்க அளவிற்கு மகா கட்டுரை ஒன்றை எழுதினார். அதன் நகல்களை, அவரது முயற்சிகளுக்கு உறுதுணையாக இருந்த சார்லஸ் லையெல், தாமஸ் ஹுக்கர்

ஆகிய அறிவியலாளர்களுக்கு அவர்களது கருத்துகளை அறியும் பொருட்டு 1847 ஜனவரியில் அனுப்பிவைத்தார். அதில் தாவரங்கள், பிராணிகள் உள்ளிட்ட உயிரினங்களை முறையான வரிசைப்படி தொகுப்பதில் (Taxomony) குறைபாடுகள் இருப்பதாக ஹூக்கர் சுட்டிக்காட்டியிருந்தார். இதனை ஏற்றுக் கொண்ட டார்வின், முழுமையாகப் புரிந்துகொள்ளும் முயற்சியில் ஈடுபட்டார். இதில் அவர் கடல்பாறைகளிலும் கப்பலின் அடிப்புறங்களிலும் ஒட்டிக்கொள்ளும் உயிரினங்கள் (Barnacles) குறித்து 8 ஆண்டுகள் ஆய்வுகள் மற்றும் ஆராய்ச்சிகளை மேற்கொள்ள நேர்ந்தது. இத்தகைய உயிரினங்கள் குறித்த ஆய்வுகள் மற்றும் ஆராய்ச்சிகள் காரணமாக உயிரினங்களை முறையாக வகைப்படுத்துவதில் மிகச்சிறந்த நிபுணத்துவம் பெற்றார். மேலும் இந்த ஆய்வுகள் - ஆராய்ச்சிகள் அவருக்கு ஒரு முக்கியமான உயிரியல் உண்மையைத் தெரிந்து கொள்ளவும் புரிந்து கொள்ளவும் உதவின. இதன்படி, ஒரு உயிரினத்தின் உடம்பில் ஏற்படும் சிறுமாற்றம், புதிய சூழ்நிலைகளை எதிர்கொள்ளப் பெரிதும் உதவுகிறது. மேலும் டார்வின் இயல்பாக ஆண், பெண் ஆகிய இருபால்களுக்கும் உரிய உயிரினங்களில் (Hemophodiets) மிகநுண்ணிய ஆண்பால் தன்மை கொண்ட ஒட்டுயிர் (Parasite) இருப்பதையும் அது மாறுபட்ட பால்வேறுபாட்டுத் தன்மைகளில் (Distinct Sexes) இடைக்காலக் கட்டத்தைக் காட்டுவதையும் கண்டுபிடித்தார்

டார்வினின் இந்தப் புதிய கண்டுபிடிப்புகளுக்காக 1853இல் அவருக்கு ராயல் சொசைட்டியின் விருது வழங்கப்பட்டது (ராயல் சொசைட்டி என்பது பிரிட்டனில் அறிவியல் வளர்ச்சியை ஊக்கப்படுத்துவதற்காகவும் வளர்ச்சியடையச் செய்வதற்காகவும் 1662இல் அமைக்கப்பட்ட அமைப்பாகும். இதில் டார்வின் ஏற்கெனவே உறுப்பினராக்கப்பட்டிருந்தார்.) இந்த விருது உயிரியல் அறிவியலாளர் என்ற வகையில் அவரது புகழை மேலும் உயர்த்தியது.

இந்தப் பின்னணியில் தமது பீகிள் கப்பல் பயணத்தின் சேகரிப்புகளையும் அனுபவங்களையும் பயன்படுத்தி எழுதுவதை 1854இல் முடித்துக்கொண்ட டார்வின், உயிரினங்களின் நீண்ட நெடிய காலப் பரிணாம வளர்ச்சி குறித்து தமது முழுநேர ஆய்வுகளையும் ஆராய்ச்சிகளையும் மேற்கொள்ளத் தொடங்கினார். தமது தீவிரமான ஆராய்ச்சிகளின்போது

எழுந்த சிக்கலான கேள்விகளுக்கு விடைதேடும் முயற்சியில் ஆல்பிரட் ரஸ்ஸல் வாலாஸ் உள்ளிட்ட பல இயற்கை ஆய்வாளர்களிடமிருந்து தகவல்களையும் மாதிரி உயிரினங்களையும் வாங்கிக்கொண்டு தமது ஆராய்ச்சிகளைத் தீவிரமாக்கினார்.

இந்நிலைமையில், உயிரினங்கள் பற்றி *அறிமுகம்* (Introduction) என்ற 20 பக்க ஆய்வுக் கட்டுரையை ஆல்பிரட் ரஸ்ஸல் வாலாஸ், (Alfred Russel Wallace) டார்வினுக்கு அனுப்பி வைத்தார். வாலாஸூம் பிரிட்டனைச் சேர்ந்த ஆய்வாளர் தான். அவர் இந்தோனேசியாவின் போர்னியோ என்ற தீவிலிருந்து கொண்டு ஆய்வு நடத்திக் கொண்டிருந்தவர். இவர் ஆஸ்திரேலியாவை யொட்டிய கடல் பகுதிகளுக்கு இருமுறை சென்று உயிரினங்களையும் புதைபடிவங்களையும் சேகரித்து வந்து ஆராய்ந்தவர். அவரது கட்டுரையைப் படித்த டார்வின், இயற்கைத் தேர்வு மற்றும் உயிரினங்களின் பரிணாம வளர்ச்சி (Evolution) குறித்த கோட்பாடுகளில் இருவரது சிந்தனைகளும் ஒரே திசைவழிப் போக்கில் இருப்பதைப் புரிந்து கொண்டார். இது குறித்து லையெலுக்கு எழுதிய கடிதத்தில் வாலோஸ் விரும்பும் பத்திரிகையில் வெளியிட அவரது கட்டுரையை அனுப்பிவைப்பதாக டார்வின் பெருந்தன்மையுடன் கூறினார். ஆனால் லையெல், ஹூக்கர் ஆகியோர் எடுத்த முடிவுப்படி டார்வினும் வாலேஸூம் தங்களுடைய ஆய்வுக் கட்டுரைகளை லின்னியன் சொசைட்டியில் வாசிக்க வேண்டும் எனத் தீர்மானிக்கப் பட்டது (லின்னியன் சொசைட்டி என்பது ஸ்வீடன் நாட்டைச் சேர்ந்த இயற்கை ஆய்வாளரும் உயிரினங்களை வகைப் படுத்துவதில் வல்லுனருமான லின்னேயஸ் என்பவரின் பெயரிலான அமைப்பாகும். இதில் பிரிட்டிஷ் உயிரியல்

அறிவியலாளர் ஆல்பர்ட் ரஸல் வாலேஸ்

ஆய்வாளர்கள் தாவரவியல் ஆய்வாளர்கள் உள்ளிட்ட இயற்கை ஆய்வாளர்கள் உறுப்பினர்களாக இருந்தனர். இதில் டார்வினும் ஒரு உறுப்பினராவார்) டார்வின் *இயற்கைத் தேர்வு வழிகளில் சார்பினங்கள், உயிரினங்களின் நெடிய தொடர்ச்சி குறித்து* (On the perpetration of varieties and species by natural means of selection) என்ற தலைப்பில் டார்வினும் *சார்பினங்களை உருவாக்குவதில் உயிரினங்களின் போக்குக் குறித்து* (On the tendency of species of forming varities) என்ற தலைப்பில் வாலேஸூம் 1858 ஜூலை 1இல் லென்னியின் சொசைட்டிக் கூட்டத்தில் தங்களுடைய கட்டுரைகளை வாசித்தனர். ஆனால் மற்ற இயற்கை அறிவியலாளர்களிடமிருந்து எந்தவிதமான கருத்துநிலைபாடு களும் வரவில்லை. எனினும் இயற்கைத் தேர்வு குறித்து வாலோஸின் கருத்துகள் தம்முடைய கருத்துகளுடன் ஒத்ததாக இருப்பதாக டார்வின் கூறினார். ஆனால் இதில் மற்ற இயற்கை அறிவியலாளர்கள் மாறுபட்டனர். அவர்களின் கருத்துகளின்படி வீடுகளில் வளர்க்கப்படும் பந்தயக்குதிரை, நாய்கள் போன்ற மிருகங்களைக் (Domestic Animals) கொண்டிருப்பவர்கள் அம்மிருகங்களை இனப்பெருக்கம் செய்வதற்குக் கையாளும் செயற்கைத் தேர்வுமுறை உயிரினங்கள் தங்களுடைய இனப்பெருக்கத்திற்குக் கையாளும் இயற்கைத் தேர்வு முறைக்கு ஒத்திசைவானதாக இருப்பதாகவும் டார்வின் விளக்கியிருந்தார். ஆனால் வாலேஸ், அத்தகைய ஒப்பீடு எதனையும் செய்யவில்லை. டார்வின் தமதுகட்டுரையில் ஓர் உயிரினத்தை சார்ந்தவற்றிடையே வாழ்க்கைப் போட்டி நிலவுகிறது என்பதை விளக்கியிருந்தார். ஆனால் வாலேஸ், தமது கட்டுரையில் உயிரினங்கள் வாழ்வதற்கான சூழ்நிலைமை (Ecology)யின் நிர்ப்பந்தங்களுக்கு அவை உள்ளாகின்றன என்பதை விளக்கியிருந்தார். மேலும் டார்வின் தமது கோட்பாட்டை ஒரு நூலாக வெளியிடவில்லையானால் அது அறிவியலுக்குப் பெரும் இழப்பாக இருக்கும் என்று லையெல் வலியுறுத்திக் கூறினார்.

இந்தப் பின்னணியில் கட்டுரை வாசிப்புக்கூட்டத்திற்குப் பிறகு டார்வின் தாம் அதுவரையிலும் மேற்கொண்ட ஒட்டுமொத்தப் பரிசோதனை ஆய்வுகள் மற்றும் ஆராய்ச்சிகளின் சுருக்கத்தை ஒரு நூலாக எழுதுவதென முடிவு செய்தார். இதற்கு வாலேஸூம் டார்வினைப் போலவே பெருந்தன்மையுடன் ஆதரவு தெரிவித்தார். டார்வின் ஏற்கெனவே பரிசோதனை

ஆய்வுகளையும் ஆராய்ச்சிகளையும் தொடர்ந்து மேற்கொண்டிருந்ததால், தமது குறிப்புகளிலிருந்தும் நினைவுகளிலிருந்தும் தமது நூலின் பல பகுதிகளை எழுதினார். இந்நிலைமையில் அவர் எழுதி முடிக்கும் நூலை வெளியிடுவது குறித்து சார்லஸ் லையெல், தமது புத்தகங்களை வெளியிடும் புத்தகப்பதிப்பாளர் மூன்றாவது ஜான் முர்ரேயுடன் பேச்சுவார்த்தை நடத்தினார். இதில் முர்ரே, தாராளமாக நடந்து கொண்டார். அதன்படி டார்வினுடைய நூலின் முதல் வெளியீட்டிற்கு அவருக்கு 180 பவுண்டுகள் அளித்தார். இது வெளியீட்டாளருக்குக் கிடைக்கும் லாபத்தில் மூன்றில் 2 பங்காகும்.

டார்வின் தமது நூலுக்கு இயற்கைத் தேர்வு வழிமுறையில் *உயிரினங்கள் மற்றும் சார்பினங்களின் தோற்றம் குறித்த ஒரு கட்டுரைச் சுருக்கம்* (An Abstract of essay on species and varieties through natural selection) என்று தலைப்பிட்டிருந்தார். ஆனால் பதிப்பாளர் முர்ரே கேட்டுக் கொண்டதன் பேரிலும் அவரது யோசனையின் பேரிலும்

On the Origin of Species
by means of natural selection என்று மாற்றப்பட்டது.

1859 நவம்பர் 22ஆம் தேதி நூல், 13ஷில்லிங் விலை குறிக்கப்பட்டு விற்பனையாளர்களிடம் சென்றுவிட்டது. விற்பனைக்கு அனுப்பப்பட்ட 1250 பிரதிகளும் உடனடியாக விற்றுத் தீர்ந்தன. இது டார்வினுக்கு இன்ப அதிர்ச்சியாக இருந்தது. 1500 பிரதிகளுக்கு முன்பணக் கோரிக்கை இருந்தது. எனவே *உயிரினங்களின் தோற்றம்* நூல் மேலும் அச்சடிக்கப் பட்டுப் புத்தகக் கடைகளுக்கு அனுப்பிவைக்கப்பட்டன. (இதே பதிப்பாளர் முர்ரேதான் டார்வின் உயிருடன் இருந்தகாலம் முழுமைக்கும் அவரது நூல்களை வெளியிட்டு வந்தார்.)

டார்வின் தமது *உயிரினங்களின் தோற்றம்* நூலில் விரிவான கூரிய நோக்குகளுடனும் விவரங்களின் அடிப்படையிலான யூகங்களுடனும் தமது கோட்பாடுகள் மீது எதிர்பார்த்த விமர்சனங்களைக் கவனத்தில் கொண்டும் ஒரு வலுவான நீண்ட விவாதத்தை நடத்தியுள்ளார். அவர் தமது உயிரினத் தோற்றம் குறித்த கோட்பாட்டை தமது நூலிற்கு எழுதியுள்ள முன்னுரையில் கீழ்க்கண்டவாறு கூறியுள்ளார்:

'ஒவ்வோர் உயிரினத்திலும் ஏராளமான உயிர்கள் பிறக்கின்றன. இவை, எல்லாமே உயிரோடு இருப்பதில்லை. தொடர்ந்து உயிரினங்கள் வாழ்விருத்தலுக்காகப் போராடுகின்றன. இப்போராட்டத்தின் விளைவாக தனக்கு ஆதாயம் தரும் எந்தவொரு மிகச்சிறிய மாற்றத்தை எந்த உயிரி அடைகிறதோ அதனால் அதற்கு வாழ்வதற்கான வாய்ப்பு கிடைத்திருக்கிறது. இவ்வாறாக ஓர்உயிரி இயற்கை ரீதியாகத் தேர்வு செய்யப்படுகிறது. இது பாரம்பரியமாக சுவீகரிக்கப்படுவதன் காரணமாக விருத்தி செய்யப்படுகிறது. மாற்றம், தேர்வு, விருத்தி என்கிற படிகள் முக்கியமானவை.'

டார்வின், இயற்கைத் தேர்வு குறித்துத் தனித்து ஒரு நூலை எழுத வேண்டுமென்ற விருப்பத்துடன் 1842 வாக்கில் அது குறித்து முழுமையான தயாரிப்புடன் இருந்தார். ஆனால் உயிரினங்களின் தோற்றம் குறித்து அவர் தமது ஆய்வுகள் மற்றும் ஆராய்ச்சிகளை மேற்கொண்டிருந்தபோது வாலேஸுடன் கட்டுரை வாசிப்பு மற்றும் குடும்பப் பிரச்சனைகள் காரணமாக இயற்கைத் தேர்வு குறித்து தனித்த நூல் தடைபட்டுப் போனதால் அது குறித்து உயிரினங்களின் தோற்றம் நூலில் விரிவாக எழுதினார். இதில் ஓர் உயிரினத்தின் வழித்தோன்றல்களுக்கு (Descendants) இயற்கைத் தேர்வு எவ்வளவு முக்கியமானது என்பது அவர் தமது நூலின் 3-ஆம் அத்தியாயத்தில் கீழ்க்கண்டவாறு சுட்டிக் காட்டுகிறார்:

'வாழ்வதற்கான போராட்டம் காரணமாக எவ்வளவு இலேசான மாறுதல் இருந்தாலும் அதனால் ஓர் உயிரினத்தின் தனிப்பட்ட உயிரிகளுக்கு ஆதாயம் ஏற்படுமென்றால் அது, அந்த உயிரிகளால் பேணப்படும்; அவ்வுயிரிகளின் வழித்தோன்றல்களால் அது ஆர்ஜிதம் (Inheritance) செய்யப்படும் அந்த வழித்தோன்றல்கள், உயிர்வாழ்வதற்கான வாய்ப்பைப் பெறும். இதனையே இயற்கையின் தேர்வு என்பேன். ஒவ்வொரு சிறிய வேறுபாடும் (Variation) அந்த உயிர்களுக்குப் பயன்தருமானால், இயற்கைத் தேர்வினால் அது பேணப்படும் (வீட்டு விலங்குகளை மனிதர்கள் தேர்வுபேணுவதைப் போல)'

டார்வின் தமது நூலில் உயிரினங்களின் தோற்றம் குறித்த பரிணாம வளர்ச்சி என்பது லட்சக்கணக்கான ஆண்டுகள் நிகழ்ந்தது; உயிரினங்களின் தாழ்நிலையிலிருந்து உயரிய நிலைமைக்கு இட்டுச்

சென்றது (இப்படித்தான் மனிதனின் தோற்றம் ஏற்பட்டது) இந்தப் படிப்படியான பரிணாம வளர்ச்சி மெதுவாகவும் அதே நேரத்தில் உறுதியானதாகவும் நிகழ்ந்தது; பரிணாம வளர்ச்சி காரணமாக ஒருவகை உயிரினத்தில் காலங்காலமாக ஏற்பட்ட மாறுதல்களால் அது புதிய உயிரினமாக மாறியுள்ளது; அதே சமயத்தில் முந்தைய உயிரினத்திற்கும் புதிய உயிரினத்திற்குமிடையே ஒற்றுமைகளும் உள்ளன; வேறுபாடுகளும் உள்ளன. நீண்ட நெடிய கால பரிணாம வளர்ச்சியின் காரணமாக உயிரினங்களில் ஏற்படும் மாறுதல்கள் அடுத்தடுத்த தலைமுறைகளுக்குச் செல்கின்றன என்பதை விவரங்களுடன் விளக்கியுள்ளார். மேலும் இப்படி இன்னும் ஏராளமான உண்மை நிலவரங்களை எண்ணற்ற உயிரினங்களின் எடுத்துக்காட்டுகளாகக் கொண்ட தமது ஆய்வுகள் மற்றும் ஆராய்ச்சிகளின் திடமான முடிவுகளாகவும் விபரங்களின் அடிப்படையில் யூக முடிவுகளாகவும் தமது நூலில் தெளிவுபடுத்தியுள்ளார்.

உயரினங்கள் காலங்காலமாக மாற்றம் அடைந்தமை காரணமாக பரிணாம வளர்ச்சியில் வழித்தோன்றல்கள் என்பது (இது குறித்து டார்வின் பின்னாட்களில் தனி நூல் எழுதினார்) முக்கியமானது என்பதைத் தமது நூலின் இறுதிக் கட்டத்தில் கீழ்க்கண்டவாறு வலியுறுத்துகிறார்:

> ‘எண்ணற்ற உயிரினங்கள் குழுவினங்கள், குடும்பங்கள் ஆகியவற்றைச் சேர்ந்த உயிரிகளால் நிரப்பப்பட்ட, இவ்வுலகில் இவை எல்லாமே அதனதன் வகுப்பிற்குள் அல்லது குழுவிற்குள் ஒரு பொதுவான பெற்றோர் களிடமிருந்து வழித்தோன்றல்களாகப் பாரம்பரியமாக வந்தவையாகும். இவ்வாறு வழித்தோன்றுவதன் மூலமாக மாற்றம் அடைந்தன. இதுவே, எனது முடிந்த முடிவான கருத்து.’

டார்வின் எழுதிய நூல்களில் மிக முக்கியமானதாகவும் உயிரியலுக்கு ஓர் அடித்தளத்தை அமைத்துக் கொடுத்ததன் மூலம் உயிரியலில் ஒரு புரட்சியை ஏற்படுத்திய நூலாகும் என இந்நூல் போற்றப்படுகிறது. அவர் காலத்திலேயே இந்நூல், சிலரால் கடுமையாக விமர்சிக்கப்பட்டது. டார்வின் உயிரினங்களின் தோற்றம் கோட்பாட்டை ஏற்றுக்கொண்ட அதேசமயத்தில் இயற்கைத் தேர்வை மறுத்தவர்களும் உண்டு; ஆனால் 20ஆம் நூற்றாண்டில் உயிரியலுக்கு டார்வினே

அடித்தளமானார். அவரது உயிரினத்தோற்றத்தின் தொடர்ச்சியாக மனிதனின் தோற்றத்தில் உழைப்பின் பங்கு, உயிரின் தோற்றம் போன்ற புரட்சிகரமான கோட்பாடுகள் முன்னுக்கு வந்தன. இவற்றைப் பின்னர் பார்ப்போம்.

டார்வின் இறப்பதற்குக் கொஞ்ச காலத்திற்கு முன்பு உயிரினங்களின் தோற்றம், ஆறாவது பதிப்பு வெளியிடப்பட்டது. இதில் 8000 பிரதிகள் அச்சடிக்கப்பட்டன. அதற்காக டார்வினுக்கு 3000 பவுண்டுகள் வழங்கப்பட்டன. உயிரினங்களின் தோற்றம் நூலின் ஒவ்வொரு பதிப்பிலும் டார்வின் திருத்தங்களையும் புதிய விவரங்களையும் சேர்த்தார். இந்நூலின் முதல் பதிப்பு வெளியானதைத் தொடர்ந்து டார்வினின் செல்வாக்கு விமர்சனங்களுடனும் ஆதரவுகளுடனும் அறிவியல் உலகில் பெருமளவிற்கு உயர்ந்தது. இந்நிலைமையில் அமெரிக்க ஐக்கிய நாட்டைச் சேர்ந்த தாவரவியலாளரும் டார்வினின் நண்பருமான அஸா கிரேயின் முன்முயற்சியால் அந்நாட்டிலும் இந்நூல் வெளியிடப்பட்டது. மேலும் ருஷியமொழி உட்பட அநேகமாக அனைத்து ஐரோப்பிய மொழிகளிலும் மொழியாக்கம் செய்யப்பட்டு வெளியிடப்பட்டது. இதேபோல் இந்நூலுக்குப் பின்பு வெளிவந்த டார்வினின் அனைத்து நூல்களும் பல்வேறு மொழிகளிலும் வெளிவந்தன. வேகமாகக் கடைகளில் விற்பனையும் ஆயின.

உயிரினங்களின் தோற்றம் வெளியானதைத் தொடர்ந்து ஏற்கெனவே மேற்கொண்ட பீகிள் கப்பல் பயணம், ஆய்வுகள் மற்றும் ஆராய்ச்சிகளின் விளைவாக அவரது சிந்தனையில் உருப்பெற்றிருந்த கருத்தோட்டங்களுக்கு நூல்வடிவங்கள் அளிக்க டார்வின் முனைப்புடன் செயல்பட்டார். உயிரினங்களின் தோற்றம் நூலுக்குப் பிறகு அவர் எழுதிய அனைத்து நூல்களும் அவருடைய இயற்கைத் தேர்வு, உயிரின் தோற்றம் ஆகிய கோட்பாடுகளுக்கு வலுவூட்டக் கூடியவையாகவே அமைந்திருந்தன.

அந்த வகையில் அவர் உயிரினங்களின் தோற்றம் நூலிற்கு அடுத்தபடியாக எழுதிய ஆர்க்கிட் மலர்கள் கருவுறுதல் (Fertilisation of Orchids) என்ற நூல் 1862இல் வெளியானது. இதில் உயிரினங்கள் வாழ்வதற்கான சூழ்நிலைகள் சார்ந்த சிக்கலான தொடர்புகளை விளக்குவதற்கு இயற்கைத் தேர்வின் முக்கியத்துவத்தை விளக்கமாக டார்வின் விவரித்திருந்தார்.

இந்நூலுக்குப் பிறகு அவர் வீடுகளில் வளர்க்கப்படும் தாவரங்கள் மற்றும் மிருகங்கள் குறித்து ஏற்கெனவே தொடங்கியிருந்த ஆய்வையும் ஆராய்ச்சியையும் துரிதப்படுத்தினார். ஏற்கெனவே இதுகுறித்து டார்வின் தமது உயிரினங்களின் தோற்றம் நூலில் விவாதித்திருந்தார். அதனை மேலும் விளக்கும் முயற்சியில் ஈடுபட்டதன் விளைவாக 1868இல் *வீட்டுமயப்படுத்தலின் கீழ் மிருகங்கள் மற்றும் தாவரங்களில் நிகழும் மாறுபாடு* (The Variations of animals and plants under domestication) என்ற நூலை வெளியிட்டார். இந்நூலும் உயிரினங்களின் தோற்றம் நூலைப்போலவே விறுவிறுப்பாக விற்பனையாது. இந்நூலும் பலமொழிகளில் மொழியாக்கமாக வெளிவந்தது. முதலில் இந்நூலை மிகப் பெரிய நூலாக எழுதத் திட்மிட்டிருந்தார். ஆனால் அவரது திட்டத்தின் முதல் பாகமாகவே இந்நூல் வெளிவந்தது. எனவே, இதில் இயற்கைத் தேர்வு குறித்த இரண்டாம் பாகத்தைப் பின்னர் எழுதிமுடித்தார். ஆனால் அது அவருடைய வாழ்நாளில் வெளியிடப்படவில்லை.

இதற்கு அடுத்தபடியாக டார்வின் வெளியிட்ட நூல் மிகுந்த முக்கியத்துவம் வாய்ந்தது. ஏனெனில் உயிரினங்களின் தோற்றம் இயற்கைத் தேர்வு, பரிணாம வளர்ச்சி ஆகியவற்றைத் தாவரங்கள், மிருகங்கள் ஆகிய உயிரினங்களைச் சுற்றியே இதுவரையான அவரது நூல்களில் விளக்கிவந்தார். ஆனால் இவற்றின் உச்சகட்டமான மனிதனின் தோற்றம் குறித்து விவாதிக்கவில்லை. *உயிரினங்களின் தோற்றம்* நூலை எழுதும்போதே அவரிடம் இந்தப் பிரச்சனை முன்னுக்கு வந்தது. எனவே அந்நூலில் 'மனித இனத் தோற்றம் மற்றும் அதன் வரலாறு குறித்த விளக்கம் அளிக்கப்படும்' என்று மட்டும் வாக்குறுதி அளித்திருந்தார். எனவே, அந்நூலை அடுத்து வந்த நூலில் அந்த விளக்கத்தை வாசகர்கள் எதிர்பார்த்தனர். ஆனால் டார்வினின் இந்தப் புதிய நூலில்தான் அந்த வாக்குறுதி நிறைவேற்றப்பட்டது. 1871 பிப்ரவரியில் வெளியிடப்பட்ட இந்தப் புத்தகத்தின் தலைப்பு *'மனித வழித்தோன்றலும் பாலியல் குறித்த தொடர்பில் நிகழும் தேர்வுகளும்'* (The Descent of man and selections in relation to sex) என்பதாகும். இந்நூல் இரண்டு நூல்களின் தொகுப்பாகும். அவர் மனித இனங்கள் குறித்த முதல்பாகமான மனிதகுல வழித் தோன்றலில், தாழ்நிலைமையில் இருந்த மிருகங்களில் ஏற்பட்ட பரிணாம வளர்ச்சியின் விளைவே மனித குலம் என்பதை ஏராளமான மூல ஆதாரங்களை ஆய்வு செய்தும் ஆராய்ச்சி செய்தும்

விளக்கியுள்ளார். இதில் மனிதனின் அறிவு மற்றும் ஒழுக்க நெறி சார்ந்த இயல்புத்தன்மை (Intellectual and moral faculty) எப்படித் தோன்றி தொடர்ந்து வளர்ச்சி கண்டது என்பது குறித்தும் மனிதனுடைய கலாச்சாரத்தின் பரிணாம வளர்ச்சி, (மூலமரபுக் குழுக்களுடைய) (Races) உடல் மற்றும் கலாச்சார ரீதியான சிறப்புத் தன்மைகள் ஆகியவை குறித்தும் விவாதித்துள்ளார். இரண்டாவது பாகம் பாலியல் தேர்வு (Sexual selection) என்பதாகும். பரிணாம வளர்ச்சிக் கோட்பாட்டில் இயற்கைத் தேர்வு ஒரு முக்கியமான கட்டமாகும். அதன் காரணமாகத்தான் ஓர் உயிரினத்தினைச் சேர்ந்த ஆண்பாலோ அல்லது பெண்போலோ பரஸ்பரம் எதிர்த்தரப்புப் பாலைப் பாலியல் ரீதியாகக் கவர்வதற்குப் பிரகாசமான நிறம், இனிய குரல், உடல்முழுவதும் வண்ணத்தோகைகள், கொம்பு, கம்பீரமான பிடரி போன்றவற்றைக் கொண்டிருப்பதுண்டு. உதாரணமாக ஆண்மயிலின் உடல் முழுமையையும் மறைக்கும் அழகான தோகைகளை அது கொண்டுள்ளது; மேலும் ஒரு உயிரினத்தில் ஓர் பாலை ஈர்ப்பதில் எதிர்த்தரப்புப் பால் சேர்ந்தவற்றுக்கிடையே குறிப்பாக ஆண்பால்களுக்கிடையே போட்டி நிலவுகிறது. இதுவே, டார்வினின் கண்ணோட்டத்தில் பாலியல் தேர்வாகும்.

மனித வழித்தோன்றல் - பாலியல் தேர்வு குறித்த நூலின் தொடர்ச்சியாக ஒரு புதிய நூலை எழுதி வெளியிட முடிவு செய்தார். இதன் உள்ளடக்கம் 30 ஆண்டுகளுக்கு முன்பு அவருடைய முதல்மகன் எராஸ்மஸ் டார்வின் பிறந்த சமயத்திலேயே அவரது சிந்தனையில் உலவிக் கொண்டிருந்த தாகும். அப்போது அவர் எழுதிய குறிப்புகளிலிருந்து தமது ஆய்வுகளையும் தொடங்கிய டார்வின் 1872ஆம் ஆண்டு, இலையுதிர் காலத்தில் *'மனிதர்களிடமும் மிருகங்களிடமும் உணர்ச்சிகளின் வெளிப்பாடு'* (The expression of excitement in men and animals) என்ற நூலை வெளியிட்டார். இந்நூல் புத்தகக் கடைகளில் விறுவிறுப்பாக விற்பனையாயிற்று. வெளியான அன்றே 5000 பிரதிகள் விற்றுத்தீர்ந்தன.

மனித வழித்தோன்றல் - பாலியல் தேர்வு நூலில் மனிதனின் சிந்தனைத் திறன்களின் பரிணாம வளர்ச்சி பற்றி எழுதிய டார்வின் இதன் தொடர்ச்சியாக இந்நூலில் மனிதர்களின் அக உணர்வின் (Psychology) பரிணாம வளர்ச்சி குறித்தும் மிருகங்களின் இயங்குமுறை (Behaviour) குறித்தும் மனிதர்களின் அணுகுமுறை பற்றியும் விவாதித்திருந்தார்.

தாவரவியலுக்கு மீண்டும் திரும்புவதற்கு டார்வின் விரும்பினார். தாவரங்களின் பரிணாம வளர்ச்சி குறித்துப் பரிசோதனை அனுபவங்கள் அவருக்குப் பெருமளவில் இருந்தன. அவற்றின் அடிப்படையில் தொடர்ச்சியான ஆய்வுகளையும் ஆராய்ச்சிகளையும் மேற்கொண்ட டார்வின் *பூச்சிகளைத் தின்று வாழும் தாவரங்கள்* (Insectivourous plants) என்ற நூலை எழுதி வெளியிட்டார். இந்நூலில் நுண்பனிச் செடிகள் (Sundew) மற்றும் சிலவகைப்பட்ட தாவரங்கள், தங்களுடைய இரைகளான பூச்சிகள் தங்களை நெருங்கும் போது அவற்றைப் பிடிப்பதற்குக் கையாளும் வழிமுறைகள் குறித்து விளக்கியிருந்தார்.

தொடர்ந்து தாவரவியலில் கவனம் செலுத்திய டார்வின் 1876ல் *'தாவரப் பெரும்பிரிவில் கலப்பின மற்றும் சுய கருவுறுதலின் விளைவுகள்'* (The effects of cross and self fertilisation) என்னும் நூலை வெளியிட்டார்.

1877ஆம் ஆண்டு கோடையில் டார்வினின் மற்றொரு நூல் விற்பனைக்கு வந்தது. இந்நூல் *ஒரேவகைப்பட்ட உயிரினத்தைச் சேர்ந்த தாவரங்களில் பல்வேறுபட்ட மலர்கள்* (The different forms of flower on plants of same species) என்பதாகும். இந்நூலின் விற்பனையும் விறுவிறுப்பாக இருந்தது.

இந்நூலை வெளியிட்டவுடனேயே மற்றொரு தாவரவியல் நூலை எழுதுவதற்கான ஆய்வுகளிலும் ஆராய்ச்சிகளிலும் இறங்கினார். பற்றி ஏறும் தழுவு கொடி (Climber) வகைப்பட்ட தாவரங்களைப் பற்றி ஏற்கெனவே பல ஆண்டுகளாக அவர் ஆய்வு செய்திருந்தார். அதன் தொடர்ச்சியாகவே 1878, 1879 ஆகிய ஆண்டுகளில் அவற்றின் இயக்கமுறைகள் குறித்து பரிசோதனை ஆய்வுகளையும் ஆராய்ச்சிகளையும் மேற்கொண்ட டார்வின் 200 படங்களுடன் 400 பக்கங்கள் கொண்ட நூலை எழுதினார். இந்நூல் 1880இல் *'தாவரங்களில் நிகழும் இயக்கங்களின் ஆற்றல்'* (The power of movement of in plants) என்ற தலைப்பில் வெளியிடப்பட்டது.

இந்நூலுக்கு அடுத்ததாகவும் நாம் ஏற்கெனவே குறிப்பிட்ட படியும் *'மண்புழுக்களின் செயல்பாட்டால் தாவரங்களுக்கான உதிர்மண் உருவாக்கம்'* (The formation of vegetable mould through the action of worms) என்ற நூலை எழுதிமுடித்தார். ஒலி, ஒளி, நிறங்கள், இலைகள், காகிதங்கள், புகை போன்றவற்றைக் கொண்டு மண்புழுக்களிடம் பரிசோதனை ஆய்வுகளையும் ஆராய்ச்சி

களையும் நடத்தி டார்வின் எழுதி 1881இல் வெளியிட்ட இந்நூல் நாம் ஏற்கெனவே குறிப்பிட்டபடி கடைசி நூலாக அமைந்தது.

டார்வினின் *'உயிரினங்களின் தோற்றம்'* நூல்தான் இயற்கை வரலாற்றின் பிரகாசமிக்க ஞாயிறாகப் பிரகாசித்தது. மற்ற நூல்கள் அதனைச் சுற்றிவந்த கிரகங்களாக விளங்கின. அவை உயிரினங்களின் தோற்றம் நூலுக்கு ஆதரவானவையாகவும் அதன் உள்ளடக்கத்தை வலுப்படுத்தக்கூடியவையாகவும் விளங்கின. அவரது நூல்களின் மையக் கருத்தான பரிணாம வளர்ச்சி இயற்கை அறிவியலின் குறிப்பாக உயிரியலின் அடிப்படையாக அமைந்தது.

ஆனால், இங்கே டார்வினின் நூல்களைப் பற்றிய விபரங்களின் பின்னணியில், லண்டனில் ஆக்ஸ்போர்டு பல்கலைக்கழகத்தில் நிகழ்ந்த ஓர் கருத்து மோதல் நிகழ்வைக் குறிப்பிட வேண்டும்.

டார்வினும் அவரது மனைவி எம்மாவும் பின்னாட்களில் 1873ல் சுரீ என்ற பகுதிக்கு சிறப்பு விருந்தாளிகளாகச் சென்ற சில நாட்களுக்கு முன்பாக கிறிஸ்துவ மத ஆர்ச் பிஷப் வில்லியம் வில்பெர்ஃபோர்ஸ் என்பவர் குதிரைச் சவாரி செய்தபோது தவறிவிழுந்து அந்த எஸ்டேட்டிற்குள் மரணமடைந்தார் என்றும் அதற்காக இருவரும் வருத்தப்பட்டனர் என்றும் ஏற்கெனவே குறிப்பிட்டிருந்தோம். டார்வினின் *உயிரினங்களின் தோற்றம்* நூல் வெளிவந்த பின்னணியில் அவரது பரிணாம வளர்ச்சிக் கோட்பாட்டை கடுமையாக விமர்சித்து வந்தவர் சாமுவேல் வில்பெர்ஃபோர்ஸ். ஆக்ஸ்போர்டு பல்கலைக்கழக பிஷப்பான இவருக்கும் டார்வினின் இளம் நண்பரும் பரிணாம வளர்ச்சிக் கோட்பாட்டின் உள்ளார்ந்த ஆதரவாளருமான தாமஸ் ஹென்றி ஹக்ஸ்லி (Thomas Henry Huxley) க்குமிடையே தான் கருத்து மோதல் ஏற்பட்டது.

டார்வின் 1859, நவம்பரில் தமது *உயிரினங்களின் தோற்றம்* (The Origin of Species) நூலை வெளியிட்ட மறு ஆண்டில் ஜூலை 3ஆம் தேதி ஆக்ஸ்போர்டு பல்கலைக்கழகத்தில் பிரிட்டிஷ் அறிவியல் வளர்ச்சி அமைப்பின் வருடாந்திரக் கூட்டம் நடைபெற்றது. இதில் உடல்நலக்குறைவு காரணமாக டார்வின் கலந்து கொள்ளவில்லை. அவரது அன்புக்குரிய தாவரவியல் பேராசிரியர் ஹென்ஸ்லோ தலைமையில் நடைபெற்ற இக்கூட்டத்தில் ஆசிரியர்களும் மாணவர்களும் உட்பட 700க்கும் அதிகமானவர்கள் கலந்து கொண்டனர். அரங்கம் நிரம்பி வழிந்தது. இதில், டார்வினின் பரிணாம வளர்ச்சிக்கோட்பாடு குறித்து விவாதிப்பதற்கென தனிநிகழ்ச்சி எதுவும் இல்லையென்றாலும் அது இக்கூட்டத்தில்

முக்கிய இடம் பெறும் என்று முன்னதாகவே ஒரு பொதுவான கருத்து நிலவியது. கூட்டத்தலைவர் ஹென்ஸ்லோ, கேட்போர் கூட்டத்திலிருந்த ஹக்ஸ்லீயைப் பேச வருமாறு அழைத்தார். ஆனால் அவர் மறுத்துவிட்டார். அதற்கு அவர் கூறிய காரணம், அந்தக் கூட்டத்தில் அறிவார்ந்த விவாதத்தில் தேவை இல்லாமல் உணர்ச்சி குறுக்கிடும் என்பதால் விவாதத்தை அவர் தொடக்கி வைக்க விரும்பவில்லை. பின்னர் ஓவன் அழைக்கப்பட்டார். இவர், ஆர்ச் பிஷப் வில்பெர்ஃபோர்ஸின் கூட்டாளி. இருவரும், இந்தக் கூட்டத்தை திசை திருப்பி விட வேண்டும் என்பது குறித்து முந்தின நாள் இரவு விவாதித்திருந்தனர் என்று கூறப்பட்டது. ஓவன், தமக்கு அழைப்பு விடப்பட்டதும் மேடையேறியவுடன், டார்வினின் பரிணாம வளர்ச்சிக் கோட்பாட்டை முற்றிலும் நிராகரிப்பதாகக் கூறினார். மனிதனுக்கும் கொரில்லா குரங்கிற்குமிடையே இணைக்க முடியாத இடைவெளி இருப்பதால் குரங்கிலிருந்து மனிதன் பரிணமித்திருக்க முடியாது. எனவே, டார்வினின் பரிணாமக் கோட்பாடு தவறானது என்று கூறினார். அப்போது தாமஸ் ஹென்றி ஹக்ஸ்லீ, தமது இருக்கையிலிருந்து எழுந்து, ஓவனின் கருத்துக்கள் அறிவுக்குப் பொருத்தமற்றவை என்று கூறினார். ஓவனுக்குப் பிறகு மற்றும் சில அறிவியலாளர்கள் பேசினார்கள். ஆனால் அவர்களைக் கூட்டத்தினர் ரசிக்கவில்லை. எனவே, மியாவ், மியாவ் என கூச்சலிட ஆரம்பித்தனர்.

இந்நிலைமையில் தான், ஆர்ச் பிஷப் வில்பெர்ஃபோர்ஸ், அரங்கத்திற்குள் நுழைந்தார். சுற்றியிருந்தவர்களை இடித்துத் தள்ளிக் கொண்டு கொஞ்சம் பந்தாவாக மேடைக்குச் சென்றார். அவர் நல்ல பேச்சாளர் என்பதால் அவர் வந்தவுடன் கூட்டம் சுறுசுறுப்படைந்தது. கூட்டத்தினரைத் தன் பக்கம் ஈர்க்கும் நோக்குடன் தனது விவாதத் திறமையைக் காட்ட முயன்ற ஆர்ச் பிஷப், டார்வினின் பரிணாம வளர்ச்சிக் கோட்பாடு, மதத்திற்கு எதிரானது என்பதால் அது அறிவியல் ரீதியானதல்ல! என்று கூறினார். அவர் தொடர்ந்து இதே வகையில் பேசிக் கொண்டிருந்தார். அவர்

பிஷப் சாமுவேல் வில்பெர்ஃபோர்ஸ்

முன்வைத்த இந்தக் கருத்துகளெல்லாம் முந்தினநாள் இரவு ஆர்ச் பிஷப்புக்கு ஓவன் சொல்லிக் கொடுத்தவை என ஹக்ஸ்லீயும் அவரது நண்பர் ஹூக்கரும் புரிந்து கொண்டனர். தொடர்ந்து பேசிய ஆர்ச் பிஷப், டார்வினின் கோட்பாட்டை கிண்டலடிக்கும் நோக்குடன் அவரது ஆத்மார்ந்த நண்பரான ஹக்ஸ்லீயைப் பார்த்து, நீங்கள் உங்களுடைய பாட்டி வழிக் குரங்கின் வம்சாவளியைச் சேர்ந்தவரா அல்லது தாத்தா தரப்பு குரங்கு வழியில் வந்தவரா? என ஏளனத்துடன் கேட்டார். ஆர்ச் பிஷப்பின் இந்தக் கேள்விக்கு அவரது ஆதரவாளர்கள் ஆரவாரஞ் செய்தனர் என்றாலும் அதனை பொதுவாக கூட்டத்தினர் ரசிக்கவில்லை. எனவே அவரது பேச்சு முடிந்தவுடன், ஹக்ஸ்லீ மேடையேற வேண்டுமென்ற கோரிக்கை கூட்டத்தினரிடையே கோஷமாகக் கிளம்பியது.

எனவே, மேடையேறிய ஹக்ஸ்லீ, டார்வினின் பரிணாம வளர்ச்சிக் கோட்பாட்டின் சிறப்புகளை உயர்த்திப் பிடித்தார். மேலும், ஆர்ச் பிஷப், முன்வைத்த மதம், கடவுள் நம்பிக்கை என்னும் கருத்தோட்டங்களுக்கு எதிராக அறிவியல் ரீதியான பகுத்தறிவு ரீதியான கருத்துகளை நிறுத்தினார். எந்தத் தரப்பு குரங்கு வம்சாவளியை சேர்ந்தவர் என்று ஆர்ச் பிஷப் தம்மைக் கேட்டதற்கு பதிலளித்த ஹக்ஸ்லீ, "ஒரு உண்மையை எதிர்கொள்வதற்கு அச்சப்படும் மனிதனாக இருப்பதைக் காட்டிலும் ஒரு முக்கியமான விவாதத்தில் ஏளனம் செய்யும் "மகத்தான" மனிதனாக இருப்பதைக் காட்டிலும் இரண்டு குரங்குகளின் மரபுவழிப் பட்டதாக இருப்பதற்கே முன்னுரிமை அளிக்கிறேன்" என்று கூறி தனது உரையை முடித்தபோது கிளம்பிய ஆரவாரமும் கைதட்டலும் அரங்கத்தையே அதிரச் செய்தது. இது முடிவதற்கு சில நிமிடங்கள் பிடித்தன.

அறிவியலாளர்கள்

தாமஸ் ஹக்ஸ்லீ

ஜோசப் ஹூக்கர்

ஹக்ஸ்லீயைத் தொடர்ந்து பேசிய ஹூக்கர், பரிணாம வளர்ச்சி குறித்து ஆர்ச் பிஷப் வில்பெர்ஃபோர்ஸ் தெரிவித்த தவறுகளைப் பட்டியலிட்டுக் காட்டியதுடன் அவற்றுக்கான பதில்களையும் முன் வைத்தார். இறுதியாக, அவர், ஆர்ச் பிஷப் டார்வினின் நூலைப் படிக்காமலே அதைப் பற்றிக் குறைகூற வருவதாகவும் இடித்துரைத்தார்.

டார்வினின் நூல்களையும் அவரைப்பற்றிய நூல்களையும் கொண்ட ஒரு கண்காட்சி.

இந்த விவாதம், தங்களுக்கு சாதகமானதாக அமைந்தது என்று இரு தரப்பினரும் உரிமை கொண்டாடினர். ஆனால், இந்த ஆக்ஸ்போர்டு பல்கலைக்கழக அரங்க நிகழ்வு குறித்து பத்திரிகைகளில் வந்த செய்திகளை திரும்பத் திரும்பப் படித்த டார்வின், தன்னுடைய கருத்துக்களுக்காக தாம் மேடையேறிப் போராடவில்லை என்றும் தன்னுடைய அறிவார்ந்த நண்பர்கள் தான் போராடினர் என்றும் உள்ளூற அவர்களைப் பாராட்டி அவர்களுக்கு நன்றி கூறிக்கொண்டார்.

6

படைப்பு வாதமா? பரிணாம வளர்ச்சியா?

இந்த உலகம் இதில் வாழும் மனிதன் மற்றும் தாவர மிருக உயிரினங்கள் உட்பட இந்தப் பிரபஞ்சத்தை ஆண்டவன் ஆறுநாட்களில் படைத்தார் என்று போதிக்கும் கிறிஸ்துவமதத்தின் படைப்புவாதத்திற்கு (Creationism) (இந்துமதம் உட்பட ஏனைய மதங்களும் அதனதன் படைப்பு வாதத்தைக் கொண்டுள்ளன) நேர் எதிர்நிலையை டார்வினின் பரிணாம வளர்ச்சிக்கோட்பாடு முன்வைத்தது. ஆறு நாட்களில் ஒரு நாளை உயிரினங்களைப் படைக்க ஆண்டவன் எடுத்துக்கொண்டான் என்கிறது, கிறிஸ்தவ மத படைப்பு வாதம். ஆனால் பலவகைப்பட்ட உயிரினங்கள் தோன்றி இயற்கைத் தேர்வுவழிமுறையில் படிப்படியாக வளர்ச்சி யடைந்து மாற்றங்கள் பெற்று மனிதகுலம் உருவாக கோடிக்கணக்கான ஆண்டுகள் ஆயின என்று பரிணாம வளர்ச்சிக் (Evolution) கோட்பாடு முன்னிலைப்படுத்தியது.

டார்வினின் இந்தக் கோட்பாடுகள், கிறிஸ்துவமதம் உட்பட அனைத்து மதங்களின் அடிப்படையையே ஆட்டம் காணச் செய்தன. எனவே டார்வினின் சொந்த நாடான பிரிட்டன் உட்பட மேற்கு ஐரோப்பிய நாடுகளில் கிறிஸ்துவ மதத்தின் எதிர்ப்பை டார்வின் எதிர்கொள்ள நேர்ந்தது. நல்லவேளையாக அவர் 19ஆம் நூற்றாண்டில் பிறந்து அதே நூற்றாண்டில் தமது பரிணாம வளர்ச்சி உள்ளிட்ட அறிவியல் கோட்பாடுகளைக் கண்டுபிடித்து வெளிப்படுத்தினார். ஆண்டவனின் பிரதிநிதிகளாகத் தங்களை முடிசூட்டிக் கொண்ட அரசர்கள், அப்போது வெறும் பொம்மை அரசர்களாக இறக்கப் பட்டிருந்தனர். பல ஐரோப்பிய நாடுகளில் நிலப்பிரபுத்துவமுறை புதைபொருளாக்கப்பட்டிருந்தது. இந்நாடுகளில் நாடாளுமன்ற ஜனநாயக முறை ஆட்சிபுரிந்ததுடன் பிரிட்டன் உட்படப் பல நாடுகளில் முதலாளித்துவ சுரண்டல் கொடுமைகளை எதிர்த்து

மத்திய வயதில் டார்வின்

தொழிலாளி வர்க்கம் போர்க்கொடி தூக்கியிருந்த விழிப்படைந்து வந்த காலமாக இருந்தது. இல்லையெனில் ஐரோப்பாவின் மத்திய காலத்தில் (கி.பி. 10 ஆம் நூற்றாண்டு முதல் 16ஆம் நூற்றாண்டு வரை) புருனோ, நெருப்பிட்டு உயிருடன் கொளுத்தப்பட்டது போன்றோ அல்லது கலிலியோ அணுஅணுவாக வீட்டுச் சிறையில் சித்திரவதைக்குள்ளாக்கப் பட்டது போன்றோ டார்வினும் கொல்லப்பட்டிருப்பார்.

ஆனால் ஐரோப்பாவைப் பொறுத்தவரையில் 16ஆம் நூற்றாண்டில் அறிவியல் அடிப்படையில் மறுமலர்ச்சியும் சீர்திருத்தங்களும் நிலப்பிரபுத்துவத்தை எதிர்த்த மக்களின் போராட்டங்களும் முதலாளித்துவ வளர்ச்சியும் நிகழ்ந்ததால், கத்தோலிக்கக் கிறிஸ்துவ மதத்திற்குத் தத்துவ நெருக்கடி ஏற்பட்டது. இதன் தொடர்ச்சியாக ரோமன் கத்தோலிக்க கிறிஸ்துவத்தில் பெரும் பிளவு எற்பட்டு புரட்டஸ்டாண்ட் என்ற பெயரில் புதிய கிறிஸ்துவ மதம் உருவானது. இந்நிலைமையில், இதுவரை கிறிஸ்துவத்தில் செல்வாக்குப் பெற்றிருந்த தாமஸ் அக்குய்னோஸின் கோட்பாடுகள் பின்னடைவிற்கு உள்ளாயின. (தாமஸ் அக்குய்னோஸின் கோட்பாடுகள் கி.பி.13ஆம் நூற்றாண்டில் கத்தோலிக்க கிறிஸ்துவமதத் தலைவரான புனித தாமஸ் அக்குய்னோஸ் (1225-1294) அரிஸ்டாடிலின் இயற்கைக்கு அப்பாற்பட்ட அல்லது இயக்க மறுப்பியலான (Metaphysical) தத்துவ அடிப்படையில் ரோமன் கத்தோலிக்க மத நிலைபாடுகளை வகுத்தார். அவை அன்று வளர்ந்துவந்த அறிவியலுக்கும் பொருள்முதல்வாதத்திற்கும் எதிராக நின்றதாகும். மேலும் உலகின் அனைத்துக் கிறிஸ்தவப் பிரிவுகளையும் இணைக்கும் நோக்கம் கொண்டதாகவும் அக்குய்னோஸின் கோட்பாடுகள் இருந்தன) ஆனால் அக்கோட்பாடுகள் 19-ஆம் நூற்றாண்டின் பிற்பகுதியில் ஐரோப்பாவில் நவீன அறிவார்த்தவாதம் (neo-Scholastism) என்றும் நவீன தாமஸ் வாதம் என்றும் தலைதூக்கின. இதில் ரோமன் கத்தோலிக்க மதமும் புராட்டஸ்டண்ட் கிறிஸ்துவமதமும் கைகோர்த்துக் கொண்டன. ஏனெனில், 19ஆம் நூற்றாண்டில் மார்க்ஸ்-ஏங்கல்ஸ் தலைமையில் பொருள் முதல்வாதம் புதிய வேகத்துடன் தத்துவப்போராட்டங்களில் மட்டுமின்றி வர்க்கப்போராட்டங்களிலும் அரசியல் - சமூகப் போராட்டங்களிலும் முன்னிலை வகித்தது. மேலும், அந்நூற்றாண்டில்தான் குறிப்பாக, 1859இல் இந்த இருபிரிவுக்

கிறிஸ்துவ மதங்களின் அடிப்படைக் கோட்பாடான படைப்புவாதத்திற்குப் பலத்த அடி கொடுத்த *உயிரினங்களின் தோற்றம்* நூலை டார்வின் வெளியிட்டிருந்தார்.

டார்வினின் கோட்பாட்டிற்கும் 19ஆம் நூற்றாண்டில் பெரும் வளர்ச்சி கண்ட பொருள்முதல்வாதத்திற்கும் எதிராகக் கிளம்பிய படைப்புவாதிகளின் முன்னோடியாக இங்கிலாந்தில் பீட்டர் பரோ நகரைச் சேர்ந்த கிறிஸ்துவ மதப்பிரச்சாரகரும் கல்லூரி ஆசிரியருமான வில்லியம் பேலீ (1743 ஜுலை 1805 மே 25) என்பார் இருந்தார். தமது கிறிஸ்துவ மதத்தின் படைப்பு வாதத்திற்கு அறிவியல் அந்தஸ்தும் தகுதியும் அளிக்கும் முயற்சியில் தீவிரமாக ஈடுபட்டார். பின்னாட்களில் டார்வின் படித்த கேம்பிரிட்ஜ் பல்கலைக் கழகத்தின் கிறிஸ்தவக் கல்லூரியில் படித்தவரான பேலீ மேற்கொண்ட இந்தமுயற்சி, அன்றைய தீவிர கிறிஸ்துவ ஆதரவாளர்களுடைய சிந்தனை யோட்டத்தின் பின்னணியாக அமைந்திருந்தது.

ஏராளமான நூல்களை எழுதிய வில்லியம் பேலீ தமது முயற்சியின் தொடர்ச்சியாக *இயற்கை சார்ந்த வேதமறையியல்* (Natural theology) என்ற நூலையும் எழுதினார். 1802இல் வெளியான அந்நூலில் படைப்புவாதத்திற்கு ஆதரவாக ஒரு பிரபலமான ஒப்பீட்டுக் கோட்பாட்டை முன்வைத்தார். அந்தக் கோட்பாடு 'கடிகாரத் தயாரிப்பாளரின் ஒப்பீடு' (watch maker analogy) என்பதாகும். இதில் 2 அம்சங்களை முன்வைத்து அவற்றை ஒப்பீடு செய்தார். ஒன்று ஒரு கடிகாரத்தில் உள்ளடங்கிய சிக்கலான உள்பாகங்களுக்கு ஓர் அறிவார்ந்த வடிவமைப்பாளர் (Intelligent Designer) ஒருவர் அவசியம் தேவைப்படுகிறார். இரண்டாவதாக, கடிகாரத்திற்கு தேவைப்படுவது போலவே சிக்கல் தன்மை வாய்ந்த ஓர் உடல்உறுப்பு அல்லது ஒரு முழுமையான உயிரமைப்பு அல்லது சூரியமண்டலம் அல்லது பிரபஞ்சம் - இவற்றில் எது ஒன்றிற்கும் ஓர் அறிவார்ந்த வடிவமைப்பாளர் அவசியமாகிறார்.

இதனை பேலீ தமது நூலில் மேலும் விளக்குகையில், உயிரினங்களின் சிக்கலான அமைப்பு முறைக்கும் தாவரங்களும் மிருகங்களும் நிலைமைக்கு ஏற்பத் தங்களை தகவமைத்துக் கொள்வதற்கும் (Adaptation) ஓர் அறிவார்ந்த வடிவமைப்பாளர் தேவைப்பட்டார் என்று கூறினார். இயற்கை உலகம் கடவுளின் படைப்பாகும். இது (இயற்கை) படைப்புகளின் இயல்புத்

தன்மையைக் காட்டுகிறது என்றும் நம்பினார். மேலும் பணிந்து செல்லக்கூடிய முக்கியத்துவமற்ற உயிரிகளைப் படைப்பதற்குக் கூட கடவுள் மிகக் கவனமாகத் திட்டமிட்டார். அவற்றின் நுணுக்கமான உறுப்புகளை (உதாரணமாக, நத்தையின் ஆன்டெனா, பாம்புகளின் உணரும் தன்மை ஆகியவற்றைக்கூட) மிகநுணுக்கமாக அமைத்தார்; ஆகவே கடவுள் மிகவும் இரக்கமானவர் என்றும் பேலீ குறிப்பிட்டார்.

ஆனால் இயற்கையினால் பெரும் துயரங்கள் ஏற்படுகின்றன. அதனால் ஏற்படும் வேதனைகள் குறித்து அது பொருட்படுத்துவதாகத் தெரியவில்லை என்று இயற்கை மீது நொந்து கொண்டார். இதில் வேதனைகள் அளிக்கும் இயற்கையை, அவரது கண்ணோட்டத்தின்படி எல்லாம் வல்ல கடவுள்தான் படைத்தார் என்பதை வசதியாக மறந்துவிடுகிறார். ஆனாலும் அவர் இரக்கமுள்ள கடவுள் படைத்த இயற்கையால் வாழ்க்கையில் வேதனையைக் காட்டிலும் மகிழ்ச்சியே அதிகமாக உள்ளது என்று சுய ஆறுதலாகக் கூறிக்கொள்கிறார்.

மனிதனின் நலன்களுக்காகவே இந்த உலகம் படைக்கப் பட்டது என்ற இயற்கைத் திட்டவாதத்தின் (Teleology) வழிப்பட்ட கருத்துக்களைக் கொண்டிருந்த பேலீயின் கடிகார ஒப்பீடு அவரது காலத்திலும் அவருக்குப் பின்னரும் கடுமையான விமர்சனத்திற்கு உள்ளானது.

இதை மிகக்கடுமையாக விமர்சனம் செய்தவர்களில் ஒருவரான டேவிட் ஹியூம் (1811-1876) ஸ்காட்லாந்தை சேர்ந்த அகநிலைக் கருத்து முதல்வாதி என்ற போதிலும் கடவுள், ஆன்மா ஆகியவற்றின் இருப்பை மறுத்தவராவார். *இயற்கை சார்ந்த மதம் குறித்த உரையாடல்கள்* (Dialogues concerning natural religion.) மனிதப்புரிதல் குறித்த ஒரு விசாரணை (An enquiry, concerning Human understanding) போன்ற தத்துவ நூல்களை எழுதியவர்.

கடிகாரத் தயாரிப்பாளரையும் பிரபஞ்சத்தைப் படைத்தவராக கூறப்படும் கடவுளையும் பேலீ ஒப்பீடு செய்வது அரைகுறையான ஒப்பீடாகும் என்று ஹியூம் கூறினார். பொருட்களுடன் நமக்கு அனுபவங்கள் உள்ளன; இதன் காரணமாக ஒரு ஒழுங்குமுறையுடனும் ஒரு நோக்கத்துடனும் தயாரிக்கப்பட்ட பொருட்களை நாம் அறிந்துகொள்ள முடிகிறது. இதன்பொருட்டு உதாரணமாக, ஒருகற்குவியலையும் செங்கல்

சுவரையும் ஒப்பிட முடியும். ஆனால் திட்டமிடப்பட்ட பிரபஞ்சம் ஒன்றைப் பற்றி ஒப்பிடுவதற்கும் குறிப்பிடுவதற்கும் பலவகைப்பட்ட பிரபஞ்சங்களுடன் நமக்கு அனுபவம் வேண்டியிருக்கும். ஆனால் நமக்கு ஒரு பிரபஞ்சத்துடன் மட்டும் அனுபவம் உள்ளது. எனவே, இங்கே ஒப்பீடு என்பதைப் பயன்படுத்த முடியாது" என்று ஹியூம் கூறினார்.

மேலும் அவர், பேலீயின் விளக்கத்தின்படி படைப்பு வடிவமைப்பாளர் என்பவர் கடவுள் என்றால் அந்த உயர்ந்த படைப்பு வடிவமைப்பாளரைப் படைத்த படைப்பு வடிவமைப்பாளர் யார்? என்று கேள்வி எழுப்பியதுடன் "நன்கு ஒழுங்கமைக்கப்பட்ட இயற்கை உலகத்தைப் படைக்க ஒரு விசேஷ படைப்பு வடிவமைப்பாளர் தேவைப்பட்டால், அந்தக் கடவுளின் சிந்தனையை உருவாக்க வேறொரு சிறப்புமிக்க படைப்பு வடிவமைப்பாளர் (வேறொரு கடவுள்) தேவைப்படுகிறார். இதேபோன்று இந்தப் படைப்பு வடிவமைப்பாளரை படைப்பதற்கு இன்னுமொரு படைப்பு வடிவமைப்பாளர் தேவைப்படுகிறார். இப்படியே போனால் இது முடிவற்றதாகிவிடும்" என்று திட்ட வாதத்தின் அடித்தளத்தையே தகர்த்தார்.

வில்லியம் பேலீயின் இயற்கை சார்ந்த வேதமறையியல் நூலை டார்வின் படித்திருந்தார். 1831இல் லண்டனில் கேம்பிரிட்ஜ் பல்கலைக்கழகத்தின் கிறிஸ்துவக் கல்லூரியில் படிக்கும்போதே பேலீயின் நூலைப் படித்திருந்த டார்வின், சில ஆண்டுகளுக்குப் பிறகு பீகிள் கப்பலில் 5 ஆண்டுகள் ஆராய்ச்சிப்பயணத்தை முடித்துக்கொண்டு திரும்பினார். அவரது ஆராய்ச்சிப் பயணத்தில் அவர்அறிந்து கொண்டு தெரிவித்தது என்னவெனில், 'இயற்கை அப்படியொன்றும் எளிமையாக கையாளக்கூடியதாக இல்லை. உயிரினங்களின் பரவலானது (Distribution) தெய்வீகப்படைப்பு என்ற கருத்திற்கு ஏற்றதாக இல்லை' என்பதுதான். மேலும் தமது இயற்கைத் தேர்வு குறித்த நூலில், தம்முடைய இயற்கைத் தேர்வு கோட்டுபாடுதான் தெய்வீகப்படைப்புக் கோட்பாட்டைவிட, கடந்த பலதலைமுறைகளில் மக்கள் தொகை எண்ணிக்கையில் ஏற்பட்டுள்ள படிப்படியான மாற்றத்திற்கான மிகச்சிறந்த விளக்கமாகும் என்றும் எழுதினார்.

பின்னர் தமது வாழ்க்கையின் பிந்தைய காலத்தில் தாம் எழுதிய சுயசரிதையில் தமது உயிரினங்களின் தோற்றம் நூலை

மறுஆய்வு செய்து எழுதினார். அதில் அவர், "என்னுடைய வாழ்க்கையில் சமீபகாலம் வரை தனிப்பட்டதொரு கடவுளின் இருப்பைப்பற்றி நான் அதிகமாக சிந்திக்கவில்லை. பேலீ அளித்தது போன்ற இயற்கைக்கான படைப்பு வடிவமைப்பு என்னும் பழையவாதமானது, முன்பெல்லாம் எனக்கு ரொம்பவே முழுமையானதாகவும் சரியானதாகவும் தெரிந்தது; அந்தக் கோட்பாடு இப்போது இயற்கைத் தேர்வு கண்டுபிடிக்கப்பட்ட பிறகு தோல்வி அடைந்து விட்டது. நாம் இனிமேலும் உதாரணமாக இருதோடுடைய சிப்பியின் அழகிய இணைப்பு, ஓர் அறிவார்ந்த தெய்வத்தால்தான் படைக்கப்பட்டிருக்க வேண்டும் என்று வாதாட முடியாது. உயிரினங்களின் பல்வேறு வகைகளில் எந்தப்படைப்பு வடிவமைப்பும் இல்லை என்றே தெளிவாகத் தெரிகிறது... இயற்கையில் நிகழும் ஒவ்வொரு நிகழ்வும் திட்டவட்டமான விதிகளின் விளைவேயாகும்"

இன்று ஸ்காட்லாந்தைச் சேர்ந்த ரிச்சர்டு டாகின்ஸ் (Richard Dawkins) என்னும் உயிரியலறிஞரும் படைப்புவாதத்தைக் கடுமையாக விமர்சித்துள்ளார். அவர் சிக்கலான கலைப்பூர்வமான பொருட்களை (கடிகாரம் போன்ற) தயாரிப்பதற்குப் படைப்பு வடிவமைப்பு தேவை இல்லை என்றார்.

அவர் தமது '*கடவுளின் மாயத் தோற்றம்*' (The god delusion) என்ற நூலில், "சிக்கலான பொருட்கள் அவற்றைவிட சிக்கலான ஏதாவதொரு சக்தியால் அறிவார்ந்த முறையில் படைக்கப்பட்டிருக்க வேண்டும் என்றால் இந்த சிக்கலான படைப்பாளராக (அதாவது கடவுளாக) இருக்கக் கூடிய ஏதோ ஒன்று இன்னும் அதிகச் சிக்கலான ஏதோ ஒன்றால்தான் படைக்கப்பட்டிருக்க வேண்டும். ஆகவே, பேலீயின் கடிகாரத் தயாரிப்பாளர் ஒப்பீடு தன்னைத் தானே மறுத்துக்கொள்ளும் வாதமாகும்" என்று சுட்டிக் காட்டியுள்ளார். அவர் தமது மற்றொரு நூலான '*பார்வையற்ற கடிகாரத் தயாரிப்பாளர்*' (Blind watch

ரிச்சர்ட் டாகின்ஸ்

maker) என்ற நூலில் 'கடிகாரத் தயாரிப்பாளர் ஒப்பீடு' பற்றிக் கூறுகையில் அது நேர்த்தியான ஒப்பீடு என்று ஒரு தவறான கருத்து ஏற்படுத்தப்பட்டுள்ளது' என்றும் குறிப்பிட்டுள்ளார்.

வில்லியம் பேலீயின் '*இயற்கை சார்ந்த வேதமறையியல்*' நூலும் அதில் உள்ளடங்கிய கடிகாரத் தயாரிப்பாளர் ஒப்பீடும் மொத்தத்தில் பொதுவான அறிவியல் சமூகத்தின் நிராகரிப்பையும் எதிர்ப்பையும் எதிர்கொண்டன.

எனினும் பேலீ தமது நூலில் இயற்கையைப் படைத்தது கடவுளின் சிந்தனை (Mind of God) என்பதால் அதனைப் புரிந்து கொள்வதற்காக இயற்கையை ஆய்வு செய்ய வேண்டும் என்று வலியுறுத்தினார். இது குறித்த போதனைகளும் பிரச்சாரங்களும், பல ஆயிரம் ஆண்டுகளுக்கு முந்தைய உயிரினங்களின் புதைபடிவங்களையும் (Fossils) உயிரினங்களின் மாதிரிகளையும் சேகரிப்பதற்கும் அவற்றை ஆய்வு செய்வதற்கும் தூண்டியது.

இந்தப் பின்னணியில்தான் 1809-ல் இங்கிலாந்தில் பிறந்த சார்லஸ் டார்வின் ஏற்கெனவே நாம் பார்த்தபடி பீகிள் கப்பலில் 5 ஆண்டுகள் ஆய்வுப் பயணம் மேற்கொண்டு ஏராளமான புதைபடிவங்களையும் உயிரின மாதிரிகளையும் சேகரித்தார். அவற்றைக் கொண்டு அவர் மேற்கொண்ட ஆராய்ச்சிகள் அவரை கடவுளைப்பற்றிய சிந்தனையை அடையாளம் காட்டுவதற்கு இட்டுச் செல்லவில்லை; மாறாக, இந்த உலகில் இயற்கையில் படிப்படியான நீண்ட நெடுங் காலமாக நிகழ்ந்த படிப்படியான வளர்ச்சி மற்றும் மாறுதல்கள் காரணமாகப் பல்வகைப்பட்ட உயிரினங்களாகவும் மனிதனாகவும் வளர்ச்சியடைந்த பரிணாம வளர்ச்சிக் கோட்பாட்டிற்குத்தான் அவரை இட்டுச் சென்றது.

அறிவியல் துறையில் குறிப்பாக உயிரியலில் மகத்தான சாதனையாகவும் பெரும் புரட்சியாகவும் விளங்கிய அவரது கோட்பாடு அறிவியல் உலகில் தவிர்க்க முடியாத ஒன்றாகிவிட்டது. எனவே தொழில் வளர்ச்சியடைந்து வந்த அனைத்து நாடுகளிலும் அதாவது மேற்கு ஐரோப்பிய நாடுகளிலும் அமெரிக்காவிலும் அதனைக் கற்றுத்தர வேண்டிய கட்டாய நிலைமை ஏற்பட்டது. ஆனால் இந்நாடுகளில் படைப்புவாதத் தீவிர ஆதரவாளர்கள் ஆளும் வர்க்க அரசியல்வாதிகள், மதத் தலைவர்கள் போன்றோரின் எதிர்ப்பு முயற்சிகள், இயக்கங்கள், நிர்ப்பந்தங்கள் காரணமாக ஏற்பட்ட தடைகளை அது எதிர்கொள்ள வேண்டியிருந்தது.

பின்னாட்களில் உயிரியல் முன்னேற்றத்திற்கு அடிப்படையான ஆதாரமாக விளங்கிய டார்வினின் கோட்பாடு எதிர்கொண்ட நியாயமற்ற எதிர்ப்புகளை அறிவியல் சமூகத்தின் பேராதரவுடன் எதிர்த்து வெல்லும் வலிமையுடன் இருந்தது என்பதும் அதன் மகத்தான சாதனையாகும்.

பிரிட்டனில் வில்லியம் பேலீ, 1802இல் வெளியிட்ட 'இயற்கை சார்ந்த வேதமறையியல்' நூலை பின்னாட்களில் பயன்படுத்தி மேற்கு ஐரோப்பாவில் தீவிரப்படைப்புவாதிகளும் மதத்தலைவர்களும் தங்களுடைய படைப்புத் தத்துவத்திற்கு அறிவியல் அந்தஸ்து அளிக்க முயன்றார்கள்.

ஐக்கிய அமெரிக்க நாட்டிலும் (U.S.A.) தீவிர படைப்புவாத ஆதரவாளர்கள், வில்லியம் பேலீயின் வழியில் படைப்பு வாதத்திற்கு அறிவியல் சாயம் பூசி அறிவியல் அந்தஸ்து அளிக்க முயன்றதையும் அதன் மூலம் பரிணாம வளர்ச்சிக் கோட்பாட்டைக் கீழே தள்ள முயன்றதையும் அந்த முயற்சிகளை டார்வின் கோட்பாடு வென்று காட்டியதையும் சுருக்கமாகப் பார்ப்போம்.

முன்னதாக ஒரு விஷயத்தைக் குறிப்பிட வேண்டும். அமெரிக்காவில் படைப்புவாதிகளிடையே பிளவு ஏற்பட்டது என்பதுதான் அது. பரிணாமக் கோட்பாட்டை எதிர்ப்பதற்குப் படைப்புவாதத்திற்கு அறிவியல் தகுதி அளிக்க வேண்டுமென்று 20ஆம் நூற்றாண்டின் தொடக்கத்தில் அதாவது 1920களில் நவீன படைப்புவாதிகள் விரும்பினர். ஆனால் இதனைக் கிறிஸ்துவ இயக்கத்தின் அடிப்படைவாதிகள் ஏற்றுக் கொள்ள வில்லை. அப்போது அமெரிக்க ஆளும் வர்க்கத்தினரிடம் இவர்கள் செல்வாக்குப் பெற்றிருந்தார்கள். அவர்கள் ஆண்டவன் 6 நாட்களில் உயிரினங்களுடன் இந்த உலகையும் பிரபஞ்சத்தையும் படைத்தார் என்ற பழைய படைப்புவாதமே மாணவர்களுக்கு போதிக்கப்பட வேண்டும்; அதற்கு அறிவியல் சாயம் பூச வேண்டியதில்லை என்பதில் உறுதியாக இருந்தனர். அப்போது பொதுப்பள்ளிகளின் பாடத்திட்டத்தில் டார்வினின் பரிணாம வளர்ச்சிக் கோட்பாடு சேர்க்கப்பட்டிருந்ததால் அதற்குத் தடைவிதிக்க வேண்டுமென்றும் வலியுறுத்தினர். இதன் பொருட்டு ஜென்னிங்ஸ் பிரியான் என்பவர் இயக்கமே நடத்தினார். அப்போது அவர் பரிணாம வளர்ச்சிக் கோட்பாட்டைக் கற்பிப்பதால் பாரம்பரிய மதத்திற்கும் ஒழுக்க

நெறிகளுக்கும் அச்சுறுத்தல் ஏற்பட்டுள்ளதாகக் கூறியதோடு ஜெர்மனியில் ராணுவவாதம் தலைதூக்குவதற்கு டார்வினின் கோட்பாடே காரணமாகியது என்றும் குற்றஞ்சாட்டினார். இவருடைய இயக்கத்தின் பின்னணியில் 1920 ஆம் ஆண்டுகளின் பிற்பகுதியில் ஐக்கிய அமெரிக்க நாடுகளில் (U.S.A.) லூசியானா உட்பட பலமாநிலங்களின் பொதுப்பள்ளிகளில் டார்வினின் பரிணாம வளர்ச்சிக் கோட்பாட்டைக் கற்பிப்பதற்குத் தடை விதிக்கப்பட்டது. அதற்கான சட்டங்களை அந்த மாநில அரசுகள் இயற்றின.

ஆனால் ஐக்கிய அமெரிக்கா அறிவியலில் முன்னேற்றம் காணவேண்டிய கட்டாயம் காரணமாக 1960ஆம் ஆண்டுகளில் மீண்டும் டார்வினின் உயிரியல் கோட்பாடான பரிணாம வளர்ச்சிக் கோட்பாடு புதிய போதனைத்தரத்துடன் பொதுப்பள்ளிகளில் மீண்டும் அறிமுகப்படுத்தப்பட்டது. இது அதற்கு மீண்டும் கிடைத்த இயல்பான புதிய வெற்றியாகும். அதுமட்டுமின்றி படைப்புவாதத்திற்குக் கிடைத்த தோல்வியுமாகும்.

இந்த புதிய நிலைமையில் படைப்புவாதிகளிடையிலும் புதிய நிலை தலைதூக்கியது. இப்போது அவர்களில் அடிப்படைவாத கிறிஸ்துவ இயக்கத்தினர் பின்னுக்குத் தள்ளப்பட்டனர்; படைப்பு வாதத்திற்கு அறிவியல்தகுதி அளித்திட விரும்பியவர்கள் முன்னுக்கு வந்தனர். இவர்கள் டார்வினின் கோட்பாட்டை எதிர்ப்பதற்காகப் படைப்புவாதத்தை தயார்படுத்துவதற்காக அதற்குப் படைப்பு அறிவியல் (creation science) என்று பெயர் மாற்றம் செய்தனர். இந்தப் படைப்பு அறிவியல் இயக்கத்தினரும் அடிப்படை வாதிகளைப்போலவே டார்வின் கோட்பாட்டுக்கு சட்டரீதியான தடையை விதிக்க வேண்டும் என்று கோரவே செய்தனர். அதற்கான முயற்சிகளையும் மேற்கொண்டனர். பல மாநிலஅரசுகளும் அதற்கான முனைப்புடன் செயல்பட்டன.

ஆனால் இந்த முயற்சிகளை எதிர்த்து ஐக்கிய அமெரிக்காவின் உச்ச நீதிமன்றத்தில் பொதுவழக்குகள் தொடுக்கப்பட்டன. இந்த வழக்கை விசாரித்த உச்ச நீதிமன்றம் பள்ளிகளில் பரிணாமக் கோட்பாட்டைக் கற்பிப்பதற்குத் தடை விதிக்க முடியாது என்று கறாராகக் கூறியது. அது தமது தீர்ப்பில், 'பரிணாம வளர்ச்சிக் கோட்பாட்டிற்கு தடைவிதிப்பது அரசியல் சாசனத்திற்கு விரோதமானது; ஏனெனில் எந்தவொரு குறிப்பிட்ட மதத்தையும்

முன்னிலைப்படுத்துவதிலிருந்து அரசாங்கத்தைத் தடுக்கும் அரசியல் சாசனத்தின் நிறுவன விதியை மீறுவதாகும்' என்று ஆணி அடித்தது போலத் தீர்ப்பளித்தது.

இது ஐக்கிய அமெரிக்காவில் டார்வினுக்கும் அவரது பரிணாமக் கோட்பாட்டிற்கும் மீண்டும் கிடைத்த ஒரு வெற்றியாகும். உச்ச நீதிமன்றத்தின் தீர்ப்பு என்பதால் இனிமேல், டார்வின் கோட்பாட்டிற்குத் தடைவிதிக்க வேண்டுமென எந்தப்படைப்புவாத இயக்கமும் எந்த அரசும் முயற்சிக்க முடியாது என்ற நிலைமை ஏற்பட்டுவிட்டது.

ஆனாலும் இந்தப்புதிய நிலைமையில் படைப்பு அறிவியல் இயக்கத்தினர் வேறு புதியமுயற்சியில் இறங்கினர். இந்தப் புதிய ஏற்பாட்டில் டார்வினின் பரிணாமக் கோட்பாட்டைப் பள்ளிகளில் கற்றுக் கொடுப்பதைப்போலப் படைப்பு அறிவியலையும் கற்றுக்கொடுக்க வேண்டுமென வலியுறுத்தினர். இதனையும் ஏற்றுக்கொண்ட பல மாநிலஅரசுகள் 1980ஆம் ஆண்டுகளின் ஆரம்பத்தில் படைப்புவாதத்தைப் பொதுப்பள்ளிகளில் கற்பிப்பதற்கான முயற்சிகளில் ஈடுபட்டன. இதன்பொருட்டு லூசியானா மாநிலத்தின் செனட்சபை, செனட்டர் பி.பி.கெய்த் கொண்டுவந்த சட்டத்தை நிறை வேற்றவும் செய்தது. அந்தச் சட்டமானது பொதுப்பள்ளிகளில் பரிணாம அறிவியல் கற்றுத்தரப்படும் பட்சத்தில் படைப்பு அறிவியலும் கற்றுத்தரப்பட வேண்டும் என்பதுதான். இதன் அர்த்தம். டார்வினின் பரிணாமக்கோட்பாடு கற்றுக் கொடுக்கப்படாவிட்டால் படைப்பு அறிவியலைக் கற்றுக் கொடுக்க வேண்டியதில்லை என்பதாகும். அவர்களின் நோக்கம் எந்த வகையிலாவது டார்வினின் கோட்பாடு போதிக்கப்படுவது நிறுத்தப்படவேண்டும் என்ற தாழ்நிலைப்பட்டதாக இருந்தது. எனவே படைப்பு அறிவியல்வாதிகள், இச்சட்டத்தை செனட்டில் நிறைவேறச் செய்வதில் மிகக்கெடுபிடியாகச் செயல்பட்டனர். மாநில ஆளுநர் டேவிட் சி.ட்ரீனும் கையெழுத்திட்டுப் பச்சைக் கொடி காட்டிவிட்டார்.

ஆனால் இந்தச்சட்டத்தை எதிர்த்து கீழ்நீதிமன்றங்களில் வழக்குகள் தொடுக்கப்பட்டன. அந்நீதிமன்றங்கள் தங்களுடைய தீர்ப்புகளில் லூசியானா மாநில செனட் நிறைவேற்றிய சட்டத்தில் மாநில அரசின் உண்மையான நோக்கம், படைப்பு அறிவியல் என்ற மதக்கோட்பாட்டை நிலைநிறுத்துவதுதான்.

இது அரசியல் சாசனத்திற்கு விரோதமானது என அச்சட்டத்திற்கு எதிராகத் தீர்ப்பளித்தன. எனினும் இத்தீர்ப்பை எதிர்த்து லூசியானா மாநில நிர்வாகம் உச்சநீதிமன்றத்தில் மேல்முறையீடு செய்தது. இதன்பேரில் விசாரணை செய்த உச்சநீதிமன்றம் 1987, ஜுன் 17ஆம்தேதி தனது தீர்ப்பை அளித்தது. இந்த தீர்ப்பில் உச்சநீதிமன்றத்தின் 9 நீதிபதிகளில் 7 நீதிபதிகள் தங்களுடைய பெரும்பான்மைத் தீர்ப்பில் லூசியானா மாநில சட்டத்திற்கு எதிராகத் தீர்ப்பு எழுதினர். இவர்களில் 6 நீதிபதிகளின் ஒப்புதலுடன் நீதிபதி வில்லியம் ஜே.ப்ரென்னன் எழுதிய தீர்ப்பில் லூசியானா மாநிலச் சட்டமானது, ஐக்கிய அமெரிக்காவின் அரசியல் சாசனத்திற்கு விரோதமாகக் கல்வியில் தலையிடுவதாக உள்ளது என்றும் இடித்துரைத்தனர். அவர்கள் மேலும் அரசாங்கத்தின் நடவடிக்கையானது சட்டப்பூர்வமான முறையில் மதச் சார்பற்றதாகவும் மதத்தை முன்னிலைப்படுத்தாததாகவும் இருக்க வேண்டும். மேலும் அந்நடவடிக்கை அரசாங்கம், மதம் ஆகியவற்றின் அதீதப் பிணைப்பில் முடிவதாக இருக்கக்கூடாது என்றும் வலியுறுத்திக் கூறினார்.

(இந்தத் தீர்ப்புக்கு மாறாக, படைப்பு அறிவியலை பொதுப்பள்ளிகளில் கற்றுக்கொடுக்க வேண்டுமென்று சிறுபான்மைத் தீர்ப்பினை உச்சநீதிமன்ற தலைமை நீதிபதி வில்லியம் ரென்குய்ஸ்ரும் நீதிபதி அன்டோனின் ஸ்கேலியாவும் அளித்திருந்தனர்). உச்சநீதிமன்றத்தின் இந்தத் தீர்ப்பின் விளைவாக, டார்வினின் பரிணாமக் கோட்பாட்டிற்கு எதிராக அறிவியல் வேடத்தோடு கொண்டுவரப்பட்ட படைப்புவாதத்தைப் பொதுப்பள்ளிகளில் கற்பிக்கக் கூடாது எனக் கதவு இழுத்து மூடப்பட்டுவிட்டது.

மேலும் டார்வினின் கோட்பாடு தடுக்கப்பட முடியாது என்பதை நீதிமன்றத் தீர்ப்புகள் தெளிவாக உரைத்துவிட்டன. ஆனாலும் படைப்புவாதத்தைப் பொதுப்பள்ளிகளில் எந்த வகையிலாவது புகுத்தியே தீரவேண்டுமென்பதில் மதத்தலைவர்களும் ஆளும்வர்க்க அரசியல்வாதிகளும் தீவிரமாக இருந்தனர்.

இந்தப் பின்னணியில் தான் 20ஆம் நூற்றாண்டின் இறுதியிலும் 21ஆம் நூற்றாண்டின் தொடக்கத்திலும் படைப்பு அறிவியல் என்பதற்குப் பதிலாக அறிவார்ந்த வடிவமைப்பு (Intelligent Design)

என்ற சொற்றொடரைக் கொண்டு வந்து முன்னிலைப்படுத்தும் முயற்சிகள் அமெரிக்கப் படைப்புவாதிகளால் மேற்கொள்ளப்பட்டன. நவீன படைப்புவாதமாக உருவாக்கப் பட்ட அறிவார்ந்த திட்டம் இயல்பாகவே டார்வினின் பரிணாமக் கோட்பாட்டிற்கு எதிராகவும் இருந்தது. ஆகவே ‘அறிவார்ந்த வடிவமைப்பானது பிரபஞ்சம் மற்றும் உயிரினங்கள் குறித்து திட்டவட்டமான அம்சங்களை மிகச்சிறப்பாக விளக்கியுள்ளதுடன் அந்த அம்சங்கள், இயற்கைத் தேர்வு போன்ற தெளிவற்ற போக்குகளால் விளக்கப்படவில்லை’ என்று அறிவார்ந்த படைப்பு வடிவமைப்பைத் திட்டமிட்டவர்கள் கூறினர்.

அறிவார்ந்த படைப்பு வடிவமைப்பு என்பது 1990ஆம் ஆண்டுக்குப் பின்னர்தான் ஒரு புதிய படைப்புக் கோட்பாடாக முன்வைக்கப்பட்டது. ஆனாலும் இந்தச் சொற்றொடர் 19ஆம் நூற்றாண்டிலேயே பயன்படுத்தப்பட்டிருக்கிறது. குறிப்பாகக் கூறுவதானால் பிரிட்டனில் Scientific American என்ற பருவ இதழின் 1847ஆண்டின் இதழ் ஒன்றில் காணப்படுகிறது. சார்லஸ் டார்வினும் 1861ஆம் ஆண்டில் எழுதிய கடிதம் ஒன்றில் இந்தச் சொற்றொடரைக் குறிப்பிட்டிருப்பதாகவும் கூறப்படுகிறது. மேலும் 1873இல் பிரிட்டிஷ் அறிவியல் வளர்ச்சி அமைப்பின் (British Association for the advancement of science) வருடாந்தரக் கூட்டத்தில் பிரபல தாவரவியல் அறிஞர் ஜார்ஜ் ஜேம்ஸ் ஆல்மான், இந்தச் சொற்றொடரைப் பயன்படுத்தியிருந்தார்.

மேலும் 20ஆம் நூற்றாண்டின் தொடக்கத்தில் குறிப்பாகக் கூறுவதானால் 1903-இல் சீரிய அனுபவவாதத்தின் (Classical progmatism) அமைப்பாளர்களில் ஒருவரான எஃப்.சி.எஸ். ஸில்லர், இந்தச் சொற்றொடரை ஒரு சாதுரியமான முறையில் பயன்படுத்தியுள்ளார். அவர் அந்த ஆண்டில் வெளியிட்ட Humanism என்ற நூலில் ‘பரிணாம வளர்ச்சி அறிவார்ந்த வடிவமைப்பால் (அதாவது கடவுளால்) வழிகாட்டப் பட்டிருக்கலாம் இந்த யூகக் கருத்தை நிராகரிப்பது அவ்வளவு எளிதில் சாத்தியமல்ல’ என்று கூறியுள்ளார்.

டார்வினின் பரிணாம வளர்ச்சிக் கோட்பாட்டுக்கு ஆதரவாகவும் படைப்பு அறிவியலுக்கு எதிராகவும் கீழ்நீதிமன்றங்களும் உச்சநீதிமன்றமும் அளித்த தீர்ப்புகளை ஏமாற்றுவதற்கான முயற்சிகளை அமெரிக்க ஐக்கிய நாட்டின் மதத்தலைவர்களும் ஆளும் வர்க்க அரசியல்வாதிகளும்

நிறுத்திக் கொள்ளவில்லை. படைப்புவாதத்திற்கு அறிவியல் சாயம் பூசும் புது முயற்சியாக 'அறிவார்ந்த' (Intelligent) என்ற அடையாளத்தைச் சூட்டுவதில் தீவிரமுனைப்புக் காட்டினர். இதன்படி, படைப்புவாதம் (creationism) என்பது படைப்பு அறிவியல் (creation science) என்பதாக்கப்பட்டு இப்போது அதற்கு அறிவார்ந்த வடிவமைப்பு (Intelligent Design) என்று மாறுவேடம் போடப்பட்டது. இதில் படைப்பு என்ற வார்த்தையையே மறைத்து வைத்து விட்டு படைப்பு வாதத்தைக் கொல்லைப்புறவழியில் கொண்டுவரும் முயற்சியில் ஈடுபட்டனர்.

அறிவார்ந்த வடிவமைப்பு என்ற சொற்றொடர் ஏற்கெனவே நாம் குறிப்பிட்டபடி பிரிட்டனில் *'இயற்கை சார்ந்த வேதமறைஇயல்'* நூலின் ஆசிரியர் வில்லியம் பேலீ உட்பட பலரால் பல ஆண்டுகாலமாகக் குறிப்பிடப்பட்டு வந்தாலும் அது ஐக்கிய அமெரிக்காவில் ஓர் இயக்கமாக 20ஆம் நூற்றாண்டின் இறுதியில்தான் மேற்கொள்ளப்பட்டது.

இந்த இயக்க வழிப்பட்ட முயற்சியின் தொடக்கமாக 1989ல் உயிரி ரசாயன (Bio-chemistry) அறிவியளாளரான மைக்கேல் பெஹெ என்பவர் Of pandas and people என்ற நூலை எழுதி வெளியிட்டார். இந்நூல் செழுமைப்படுத்தப்பட்டு 1993லும் மீண்டும் வெளியானது.

அமெரிக்காவின் உச்சநீதிமன்றம், படைப்பு அறிவியல் என்ற பெயரில் படைப்புவாதத்தை பொதுப்பள்ளிகளில் போதிக்கக்கூடாது என்று 1987ல் தீர்ப்பு அளித்த பிறகே, பள்ளிகளுக்கான பாடநூல்வடிவில் இந்நூல் எழுதப்பட்டிருக்கிறது என்பது ஒரு நோக்கம் கொண்டதாகும். இதன்தொடர்ச்சியாக இந்த நூலின் பின்னணியில் அறிவார்ந்த திட்டத்தின் ஆதரவாளர்கள் ஒரு இயக்கமாக ஒன்றுபட்டனர். இதற்கான நடவடிக்கைகளை கண்டுபிடிப்பு மையம் (Discovery Institute) என்னும் அமைப்பும் அதன் துணை அமைப்பான அறிவியல்-கலாச்சார மையம்' (center for science and culture) என்ற அமைப்பும் தங்களுடைய சுயலட்சணத்தை மறைப்பதற்கு அறிவியல் ஆடைகளை தரித்துக் கொள்ளத் தவறவில்லை. இந்த அமைப்புகளே அறிவார்ந்த படைப்புத் திட்டத்திற்கான நிதிகளையும் ஏனைய உதவிகளையும் நடவடிக்கைகளையும் அளித்தன.

டார்வினின் இயற்கைத் தேர்வு, உயிரினங்களின் தோற்றம் ஆகிய கண்டுபிடிப்புகள் உள்ளடங்கிய பரிணாம வளர்ச்சிக் கோட்பாட்டை சிறுமைப்படுத்தும் நோக்குடன் மைக்கேல் பெஹெ எழுதிய நூல், (Of pandas and people) அறிவார்ந்த வடிவமைப்பை நியாயப்படுத்திக் காட்டுவதற்கு அறிவியல் விவரங்களைத் துணைக்கு அழைத்துக் கொண்டது என்ற போதிலும் சிக்கலான அமைப்புகளையும் உறுப்புகளையும் கொண்டு பொருட்கள் - அவை உயிரற்றவையானாலும் சரி உயிருள்ளவையானாலும் சரி - அறிவார்ந்த வடிவமைப்பாளர் (Intelligent designer) தான் படைத்திருக்க வேண்டும் என்று தமது விருப்ப முடிவை மைக்கேல் பெஹெ தமது நூலில் திணித்துள்ளார். இது பிரிட்டனைச் சேர்ந்த வில்லியம் பேலீயின் பிரபலமான 'கடிகாரத் தயாரிப்பாளர் ஒப்பீடு' என்ற கருத்தோட்டத்தில் எடுத்த முடிவைப்போன்றதுதான். இதில் வில்லியம் பேலீ, கடிகாரம் என்ற வடிவத்தில் அறிவியலைத் துணைக்கு அழைத்துக் கொண்டது போல வில்லியம் பெஹெயும் தமது of pandas and people நூலில் சில அறிவியல் ரீதியான விவரங்களை தமது வாதத்திற்கு சாட்சியாக்கிக் கொண்டார். இதில் அவர் 'குறைக்க முடியாத சிக்கல்கள்' (Irreducible complexities) என்ற கருத்தோட்டத்தைக் கொண்டு வருகிறார். அதில் அவர் இவ்வாறு கூறுகிறார்: 'தனியொரு பயன்பாட்டுக் கருவியில் பல உறுப்புகள் இருக்கும். அவை ஒன்றையொன்று சார்ந்து செயல்படக் கூடியவையாக இருக்கும். இவைகளில் ஏதேனும் ஒன்று செயல்படாமல் போகுமானால் அந்தக் கருவி பயனற்றதாகிப் போய்விடும்'

இதற்கு உதாரணமாக ஓர் எலிப்பொறியை எடுத்துக் கொள்கிறார். அந்தப் பொறியில், அடித்தளப் பலகை, ஸ்பிரிங், கொக்கி, பொறியமைவு, ஆகிய அவசியமான பாகங்கள் இருக்கின்றன. இவற்றில் ஏதேனும் ஒன்று இல்லாவிட்டாலும் அந்தப் பொறி பயனற்றதாகிவிடும் என்கிறார். இதேபோல, உயிரினங்களில் பாக்டீரியா, தழுவும் கொடி, ரத்த உறைவுகள், பூச்சி சிறகின் ரோமஇழை (Cilia) போன்றவையும் குறைக்க முடியாத சிக்கல்கள் உள்ளவை என்று கூறுகிறார்.

இத்தகைய அறிவியல் ரீதியான தகவல்களை அளிப்பதன் மூலம் வில்லியம் பெஹெ நிரூபிக்க முயல்வது என்னவெனில், குறைக்கப்பட முடியாத சிக்கல்களைக் கொண்ட உயிரினங்களையும் அவற்றின் உறுப்புகளையும் ஓர் அறிவார்ந்த வடிமைப்பாளர் அதாவது கடவுள்தான் படைத்திருக்க முடியும்;

டார்வின் கண்டுபிடித்த பரிணாம வளர்ச்சி முறையில் உருவாகியிருக்க முடியாது என்பதுதான். அறிவார்ந்த வடிமைப்பாளர் தான் படைத்திருக்க முடியும் என்பது அவரது யூக முடிவுதானேயன்றி பரிசோதனைக்கோ ஆய்வுக்கோ உள்ளாக்க முடியாத முடிவாகும்.

இதனைச் சுட்டிக்காட்டி அவரைக் கடுமையாக விமர்சித்த அறிவியலாளர்கள், அவரது குறைக்கப்பட முடியாத சிக்கல் கோட்பாட்டையும் 'அவசியமான உறுப்புகள்' பற்றியும் விமர்சித்தனர். அதில் அவர்கள், குறைக்க முடியாத சிக்கல் பற்றிய தமது வாதத்தில் அவசியமான உறுப்புகளுடன் புதிதாக எதுவும் சேர்க்கப்பட முடியாது என்று பெஹெ கற்பனை செய்து கொள்கிறார் என்று குறிப்பிட்டுள்ளனர். எந்தஒரு உயிரினத்திற்கும் பயனுள்ளதாக இருக்கும் ஏதோ ஓர் உறுப்பு பின்னர் அவசியமானதாகிவிடுகிறது; இது ஏனைய உறுப்புகள் மாறுகின்ற போது நிகழ்கின்றது என்றும் சுட்டிக்காட்டினர். மேலும் உயிரினங்களில் ஏற்படும் பரிணாம வளர்ச்சியானது, அவற்றின் உறுப்புகளில் காலப்போக்கில் சிறு மாற்றங்களைச் செய்கிறது அல்லது அந்த உறுப்புகளை நீக்கி விடுகிறது. இந்தமுறையில் பரிணாம வளர்ச்சி தொடர்ந்து செயல்பட்டு வந்துள்ளது என்றும் அறிவியலாளர்கள் பெஹெக்கு மறுப்பு விளக்கம் அளித்தனர். மேலும் பெஹெயின் 'குறைக்கப்பட முடியாத சிக்கல்கள்' என்ற கருத்தோட்டத்தை மறுத்த அவர்கள், 'நீண்ட நெடுங் காலமாக உயிரினங்களின் உறுப்புகளில் நிகழ்ந்துவந்த மாற்றங்கள் காரணமாக அந்த உயிரினங்களிலேயே மாற்றங்கள் ஏற்பட்டிருக்கின்றன. இதனை பெஹெ கருத்தில் கொள்ளவேயில்லை' என்று கூறினர்.

அறிவார்ந்த வடிவமைப்பில் அதாவது கடவுளால் படைக்கப்பட்ட உயிரினங்களில் அவசியமான உறுப்புகள் நிர்ணயிக்கப்பட்டவை; அவை சிக்கலானவை; நிர்ணயிக்கப்பட்ட அந்த உறுப்புகளில் எந்த மாற்றங்களும் ஏற்படுவதில்லை. எனவே அவற்றின் சிக்கல்கள் குறைக்கப்பட முடியாதவை என்று பரிணாம வளர்ச்சியை மறுக்கமுயன்ற மைக்கேல் பெஹெயின் நோக்கத்தை அறிவியலாளர்கள், தங்களுடைய இத்தகைய பதில்களால் முறியடித்தனர்.

எனவே இந்த விவாதங்களின் இறுதியில் மைக்கேல் பெஹெ, டார்வினின் கோட்பாடுகளுக்கு எதிராக தர்க்க ரீதியான

நிரூபணங்களைத் தமது வாதம் கொண்டு வரவில்லை என்றும் ஏற்க முடியாத கருத்தைத் தாம் பயன்படுத்தியதாகவும் ஒப்புக் கொண்டார். அத்துடன் அறிவார்ந்த வடிவமைப்பைப் பரிசோதனை ரீதியாக நிரூபிக்க முடியாது என்பதையும் ஏற்றுக்கொண்டார்.

ஆனால் மைக்கேல் பெஹெக்குப் பல ஆண்டுகளுக்கு முன்னதாக 1886இல் சார்லஸ் தாக்ஸ்டன் என்பவர் (இவர் மிகச் சிறந்த வேதியியல் நிபுணர் மிகத் தீவிரமான படைப்புவாத ஆதரவாளர்) வேறொரு சிக்கலான கருத்தோட்டத்தை அறிமுகப்படுத்தியிருந்தார். அது 'விளக்கமளிக்கப்பட்ட சிக்கல்' (Specified complexity) என்பதாகும். தாக்ஸ்டன் *'உயிரின் தோற்ற மர்மம்'* (The mystery of Life's origin) என்ற நூலை எழுதினார். அந்நூலை பூயெல் என்பவர் தொடங்கிய படைப்புவாத ஆதரவு அமைப்பான 'சிந்தனை மற்றும் ஒழுக்க நெறிகளுக்கான நிதிஉதவி அமைப்பு' 1984இல் வெளியிட்டது.

இந்நூலில் சார்லஸ் தாக்ஸ்டன் படைப்புவாதத்திற்கு அறிவியல் அந்தஸ்து அளிக்கும் முகமாக அறிமுகப்படுத்திய 'விளக்கமளிக்கப்பட்ட சிக்கல்' கோட்பாட்டினை விளக்குவதற்கு சிக்கல் குறைந்த மரபணுக்களை (Genes) எடுத்துக் கொண்டார். அதில் அவர் உயிரினங்களின் உயிரணுக்களில் உள்ளடங்கிய சிக்கல் வாய்ந்த மரபணுக்களில் கிடைக்கும் பாரம்பரியச் செய்திகள் அறிவாண்மை (Intelligence) யால்தான் விளக்கமளிக்கப்படுகின்றன; அந்தச் செய்திகளும் அவற்றை உள்ளடக்கியுள்ள மரபணுக்களும் ஒரு அறிவார்ந்த இயக்கி (Intelligent Agent)யால் மட்டுமே படைக்கப்பட்டிருக்க வேண்டும் என்று கூறியுள்ளார். இதில் தாக்ஸ்டனும் மைக்கேல் பெஹெயைப் போலவே யூகக்கருத்தையே கூறுகிறார். ஏனெனில் இவரது கருத்தும் பரிசோதனைகள் மூலம் ஆய்வு செய்யப்பட்டவை அல்ல.

ஆனால் படைப்புவாதத்திற்கு அறிவியல் அந்தஸ்து அளிப்பதில் தீவிரமாக இருந்த இதே தாக்ஸ்டன் 1988இல் 'மரபணுத் தகவலின் உள்ளடக்கத்திற்கான மூல ஆதாரங்கள்' (Sources of Information of DNA) குறித்து ஒரு மாநாட்டைக் கூட்டினார். இந்த மாநாட்டில் ஸ்டீபன் சி. மெயர் உள்ளிட்ட மதநம்பிக்கை கொண்ட பிரபல அறிவியலாளர்களும் படைப்புவாத ஆதரவாளர்களும் கலந்து கொண்டனர்.

இந்த மாநாட்டினைப் பற்றி இதில் கலந்து கொண்ட பிரபல தத்துவவாதியான பார்பரா ஃபாரெஸ்ட் என்பவர் "அறிவார்ந்த படைப்பு வடிவமைப்பு" என்பதற்கான இயக்கம் 1984லேயே தொடங்கிவிட்டது என்றாலும் இந்த மாநாட்டில்தான் படைப்பு அறிவியலுக்குப் பதிலாக அறிவார்ந்த வடிவமைப்பு என்று மாற்ற வேண்டும் என்ற யோசனையை தாக்ஸ்டன் கொண்டு வந்தார். இந்த மாநாடு அதனை ஏற்றுக் கொண்டது என்று கூறினார். இவ்வாறு அறிவார்ந்த வடிவமைப்பு அமெரிக்காவில் ஓர் இயக்கமாக உருவானது. பின்னர் இது அமெரிக்காவிலும் ஐரோப்பிய நாடுகளிலும் படைப்புவாத ஆதரவாளர்களிடையே பிரபலமானது.

ஆனால் மரபணு குறித்த மாநாட்டில் பேசிய தாக்ஸ்டன் அறிவார்ந்த வடிவமைப்பின் முகலட்சணத்தைத் தெளிவாகக் காட்டிவிட்டார். அதில் அவர், "அறிவார்ந்த வடிவமைப்பு என்பது இயற்கைக்கு அப்பாற்பட்ட வாதம் (super naturalism) என்பதுடன் ஒத்திசைவானது தான்" என்று தெளிவாகவே ஒளிவுமறைவின்றிக் கூறிவிட்டார்.

பூனை வெளியே வந்துவிட்டது என்பது இதுதான் போலும்! தாக்ஸ்டன் குறிப்பிட்டுள்ள இயற்கைக்கு அப்பாற்பட்ட வாதம் என்பது மனிதன் உள்ளிட்ட இயற்கையால் புரிந்து கொள்ளவோ அடையாளப்படுத்தவோ முடியாத ஒரு சக்தியைப் பற்றிய கருத்தோட்டமாகும். ஆனால் இந்தக் கருத்தோட்டத்தின்படி மனிதன் உள்ளிட்ட இயற்கையைப் படைத்ததும் இயக்குவதும் அந்த சக்திதான். அதாவது இந்தப் பிரபஞ்சத்தைப் படைத்த கடவுள்தான். இந்தக் கருத்தோட்டத்தின்படி, குட்டித் தெய்வங்கள், தெய்வத்தூதர்கள், ஆன்மாக்கள் - இவையெல்லாம் அந்த சக்தியின் ஏஜெண்டுகளாவர். பாதிரியார்கள் சாமியார்கள், அதிசயங்கள் செய்வோர் - இவர்களெல்லாம் அந்தச் சக்தி, மனிதகுலத்திற்கு அளித்த பரிசுகள். இந்த இயற்கைக்கு அப்பாற்பட்ட வாதமானது, படைப்புவாதத்தை நியாயப்படுத்தும் நோக்கைக் கொண்டதாகும்.

இந்தக் கருத்தோட்டத்தில் வந்த வழியைக் காண பின்னோக்கிப் பார்த்ததால் ஆதிகாலத்தில் கூட்டுக்குழு சமுதாயங்களில் வாழ்ந்த மக்கள் இயற்கையில் நிகழ்ந்த புயல் மழை, பூகம்பம் உள்ளிட்ட இயற்கை நிகழ்வுகளைக் குறிப்பாக அவர்களை ரொம்பவே அச்சுறுத்திய மரணத்தைப் புரிந்து

கொள்ள முடியாத நிலைமையில் இருந்தனர். அந்நிலைமையில் அவர்கள் மனித உடலுக்குள்ளிருந்து ஏதோ ஒன்று வெளியேறிச் செல்வதால்தான் மரணம் நிகழ்கிறது என்று கருதினர். அந்த ஏதோ ஒன்று வெண்ணிழை போன்ற வெண்மை நிறத்தில் வெளியேறும் ஆன்மா என்றும் கருதினர். இயற்கையோடும் இயற்கையைச் சார்ந்தும் வாழ்ந்ததால் ஆன்மாவைக் கூட அவர்கள் பொருள் சார்ந்ததாகத்தான் கற்பிதம் செய்து கொண்டனர்.

இந்த ஆன்மாதான் மனித வரலாற்றில் உருவான முதல் சுரண்டல் சமுதாயமான அடிமைச் சமுதாயத்தில் இயற்கைக்கும் மனிதர்களுக்கும் அப்பாற்பட்டதாக சித்தரிக்கப்பட்டது. மக்களை அச்சுறுத்தும் நோக்குடன் ஆளும் வர்க்கத்தினர் திட்டமிட்டு ஆன்மாவை ஊதிப்பெருக்கினர். அடிமைச் சமுதாயங்களில் நகர அரசுகளை ஆட்டிப்படைத்தனர். அவர்களின் வடிவத்திலேயே புராணப்புனைவுகளில் தெய்வங்களும் தேவர்களும் படைக்கப்பட்டனர். காலப்போக்கில் இந்த உலகையே படைத்து ஆட்டிவைக்கும் மகா கடவுளை உருவாக்கிக் கொண்டனர். அவர்களின் புராணப் புனைவுகளின்படி, இந்தக் கடவுள் தான் இந்த உலகம் உள்ளிட்ட பிரபஞ்சத்தைப் படைத்தவர், இதிலிருந்துதான் படைப்புவாதம் உருவானது. ஒவ்வொரு பெரிய மதமும் தங்களது படைப்பு முறையை வகுத்துக் கொண்டன. இந்தக் கடவுளின் பின்வரிசைத் தெய்வங்களும் தேவர்களும் ஆன்மாக்களும் பின்னுக்குத் தள்ளப்பட்டனர். இந்தக் கடவுளும் அவரது அணிவரிசையினரும் மனிதன் உள்ளிட்ட இயற்கைக்கும் இயலுலகிற்கும் அப்பாற்பட்டவர்கள். ஆனால் அவர் படைத்த மனிதன் அறிந்து கொள்ளமுடியாது; இந்தக் கடவுள்தான் இந்த இயலுலகத்தைப் படைத்தவர்; அதனை இயக்குபவரும் அவரே. இந்தப் பொதுவான புனைவு பொதுவாக எல்லாப் பெரிய மதங்களுக்கும் உரியதாகும்.

இந்தப் படைப்புவாதத்திற்கு நியாயமும் விளக்கமும் அளிக்கும் கருத்தோட்டம் தான், தாக்ஸ்டன் குறிப்பிட்ட இயற்கைக்கு அப்பாற்பட்ட வாதம் ஆகும். இவைகளுக்கும் அறிவியலுக்கும் எந்த சம்பந்தமுமில்லை என்பது மட்டுமின்றி அறிவியலானது இந்தத் தத்துவங்களுக்கு எதிரானதும் அவைகளை ஏற்றுக் கொள்ளாததுமாகும்.

ஆனால் படைப்புவாதத்திற்கு அறிவியல் சாரத்தைப் புகுத்தி அதற்கு அறிவார்ந்த வடிவமைப்பு என்று அவர் பெயரிட்டிருந்தாலும் அது இயற்கைக்கு அப்பாற்பட்ட தத்துவங்களுக்கு ஒத்திசைவானது என்று அவர் ஒப்புக் கொண்டதுதான் உண்மையானதாகும்; அதாவது அறிவார்ந்த வடிவமைப்பு என்பது படைப்புவாதத்தின் புதிய லேபிளாகும்.

தாக்ஸ்டன் தமது 'விளக்கப்பட்ட சிக்கல்' என்னும் கண்ணோட்டத்தில் அறிவார்ந்த வடிவமைப்பை நிரூபிப்பதற்கு ஒரு சிக்கலான பிரச்சனையைக் கையாள்கிறார். இதில் அவர், சிக்கலான மரபணுக்களில் (Genes) பரம்பரை பற்றிய தகவல்கள் உள்ளடங்கி இருப்பதற்கும் அவை விளக்கப்பட்டதற்கும் அறிவார்ந்த இயக்கியான (Intelligent Agent) படைப்புக் கடவுள் தானேயன்றி டார்வின் கண்டுபிடித்த உயிரினங்களின் பரிணாம வளர்ச்சியல்ல என்கிறார். இதுதான் அவரது நோக்கம்.

மரபணுக்கள் என்பவை உயிரணுக்களில் (cells) உள்ளடங்கிய ஒரு சிக்கலான ரசாயனக் கூறுகளாகும். இவை பாரம்பரியம் பற்றிய தகவல்களைக் கொண்டிருக்கும். உதாரணமக, ஒருவரு-டைய பெற்றோர் உள்ளிட்ட முன்னோர்களின் உடல் சார்ந்த குணங்களும் தன்மைகளும் அவரின் மரபணுக்களில் உள்ளடங்கியிருக்கும். இதன் காரணமாகவே, உதாரணமாக, பெற்றோருக்கு சர்க்கரைநோய் இருக்குமானால், அவர்களின் வாரிசுகளுக்கும் அந்நோய் வருவதற்குப் பெருமளவு வாய்ப்பு உண்டு என்றும் சர்க்கரைநோய் ஒரு பரம்பரை நோய் என்றும் உடலியல் ரீதியான பரிசோதனைகள், ஆய்வுகள் மற்றும் ஆராய்ச்சிகள் மூலம் கண்டறியப்பட்டுள்ளது. இந்த மரபணுக்கள் டார்வினுக்குப் பல ஆண்டுகளுக்குப் பிறகு 1920களில் நீண்டகாலப் பரிசோதனைகளுக்கும் ஆராய்ச்சிகளுக்கும் பிறகு கண்டுபிடிக்கப்பட்டவை. டார்வினின் பரிணாம வளர்ச்சிக் கோட்பாட்டின்படி, ஒருதலைமுறையின் தன்மைகள், குணங்கள் அடுத்த தலைமுறைகளுக்கும் செல்கின்றன; அவை ஒருவரின் குணங்களை நிர்ணயிப்பதில் கணிசமான பங்கு வகிக்கின்றன என்பது உடலியல் விதியாகும். எனவே மரபணுக்கள் கண்டுபிடிப்பு என்பது டார்வினின் கோட்பாட்டிற்கான நிரூபணங்களில் ஒன்றாகும். மேலும் ஒருவரின் குறிப்பிட்ட நோய்க்கான மரபணுக்களை நீக்குவதன்மூலம் அந்நோய்க்கு முடிவுகட்டுவது குறித்து மருத்துவ அறிவியலில் ஒரு முயற்சி உள்ளது.

ஆனால் பரிணாம வளர்ச்சி மற்றும் டார்வினுடைய கண்டுபிடிப்பின் சாதனைகளையெல்லாம் மிக எளிதாக அறிவார்ந்த வடிவமைப்பின் பக்கம் தள்ளிவிடுகிறார் தாக்ஸ்டன்.

தாக்ஸ்டனின் ‘விவரிக்கப்பட்ட சிக்கல்’கண்ணோட்டத்தை 1990ஆம் ஆண்டுகளில் மிகச்சிறந்த கணிதவியலாளரான வில்லியம் தேம்ஸ்கி விரிவுபடுத்தினார். அதில் அவர், மரபணுக்களில் உள்ளடங்கிய தகவல்களின் அடிப்படையில் ‘விவரிக்கப்பட்ட சிக்கலான தகவல்’ (Complex specified information) என்ற கருத்தோட்டத்தைக் கொண்டு வந்தார். இதில் அவர் கூறியதன் உள்ளடக்கம் என்னவெனில் ஏதாவதொரு வகைப்பட்ட உயிரினத்தை (அது தாவரமாயினும் சரி மிருகமாயினும் சரி அல்லது மனிதனாயினும் சரி- ஏதேனும் ஒன்று (-உதாரணமாக நாய் அல்லது கழுகு அல்லது வாழை மரம் அல்லது குழந்தை-) தன்னளவில் விவரிக்கப்பட்ட சிக்கலை (அதாவது விவரிக்கப்பட்டதாகவும் அதே சமயத்தில் சிக்கலானதாகவும்) வெளிப்படுத்துமானால் அது ஒரு அறிவார்ந்த கருத்தாக (Intelligent cause) இருந்தால் மட்டுமே உருவாக்கப்பட்டதாகும். இயற்கையின் இயல்பான வளர்ச்சிப்போக்கில் அதாவது பரிணாம வளர்ச்சியால் அல்ல என்பதை ஒருவர் யூகிக்க முடியும் என்கிறார். அதாவது அறிவார்ந்த கடவுளால் மட்டுமே படைக்கப்பட்டது என்று யூகிக்க முடியும் என்கிறார். இதுவும் முந்தைய சிக்கல்களின் முடிவுகளைப் போலவே யூகிக்கப்பட்ட முடிவுதான்.

தேம்ஸ்கி கூறிய, விவரிக்கப்பட்ட சிக்கலான தகவல் கோட்பாட்டை விளக்குவதற்கு ஒரு சிக்கலான விளக்கத்தை அளித்தார். அதில் அவர் (இயற்கை சார்ந்த) சாத்தியப்பாடு காரணமாக ஏதேனும் ஒன்று நிகழ்வதற்கு 101^{50}-இல் ஒரு பங்குக்கு குறைவான வாய்ப்பு இருக்குமானால் அது விவரிக்கப் பட்ட சிக்கலான தகவல் ஆகும் என்று வரையறுக்கிறார். அதாவது இந்தளவு சிறிய தகவல் கூட அறிவார்ந்த கடவுளால் தான் விவரிக்கப்பட்டதாகும் என்கிறார்.

ஆனால் தேம்ஸ்கியின் விவரிக்கப்பட்ட சிக்கலான தகவல் கண்ணோட்டத்தை அறிவியலாளர்களும் கணித நிபுணர்களும் முற்றிலுமாக நிராகரித்தனர். இந்தக் கருத்தோட்டம் எந்த சூழ்நிலையிலும் பரிசோதனைக்கும் ஆய்வுக்கும் உட்படுத்த

முடியாது என்ற அடிப்படையான குறைபாட்டைக் குறிப்பிட்டனர். அதாவது வெறும் கற்பனை என்றனர். அறிவார்ந்த வடிவமைப்பின் கடும் விமர்சகரான ரிச்சர்டு டாகின்ஸ் *கடவுளின் மாயத் தோற்றம்* (The God Delusion) என்ற நூலில், தேம்ஸ்கியின் கருத்தோட்டத்தை கடுமையாக விமர்சித்தார். அதில் அவர் இயல்பாக நிகழாத சிக்கலுக்கு விளக்கம் அளிப்பதற்கு அறிவார்ந்த வடிவமைப்பாளரைக் கருத்தில் கொள்வதென்றால், அந்த வடிவமைப்பாளரே ஒரு சிக்கலானவராக இருப்பார் என்றார். மேலும் பல அறிவியலாளர்கள் தேம்ஸ்கியின் கருத்தோட்டத்தைக் கடுமையாக விமர்சித்தனர்; இதில் அவர்கள் இயற்கைத் தேர்வு வழிப்பட்ட பரிணாம வளர்ச்சியானது உயிரினங்களிலும் அவற்றின் உறுப்புகளிலும் கண்டறியப்பட்ட சிக்கல்களை விளக்குவதற்கு நன்கு திறன்பெற்றதாக உள்ளது என்றும் மனித அளவிலான 'அறிவார்ந்த வடிவமைப்பாளர்'களுக்கு (Human Intelligent Designers) மின்னணுவியல், விமானக் கட்டுமான அறிவியல், தானியங்கியல் ஆகியவை அதிக சிக்கலானவையாக உள்ளன. இவற்றை உருவாக்குவதற்குத் திட்டமிடுதலில் தெரிந்தெடுக்கும் தன்மை வாய்ந்த பரிணாம வளர்ச்சியை (Selective evolution) பயன்படுத்துவதன் மூலம் ஒருவிஷயம் தெளிவாக உள்ளது; அது என்னவெனில், இயற்கைத் தேர்வு வழிப்பட்ட பரிணாம வளர்ச்சி, மின்னணுவியல் உள்ளிட்டவற்றில் உள்ள சிக்கல்களுக்கு விளக்கம் அளிப்பதற்குத் திறன் வாய்ந்ததாக இருக்கிறது என்று தெளிவுபடுத்தினர்.

இதில் தெய்வீக அறிவார்ந்த வடிவமைப்பிற்கு நேரெதிரான நிலையை எடுத்ததுடன் மின்னணுக் கருவிகள் விமானம் தானியங்கிகள் போன்ற மிகச் சிக்கலான உயிரற்ற தயாரிப்புப் பொருட்களை உருவாக்குவதற்கான வழிமுறைகளைப் புரிந்து கொள்வதற்கு பரிணாம வளர்ச்சிக்கோட்பாடு உதவிகரமாக உள்ளது என்று அனுபவரீதியில் எடுத்துரைத்தனர். இதன்மூலம் டார்வினைப் புதிய உயரத்திற்குக் கொண்டு சென்றனர்.

படைப்புவாதத்திற்கு படைப்புஅறிவியல் என்று மாறுவேடமிட்டு அதனைப் பொதுப்பள்ளி மாணவர்களிடம் திணிப்பதற்கு மேற்கொண்ட முயற்சியை அரசியல் சாசனத்திற்கு விரோதமானது என அமெரிக்க உச்சநீதிமன்றம் 1987 ஜூலையில் தீர்ப்பளித்து நிராகரித்து விட்டதை ஏற்கெனவே பார்த்தோம்.

ஆனாலும் படைப்புவாதிகள் புதிய புதிய முயற்சிகளை மேற்கொண்டனர். இதில் நீதியின் கண்களைத் திசைதிருப்பும் முயற்சியாகத் படைப்புவாதத்திற்கு அறிவார்ந்த வடிவமைப்பு எனப் புதிய வேடம் தரிக்கப்பட்டது என்பதையும் முன்னதாகப் பார்த்தோம். அறிவார்ந்த வடிவமைப்பை (Intelligent Design) ஒரு பாடமாகப் பள்ளிகளில் புகுத்துவதற்குப் படைப்புவாதிகள் 1990களிலும் 21ஆம் நூற்றாண்டின் தொடக் கத்திலும் தீவிர முயற்சிகளில் இறங்கினர். மதத் தலைவர்கள் ஆளும்வர்க்க அரசியல்வாதிகள் ஆகியோருடன் கூட்டணி அமைத்துக்கொண்டு இந்த முயற்சிகள் மேற்கொள்ளப் பட்டன.

இந்தப் பின்னணியில்தான் அமெரிக்காவின் தென்மாநிலங்களில் ஒன்றான பென்னி சைல்வேனியாவைச் சேர்ந்த டோவர் பகுதி பள்ளியின் ஒரு முடிவை எதிர்த்து 11 மாணவ மாணவிகளின் 11 பெற்றோர்கள் 2005 செப்டம்பரில் அந்த மாநிலத்தின் மத்திய மாவட்டத்திற்கான நீதிமன்றத்தில் ஒரு வழக்கைத் தொடுத்தனர். இந்தப் பிரச்சனை, அமெரிக்கா முழுவதிலுமுள்ள பொதுப்பள்ளிகள் அனைத்திற்குமானது என்றாலும் டோவர் பள்ளியின் பெற்றோர்களே பூனைக்கு மணிகட்ட முதலில் முன்வந்தனர். இந்தவழக்கு அமெரிக்காவின் கவனத்தையே திசைதிருப்பிய வழக்காகும். 2005 செப்டம்பர் 26இல் தொடங்கிய விசாரணை நவம்பர் 4வரை நடைபெற்றது டிசம்பர் 26இல் நீதிபதி மூன்றாவது ஜான்.ஜோன்ஸ் தமது பிரபலமான தீர்ப்பை அளித்தார். இந்த வழக்கின் பின்னணி என்ன?

டோவர் பகுதிப் பள்ளியின் கல்விக்குழு உறுப்பினர்கள் வில்லியம் பில் பக்கிங்காம், ஆலன் பான்ஸெல் ஆகிய இருவரும் படைப்புவாதத்தின் தீவிர ஆதரவாளர்கள்; எனவே, பரிணாம வளர்ச்சிக்கோட்பாட்டிற்குத் தீவிர எதிர்ப்பாளர்கள். அவர்கள், தங்களது பள்ளியில் பரிணாம வளர்ச்சிக்கோட்பாடு போதிக்கப்படுவதுபோல் அறிவார்ந்த வடிவமைப்பையும் போதிக்கவேண்டுமென 2002ஆம் ஆண்டிலிருந்தே வலியுறுத்தி வந்தனர். 2004 ஜுன் 7இல் அப்பள்ளியின் -நிர்வாகக் குழுக்கூட்டம் நடைபெற்றது. அதில் பக்கிங்காம், டோவர் பள்ளியில் அறிவார்ந்த வடிவமைப்பை போதிக்க வேண்டுமென்று வலியுறுத்தியதுடன் தென்னகத் ஆர். மில்லர்,

ஜோஸப் எஸ். லெவின் ஆகிய இரு பேராசிரியர்கள் எழுதிய உயிரியல் நூலை அப்பள்ளியில் கற்பிப்பதற்குக் கடும் எதிர்ப்பும் தெரிவித்தனர். இந்நூல் டார்வினின் கோட்பாடுகளுடன் பின்னிப் பிணைந்தது. குரங்கிலிருந்துதான் மனிதன் வளர்ச்சியடைந்தான் என்று கூறுகிறது. இந்நூலைப் பாடநூலாக வைத்திருப்பது மன்னிக்க முடியாததாகும் என்றும் ஆத்திரத்துடன் பேசினர்.

மேலும் பள்ளியின் கல்விக்குழு மீண்டும் 2004 அக்டோபர் 18இல் கூடிய போது அக்குழுவில் பிளவு ஏற்பட்டது. இதற்கு காரணம் ஒரு வாசகத்தை உயிரியல் பாடத் திட்டத்தில் சேர்க்க வேண்டும் என்று வந்த பிரச்சனைதான். அந்த வாசகம் என்னவெனில் “பரிணாம வளர்ச்சி குறித்த டார்வினின் கோட்பாடுகள் மற்றும் ஏனையோரின் கோட்பாடுகளில் உள்ள கோளாறுகளும் பிரச்சனைகளும் மாணவர்களுக்கு அறியப்படுத்தப்பட வேண்டும். ஆனால் அறிவார்ந்த படைப்புத் திட்டம் வரம்பிடப்பட மாட்டாது. குறிப்பு: உயிரினங்களின் தோற்றம் கற்பிக்கப்படாது ” என்பதாகும்!

இந்த வாசகத்தைச் சேர்ப்பதற்குக் கல்விக்குழு உறுப்பினர்கள் 9 பேரில் 6 பேர் ஆதரவாகவும் 3பேர் எதிராகவும் வாக்களித்தனர். எதிராக வாக்களித்த 3பேரும் பின்னாட்களில் இந்தப் பிரச்சனையில் கல்விக்குழுவிலிருந்து வெளியேறவும் செய்தனர்.

இத்தகைய ஏற்பாடுகளின் பின்னணியில் படைப்புவாதிகளின் தீவிரமுயற்சி காரணமாக, டோவர் பகுதிப்பள்ளி சார்பில் நவம்பர் 19இல் ஓர் அறிக்கை வெளியிடப்பட்டது. அந்த அறிக்கையில் 2005 ஜனவரி முதல் டோவர் பகுதி மாணவர்களுக்கு ஒரு அறிக்கையை ஆசிரியர்கள் படித்துக் காட்ட வேண்டும் என்று கேட்டுக் கொள்ளப்பட்டிருந்தது.

மாணவர்களுக்கு வாசித்துக்காட்ட வேண்டிய அந்த அறிக்கையின் உள்ளடக்கம் தான் என்ன? தரப்படுத்தப்பட்ட தேர்வுகளை எழுதுவதற்காக மாணவர்கள் டார்வினின் பரிணாம வளர்ச்சிக் கோட்பாட்டைக் கற்க வேண்டும்; எனினும் அந்தக் கோட்பாட்டில் கோளாறுகளும் இடைவெளிகளும் உள்ளன; அந்தக் கோட்பாட்டிற்கு ஆதாரமாக எந்தவிதச் சான்றும் இல்லை. நல்லதொரு சோதனைக்குட்படுத்தப்பட்ட விளக்கம் தான் ஒரு சரியான கோட்பாடாக முடியும் என்று கூறப்பட்டிருந்தது.

இப்படி டார்வினின் கோட்பாடு குறித்துக் குறைபட்டுக் கொண்ட அந்த அறிக்கையானது மேலும், டார்வினின் இத்தகைய கோட்பாட்டிலிருந்து வேறுபட்ட அறிவார்ந்த வடிவமைப்பானது உயிரின் தோற்றத்திற்கு சரியான விளக்கமாகும் என்று பாராட்டிக் கொண்டது. மேலும் அறிவார்ந்த படைப்பு வடிவமைப்பு எதன்படி செயல்படுகிறது என்பதைப் புரிந்துகொள்ள மாணவர்கள் விரும்பும் பட்சத்தில் அவர்களுக்கு Of pandas and people என்ற நூல் பள்ளியில் கிடைக்கும் என்றும் விளம்பரப்படுத்திக் கொண்டது.

இவ்வாறு டார்வினின் கோட்பாட்டைத் தாழ்வுபடுத்தி அதனைப் புறந்தள்ளிவிடவும் இந்த உலகம் உட்பட இந்தப் பிரபஞ்சம் முழுமையும் கடவுளே படைத்தார் என்பதை அறிவியல் வேடத்தில் புனைந்து கூறும் அறிவார்ந்த வடிவமைப்பை முன்னுக்கு கொண்டுவரவும் கொஞ்சம் கொஞ்சமாகக் காய்கள் நகர்த்தப்பட்டன.

டோவர் பகுதிப் பள்ளியின் கல்விக்குழுவின் இத்தகைய தொடக்க நடவடிக்கைகள் அனைத்தும் பத்திரிகைகளில் பரபரப்புடன் வெளிவந்தன. இதன் தொடர்ச்சியாக, கல்விக் குழுவிற்கும் அதன் முயற்சிகளுக்கும் எதிராக அப்பள்ளியின் மாணவர்கள்-மாணவிகள் 11 பேரின் பெற்றோர்கள் சார்பாக அமெரிக்க குடிமை உரிமைகள் சங்கம் (American civil liberties union - ACLU) ஒரு வழக்கைத் தொடுத்தது. படைப்புவாதத்திற்குப் புதிய பெயரிடப்பட்ட அறிவார்ந்த வடிவமைப்பை மாணவர்களின் இளம் மூளைகளில் திணிப்பதற்கும் பரிணாம வளர்ச்சிக் கோட்பாட்டை இருட்டடிப்பு செய்யவும் மேற்கொள்ளப்பட்ட முயற்சிகளுக்கு எதிராகவே வழக்கு தொடுக்கப்பட்டது. இந்த வழக்கு பற்றிய செய்திகள் அமெரிக்கப் பத்திரிகைகளிலும் ஊடகங்களிலும் பரபரப்படைந்தன.

அமெரிக்க அளவில் விவாதிக்கப்பட்ட இந்தப் பிரச்சனையில் டோவர் பகுதிப் பள்ளியின் நடவடிக்கைகளுக்குப் பொதுவாக பெற்றோர்களிடமிருந்து கடும் எதிர்ப்பு கிளம்பியது. இந்த எதிர்ப்பை வெளிப்படுத்தியதில் பத்திரிகைகளும் ஊடகங்களும் முக்கியப்பங்கு வகித்தன. கிறிஸ்துவ மதத்தலைவர்களும் பாதிரியார்களும் டோவர் பகுதிப் பள்ளியின் முயற்சிக்கு ஆதரவு அளிப்பதில் இயல்பாகவே

முன்னணியில் இருந்தனர். ஏனெனில் அவர்கள்தான் அறிவார்ந்த படைப்பு வடிவமைப்பையும் பள்ளிகளில் குறிப்பாக 9ஆம் வகுப்பிலிருந்து ஒரு பாடத்திட்டமாகத் திணிப்பதற்கு திட்டமிட்டவர்கள்.

எனவே தான் அப்போதைய அமெரிக்க ஜனாதிபதி ஜார்ஜ்புஷ்ஷும், கிறிஸ்துவ மதத்தலைவர்களின் அணிப்பக்கம் சாய்ந்தார். எனவே 2005, ஆகஸ்டில் அவர் அளித்த பேட்டியொன்றில் டார்வினின் கோட்பாட்டுடன் அறிவார்ந்த வடிவமைப்பையும் பள்ளி மாணவர்களுக்கு கற்றுத்தர வேண்டும் என்று கூறினார்.

இந்தப் பின்னணியில் தான் 11 பெற்றோர்களின் வழக்கு, விசாரணைக்கு வந்தது. இந்த விசாரணை 2005 செப்டம் 26 முதல் 2005 நவம்பர் 4 ஆம் தேதி வரை நடைபெற்றது.

இந்த வழக்கில் வாதிகளான 11 பெற்றோர்களின் சார்பில் வாதாடுமாறு தேசிய அறிவியல் கல்வி மையத்தின் (National centre for science education) சட்ட ஆலோசனைக்குழு உறுப்பினர் எரிக்ரோத்ஸ் சில்டு என்பவரை AELU கேட்டுக் கொண்டது. அவரும் அதற்கு உடனடியாக விருப்புடன் ஒப்புக்கொண்டார்.

அவர் விசாரணையின் முதல்நாளன்று தமது தொடக்க வாதத்தில் அறிவார்ந்த படைப்பு வடிவமைப்பானது, மனித-குலத் தொடக்கத்தில் இருந்த அறிவியல் கூட அல்ல, அது அறிவியலே அல்ல. ஏனெனில் அறிவார்ந்த வடிவமைப்பானது, ஏதோ ஓர் அறிவார்ந்த சக்தி மூலம் வாழ்க்கையின் பல்வேறு வடிவங்கள் திடீரெனத் தோன்றின என்று கூறுகிறது. இது அறிவியலால் ஏற்கக்கூடியதல்ல என்று கூறினார். இதில் பல்வேறு வடிவங்கள் என்பதற்கு செதில்களுடனான மீன்கள், சிறகுகள் மற்றும் அலகுகளைக்கொண்ட பறவைகள் ரோமங்களுடனான மிருகங்கள் போன்வற்றை உதாரணங்களாக அடையாளப்படுத்தினார்.

இந்த முதல் விசாரணையின்போது எதிர்வாதிகளான டோவர்பகுதி பள்ளி கல்விக்குழு உறுப்பினர்கள் சார்பில் பேட்ரிக் ஜில்லான் என்ற வழக்கறிஞர் வாதாடினார். அவர், தமது தொடக்கவாதத்தில் கல்விக்குழுவின் நோக்கம் அறிவியல் கல்வியை விரிவாக்குவதுதான்; கல்விக்குழுவின் தற்போதைய

நடைமுறைக் கொள்கையில் சிறுமாற்றம் செய்யப்படவிருக்கிறது என்று கூறினார். அவர் மேலும் கல்விக்குழு உறுப்பினர் வில்லியம் பில்பக்கிங் வெளியிட்டுள்ள கருத்துகளுடன் தமக்கு உடன்பாடில்லை என்று கூறியதுடன் கல்விக்குழுவின் கொள்கையில் மதநோக்குத் திட்டம் எதுவும் இல்லை என்றும் கூறினார்.கல்விக்குழு உறுப்பினர் அலன்போன் கூறிய கருத்துகள் அவரது சொந்தக்கருத்துகள் என்று வழக்கறிஞர் பேட்ரிக்ஜில்லென் கூறிய போதிலும் அவர் (அலைன் போன் ஸெல்) அறிவார்ந்த வடிவமைப்பு குறித்து தெளிவாக அறிந்தவர் என்றும் அக்கோட்பாடு குறித்து உயிரியல் வாதிகள் (Biologists) மிகைப்படுத்திக் கூறுகிறார்கள் என்றும் குறைகூறினார்.

வாதிகளான 11 பெற்றோர் தரப்பின் முதல் சாட்சியாக பிரவுன் பல்கலைக்கழகப் பேராசிரியர் கென்னத் ஆர். மில்லர் சாட்சியமளித்தார். அவர் பல உயிரியல் நூல்களை எழுதியவர். எனவே ஒரு நிபுணத்துவ சாட்சி (Expert witness) என்ற முறையில் சாட்சியமளித்த அவர், அறிவார்ந்த படைப்பு வடிவமைப்புக் கோட்பாடானது, சோதித்துப் பார்க்கத் தக்கதல்ல; இத்தகைய தொரு கோட்பாட்டை அறிவியல் சமூகம் ஒப்புக் கொள் வதில்லை என்று கூறினார். அவர் குறுக்கு விசாரணையின்போது, டார்வினின் பரிணாம வளர்ச்சிக்கோட்பாட்டின் அறிவியல் ரீதியான தகுதியை அறிவார்ந்த படைப்பு வடிவமைப்பு தவறான முறையில் குறைத்து மதிப்பிடுகிறது; அந்தக் கோட்பாடு குறித்துத் தவறான புரிதலை மாணவர்களுக்கு அளிக்கிறது என்று பதிலளித்தார்.

வாதிகள் தரப்பில் அந்தப்பள்ளி மாணவன் ஒருவனின் தாயார் சாட்சியமளித்தார். அவர் அப்பள்ளியின் கல்விக்குழு உறுப்பினராக இருந்தவர்; அறிவார்ந்த வடிவமைப்பு குறித்து மாணவர்களுக்கு போதிக்க முடிவு எடுக்கப்பட்டதை எதிர்த்து அதிலிருந்து விலகியவர். திருமதி. ராலன் டி. கேலஹான் என்பவரான அவர் தமது சாட்சியத்தில், டோவர் பள்ளியில் டார்வினின் பரிணாம வளர்ச்சிக்கோட்பாடு கற்றுக் கொடுக்கப் பட்டால் அறிவார்ந்த வடிவமைப்பும் கற்றுக்கொடுக்கப்பட வேண்டுமென 2003 இலையுதிர் காலத்து கல்விக் குழுக் கூட்டத்தில் அலன்போன் ஸெல் வலியுறுத்தியதாகத் தெரிவித்தார். கல்விக்குழுவில் நிலவிய இத்தகைய தவறான சிந்தனைப் போக்கை எதிர்த்தே தாம் அதிலிருந்து விலகியதாகவும் தெரிவித்தார்.

மற்றொரு மாணவனின் தந்தையும் 11 வாதிகளில் ஒருவருமான பிரியான் ரெஹிம் என்பவர் டோவர் பள்ளியில் இயற்பியல் ஆசிரியராகப் பணியாற்றியவர். எனவே நிபுணத்துவ சாட்சி என்ற முறையில் சாட்சியளித்தபோது அவர், அலன் போன்ஸெல் கல்விக்குழுவின் பாடக் கமிட்டித் தலைவராக இருந்தார். அப்போது பரிணாம வளர்ச்சியின் புனித அடையாளங்கள் (Icons of evolution) என்ற தலைப்பில் அறிவார்ந்த வடிவமைப்பு குறித்துத் தயார் செய்யப்பட்டுள்ள வீடியோவை ஆசிரியர்கள் பார்க்க வேண்டுமென்று வலியுறுத்தினார் என்று ரெஹிம் தெரிவித்தார். மேலும் அவர், அலன் போன்ஸெலின் வற்புறுத்தலுக்கு ஆசிரியர்களிடம் கடும் எதிர்ப்பு ஏற்பட்டது. மேலும் போன்ஸெல், பரிணாம வளர்ச்சிக் கோட்பாட்டில் நம்பிக்கை இல்லாதவர்; ஆகவே வகுப்பறைகளில் நடக்கும் விவாதங்களில் 50 சதவீதம் பரிணாமவளர்ச்சி குறித்தும் 50 சதவீதம் அறிவார்ந்த வடிவமைப்பு குறித்தும் இருக்க வேண்டுமென விரும்புகிறார் என்று ஆசிரியர்கள் கடும் அதிருப்தி தெரிவித்தனர் என்றும் ரெஹிம் தெரிவித்தார்.

ரெஹிமின் மனைவி, கோடைகால விவிலியப் பள்ளியில் ஆசிரியையாகப் பணியாற்றியவர். அவரும் மற்றொரு மாணவரின் தாயாரான கிட்ஸ் மில்லரும் சாட்சியமளித்தனர். அறிவார்ந்த வடிவமைப்பை மாணவர்களிடம் திணிக்கும் கல்விக்குழுவின் முயற்சிக்கு இருவரும் கடும் எதிர்ப்பு தெரிவித்தனர்.

வாதித்தரப்பு சாட்சியான ராஸர்ட்டி பென்னோக், மிச்சிகன் அரசுப்பல்கலைக் கழகத்தின் தத்தவத்துறையின் இணைப்பேராசிரியராகப் பணியாற்றியவர். அறிவார்ந்த வடிவமைப்புக் கோட்பாட்டை எதிர்த்துப் பல புத்தகங்களையும் கட்டுரைகளையும் எழுதியவர். எனவே நிபுணத்துவ சாட்சி என்ற முறையில் படைப்புவாதத்தினைக் கடுமையாக விமர்சித்து சாட்சியமளித்தார்.

டோவர் பள்ளியின் ஒரு மாணவியினுடைய தாயார் ஜூலிஸ்மித் என்பவர் வழக்குத் தொடுத்தவர்களில் ஒருவர். இவர் தம்முடைய வாதித்தரப்பு சாட்சியத்தில் ஒரு முக்கியமான அம்சத்தைத் தெரிவித்தார். அவர் தமது மகள் கேத்ரினுக்கு டோவர் பகுதிப் பள்ளியின் நடைமுறைக் கொள்கை ஒரு குரோதமான சூழ்நிலையை உருவாக்கியுள்ளது என்று குற்றஞ்சாட்டினார். தமது மகள் கத்தோலிக்க கிறிஸ்துவ

மதப்பின்னணியினைக் கொண்டவள். அதே சமயத்தில் அவள் பரிணாம வளர்ச்சிக்கோட்பாட்டை ஏற்றுக்கொண்டாள். இதனை காரணமாகக் கொண்டு அவள் ஒரு கடவுள் மறுப்பாளர் என்று சொல்லி இழிவாக நடத்தப்பட்டாள் என்றும் அந்தத் தாய் தமது சாட்சியத்தில் குமுறினார்.

வாதிகளான பெற்றோர் சார்பில் சாட்சியமளித்த பார்பரா ஃபரெஸ்ட் என்ற பெண்மணி, லூசியானா பல்கலைக் கழகத்தில் வரலாறு மற்றும் அரசியல் அறிவியல் துறையில் தத்துவப் பேராசிரியையாகப் பணியாற்றுபவர், அவர் பால் ஆர். ரிகாஸ் என்ற விஞ்ஞானியுடன் இணைந்து "படைப்பு வாதத்தின் ரகசிய நோக்கங்கள்: அறிவார்ந்த வடிவமைப்பின் பிளவு வேலை (Creatonism Trojam Hors: The wedge of intelligent design) என்ற நூலை எழுதியவர். இந்நூலில் அறிவார்ந்த படைப்பு வடிவமைப்பின் வரலாறு குறித்து விளக்கம் அளித்துள்ளார். எனவே, ஒரு நிபுணத்துவ சாட்சியாக வாதிகளான 11 பெற்றோர்களுக்கு ஆதரவாக சாட்சியமளித்தார். அவர் தமது சாட்சியத்தில் அறிவார்ந்த வடிவமைப்பு என்பது பழைய படைப்புவாதத்திற்கான மறுபெயர்தான் என்றும் இது, ஒரு மதரீதியான கோட்பாட்டிற்கு ஒரு அறிவியல் ரீதியான கண்ணோட்டத்தை அளிப்பதற்கான முயற்சி என்றும் கூறியுள்ளார். பரிணாம வளர்ச்சிக் கோட்பாடானது விவிலியம் (பைபிள்) முழுமைக்கும் ஒரு மிரட்டல் என்றும் அமெரிக்கக் கலாச்சாரத்தில் ஒழுக்கமுறைக்கு ஒரு அச்சுறுத்தல் என்றும் அறிவார்ந்த வடிவமைப்பு ஆதரவாளர்கள் கூறிக்கொண்டிருக் கிறார்கள். ஆனால் இவர்களுடைய நோக்கங்களில் ஒன்று அறிவியலுக்கு எதிராக மத உலகத்தை ஒன்றுபடுத்துவதாகும் என்றும் பார்பரா பாரெஸ்ட் குறிப்பிட்டார்.

இவர் நீதிமன்றத்தில் தமது சாட்சியமாக ஒரு விரிவான அறிக்கையொன்றையும் அளித்தார். இவர் சாட்சியமளிக்க நிர்ணயிக்கப்பட்டிருந்த நாளுக்கு முன்பு அறிவார்ந்த வடிவமைப்பு ஆதரவாளர்கள் ஒரு வேண்டுகோளை நீதிமன்றத்திற்கு விடுத்தனர். அதில் அவர் பார்பராபாரரெஸ்ட் ஒரு சதிக் கோட்பாட்டாளர் என்றும், இணையதளத்தில் மறைந்து தாக்குபவர் என்றும் அவதூறு செய்யும் அவரை சாட்சியமாக ஏற்கக் கூடாது என்றும் கேட்டுக் கொண்டிருந்தனர். ஆனால் நீதிபதி ஜோன்ஸ், இந்த வேண்டுகோளை நிராகரித்துவிட்டார்.

ஜான்ஹாட் என்பவரும் பெற்றோர்களுக்கு ஆதரவாக நிபுணத்துவ சாட்சியமளித்தார். அவர் ஒரு பத்திரிகை ஆசிரியர்; இவர் ஜார்ஜ்டவுன் பல்கலைக்கழகத்தில் வேதமறையியல் (Theology) துறையில் சிறப்புப் பேராசிரியராகவும் பணியாற்றினார். ரோமன் கத்தோலிக்க மதப் பிரச்சாரகருமாவார். ஆனால் டோவர் பகுதிப்பள்ளியில் அறிவார்ந்த திட்டத்தைப் போதிக்க வேண்டும் என்ற பள்ளி நிர்வாகக்குழு எடுத்த முடிவுக்கு எதிராக சாட்சியமளித்தார்.

மொத்தம் 24 நாட்கள் நடந்த இந்த விசாரணையில் வாதித்தரப்பில் மீதமுள்ள வாதிகளும் வாதிகளல்லாதவர்களும் டோவர் பகுதிப்பள்ளி கல்விக்குழுவிற்கு எதிராக சாட்சியமளித்தனர். அதிலும் இந்த சாட்சிகளில் கணிசமானவர்கள், பெண்கள்தான் என்பது குறிப்பிடத்தக்கதாகும்.

பிரதிவாதிகள் அதாவது டோவர் பகுதிப்பள்ளி கல்விக்குழுவின் தரப்பிலும் சாட்சிகள் சாட்சியமளித்தனர். அவர்கள் வாதித்தரப்பு வழக்கறிஞரால் குறுக்குவிசாரணையும் செய்யப்பட்டனர்.

இவர்களில் முதலாவதாக ஆஜரானவர், நாம் ஏற்கெனவே பார்த்த மைக்கேல் பெஹெ தான். இவரே அறிவார்ந்த வடிவமைப்பு குறித்து பள்ளி மாணவர்களுக்கு போதிக்கும் வகையில் Of pandas and people என்ற நூலை எழுதி இந்த வழக்குப் பிரச்சனைக்கு 1989ஆம் ஆண்டே தொடக்கப்புள்ளி போட்டவர் என்பதையும் பார்த்தோம். பென்சைல்வேனியாவில் லின்ஹ பல்கலைக்கழகத்தில் உயிரி வேதியியல் (Bio-chemistry) பேராசிரியராகப் பணியாற்றிய இவர் டார்வினின் கறுப்பு பெட்டி (Darwin's black box) என்ற நூலையும் எழுதியவர். இவர் பிரதிவாதிகளின் தொடக்க சாட்சி என்ற முறையில் அறிவார்ந்த திட்டக் கருத்தோட்டம் ஒரு சீரிய அறிவியல் (classical science) என்ற கருத்தை சாட்சியம் அளிக்கும்போது வலியுறுத்துமாறு தம்மை கல்விக் குழுவினர் கேட்டுக்கொண்டனர் என்பதை குறுக்கு விசாரணையில் ஒப்புக்கொண்டார். குறுக்கு விசாரணையின்போது, இன்னும் ஒரு முக்கியமான அம்சத்தை ஒப்புக்கொண்டார். அது என்னவெனில், அறிவார்ந்த திட்டம் என்பது இதுதான் என்பதை பரிசோதனைகள் அல்லது ஆய்வுகளுடன் ஆழமாக விவரிக்கும் கட்டுரைகளோ நூலோ எதுவும் எழுதப்படவில்லை என்பதுதான்.

இந்த குறுக்கு விசாரணையின் போதுதான் நாம் ஏற்கெனவே குறிப்பிட்டபடி, மைக்கேல் பெஹெ, டார்வினின் கோட்பாடுகளுக்கு எதிராக தர்க்கரீதியான நிரூபணங்களை தாம் கொடுத்ததில்லை என்றும் ஏற்கமுடியாத கருத்தை தாம் பயன்படுத்தியதாகவும் அறிவார்ந்த திட்டத்தை பரிசோதனை ரீதியாக நிரூபிக்கவும் முடியாது என்பதையும் ஒப்புக்கொண்டவர்.

டோவர் பகுதிப் பள்ளியின் துணைக்கண்காணிப்பாளர் ரிச்சர்டு பாக்ஸா என்பவரும் கல்விக்குழு சார்பில் சாட்சியம் அளித்தார். இவரிடம் வாதித்தரப்பு வழக்கறிஞர் விசாரணை செய்தபோது அந்தப்பள்ளியின் ஆசிரியர்கள், டார்வினின் கோட்பாடுகள் மீது கொண்டிருந்த ஆர்வமும் அக்கறையும் தெரியவந்தது. மேலும் அக்கோட்பாடுகளின் பால், கல்விக்குழு எத்தகைய வெறுப்புக் கொண்டிருந்தது என்பதுவும் தெரிய வந்தது. அதன்படி உயிரியல் பாடக் கொள்கையில் மாற்றம் செய்வது குறித்து ஆசிரியர்களுடன் பாக்ஸா விவாதித்தார். அப்போது ஆசிரியர்கள் கொள்கை மாற்றம் குறித்த அறிக்கையில் “டார்வினின் பரிணாம வளர்ச்சிக் கோட்பாடானது உயிரினங்களின் தோற்றத்திற்கான அறிவியல் விளக்கத்தை அளிப்பதில் தொடர்ந்து பிரதானமானதாக விளங்குகிறது” என்பதைச் சேர்க்க வேண்டுமென்று பாக்ஸாவிடம் யோசனை கூறினர். ஆனால் பள்ளியில் கல்விக்குழு அதனை முற்றிலுமாக நிராகரித்துவிட்டது. ஆனாலும் ஆசிரியர்கள் ஒருமாற்று யோசனையாக “டார்வினின் கோட்பாட்டிற்கு புதிய ஆதாரங்கள் கண்டுபிடிக்க வேண்டியிருப்பதால் அக்கோட்பாடு இன்னும் சோதனைக்கு உள்ளாக்கப்பட்டிருக்கிறது; எனினும் அது, ஒரு கோட்பாடு என்றளவில் அதற்கு ஆதரவாக குறிப்பிடத்தக்க ஆதாரங்கள் உள்ளன” என்பதையேனும் அறிக்கையில் சேர்க்க வேண்டும் என்று பரிந்துரைத்தனர். ஆனால் இதில் “குறிப்பிடத்தக்க ஆதாரங்கள் உள்ளன” என்பதை பாக்ஸா நீக்கிவிட்டார் என்ற உள்விவரங்களை வெளியிட்டார்.

டோவர் பள்ளிக்குழுவின் தரப்பில் சாட்சியம் அளித்தவர்களில் பிரிட்டனின் லார்விக் பல்கலைக்கழகத்தின் சமூகவியல் துறைப் பேராசிரியர் ஸ்டெவ் ஃபுல்லர் என்பவர் முக்கியமானவர். இவர் சமூக அறிவாதாரங்கள், அறிவியல்-தொழில்நுட்ப ஆய்வுகள் போன்றவை குறித்து பலநூல்கள் எழுதியவர்.

இவர், தமது சாட்சியத்தில் அறிவார்ந்த படைப்புத் திட்டக் கோட்பாட்டிற்கு அறிவியல் அந்தஸ்தை அளிக்க முயற்சித்தார். இதில் அவர், அறிவார்ந்த படைப்புத்திட்டத்தின் வரலாற்றை ஆராய்வதில் அதன் தொடக்கத்தை புவிஈர்ப்பு விசை கண்டுபிடிப்பாளர் நியூட்டனிடம் காண முடியும் என்றும் இதில் நவீன உயிரியலில் பிரபலமானவர்களாக விளங்கிய லின்னேயஸ், மென்டல் போன்றவர்களையும் சேர்த்துக்கொள்ள வேண்டும் என்றும் வலியுறுத்தினார். மேலும் அறிவார்ந்த படைப்புத்திட்டக் கோட்பாட்டிற்கு உடன்பாடான செயல்திட்டத்தை மேற்கொள்ள வேண்டும் என்றும் ஃபுல்லர் கேட்டுக் கொண்டார். ஆனால் இந்தக் கோரிக்கையை நீதிபதி ஜோன்ஸ், தமது தீர்ப்பில் நிராகரித்துவிட்டார்.

கல்விக்குழு உறுப்பினராக பில்பக்கிங்காமும் சாட்சியமளித்தார். ஆனால் அவரது சாட்சியத்தைக் குரோதமானது என்று நீதிமன்றம் பதிவு செய்தது. மற்றொரு கல்விக்குழு உறுப்பினரான அலன் போன்ஸெலும் சாட்சியமளித்தார். அவர் தமது சாட்சியத்தில் அறிவார்ந்த படைப்புத்திட்ட ஆதரவு நூலான Of pandas and people 50 பிரதிகளை டோவர் பள்ளியின் நூல் நிலையத்திற்காக வாங்குவதற்கான பணம் எங்கிருந்து வந்தது என்பது தமக்குத் தெரியாது என்று குறுக்கு விசாரணையின்போது கூறினார். ஆனால், அந்தப் பணமானது பில்பக்கிங்காமின் கிறிஸ்துவ ஆலயத்தில் திரட்டப்பட்டது என்றும் அந்தப்பணம் அடையாளம் தெரியாத வகையில் ரகசியமாக அலன்போன்ஸெலின் தந்தை மூலம் அளிக்கப்பட்டது என்று நீதிபதி ஜோன்ஸிற்குத் தெரியவந்தது. எனவே அவரே, அலன் போன்ஸெலை 10 நிமிடங்களுக்கு மேல் குறுக்கு விசாரணை செய்தார்.

பிரதிவாதிகளான கல்விக்குழு தரப்பில் மேற்கூறப்பட்டவர்கள் தவிர இன்னும் பலர் சாட்சியமளித்தனர்.

சாட்சிகளிடம் இருதரப்பு வழக்கறிஞர்களின் விசாரணை 2005 நவம்பர் 3ஆம்தேதி முடிந்ததைத் தொடர்ந்து மறுநாள் 4ஆம் தேதி வாதிகளான 11 பெற்றோர்களின் வழக்கறிஞர் எரிக்ரோத்ஸில்டும் பிரதிவாதிகளான டோவர் பகுதிப் பள்ளிக் கல்விக்குழுவின் வழக்கறிஞர் பேட்ரிக் ஜில்லெனும் தங்களுடைய இறுதி வாதங்களை முடித்தனர்.

அப்போது நிகழ்ந்த ருசிகரமான நிகழ்வை இங்குக் குறிப்பிட வேண்டும். வழக்கறிஞர் ரோட்ரிக் ஜில்லென், தமது வாதத்தை

முடிக்கும் தறுவாயில் நீதிபதி ஜோன்ஸிடம் "என்னுடைய கணக்கீட்டின் படி, இந்த விசாரணை தொடங்கிய நாளிலிருந்து இன்று 40 ஆம் பகலாகும்; இன்றிரவு 40ஆம் இரவாகும். இதை நீங்கள் அறிவீர்களா என்பதை நான் அறிய விரும்புகிறேன்" என்று கூறினார். இதற்குப் பதில் அளித்த நீதிபதி ஜோன்ஸ் "இது எதிர்பாராமல் நிகழ்ந்த ஒரு ருசிகரமான உடன் நிகழ்வுதான், ஆனால், இது அறிவார்ந்த திட்டத்தால் நிகழ்ந்ததல்ல" என்று வேடிக்கையாகக் கூறினார். இந்த ருசிகரமான நிகழ்வுதான், இந்த நீதிமன்ற விசாரணை குறித்து மாத்யூசஸ்மேன் என்பவர் எழுதிய நூலுக்கு 40 பகல்களும் 40 இரவுகளும் (40 days and 40 nights) என்ற தலைப்பை அளித்தது.

நீதிபதி ஜோன்ஸ், தமது பிரபலமான 136 பக்கத்தீர்ப்பை டிசம்பர் 20ஆம் தேதி அளித்தார். அது அறிவியலின் குறிப்பாக டார்வினுடைய பரிணாம வளர்ச்சிக் கோட்பாட்டின் வெற்றியாக அமைந்தது.

நீதிபதி ஜோன்ஸ் தமது பிரபலமான தீர்ப்பில் அறிவார்ந்த வடிவமைப்புப் போதனை முயற்சி ஓர் உள்நோக்கம் கொண்டாதாகும் (பக்.24) என்று குறிப்பிட்டுள்ளார்.

இதற்கு அவர் கூறியுள்ள காரணங்கள் வருமாறு:

அறிவார்ந்த படைப்பு வடிவமைப்பானது படைப்பு வாதத்தின் வழித்தோன்றலே என்பதை சாட்சியங்கள் நிரூபிக்கின்றன.

அறிவார்ந்த படைப்பு வடிவமைப்பு ஒரு மதக் கண்ணோட்டம்தான்; படைப்பு வாதத்தின் மறுபதிப்புத்தான்; ஒரு அறிவியல் ரீதியான கோட்பாடல்ல என்பதைப் பெரும்பகுதி சாட்சியங்கள் நிரூபித்துள்ளன.

அறிவார்ந்த படைப்பு வடிவமைப்பு ஓர் அறிவியல் என்பது 3 வேறுபட்ட கட்டங்களில் தோல்வி அடைகிறது. 1) அது இயற்கைக்கு அப்பாற்பட்ட காரண காரியத்தைத் தொடர்புகளை ஏற்படுத்தியும் அவற்றை அனுமதித்தும் நூற்றாண்டு கால அறிவியல் விதிகளை மீறுகிறது. 2) அதன் மையக் கொள்கையான குறைக்க முடியாத உட்சிக்கல் குறித்த வாதமானது 1980ஆம் ஆண்டுகளின் படைப்பு அறிவியலைக் கண்டித்த அதே கேடடைந்த இரட்டை வாதத்தையே நிலைநிறுத்துகிறது. 3) பரிணாமக் கோட்பாட்டின் மீதான

அதன் எதிர்மறையான தாக்குதல்கள் அறிவியல் சமூகத்தால் மறுக்கப்பட்டுவிட்டன.

டோவர் பள்ளியின் அறிவார்ந்த வடிவமைப்புக் கொள்கை மாணவர்களைப் படிக்குமாறு கூறும் ஒரு பாடநூல் (pandas) காலத்திற்கு ஒவ்வாத கண்ணோட்டங்களையும் பலவீனமான அறிவியலையும் கொண்டுள்ளன; இதனை இந்த வழக்கில் பிரதிவாதிகளின் நிபுணத்துவ சாட்சிகளே ஏற்றுக்கொண்டுள்ளனர்.

அறிவார்ந்த வடிவமைப்பின் ஆதரவாளர்கள் அறிவியல் ரீதியான ஆய்வைத் தவிர்க்கிறார்கள். அறிவார்ந்த வடிவமைப்பின் நோக்கம் விமர்சன ரீதியான சிந்தனையை ஊக்கப்படுத்துவதல்ல, பரிணாம வளர்ச்சிக்கோட்பாட்டை அறிவார்ந்த வடிவமைப்புடன் குப்புறத்தள்ளக்கூடிய ஒரு சூழ்ச்சியைத் தூண்டி விடுவதுதான்.

டோவர் பள்ளியின் கல்விக்குழு, தாம் உலகம் சார்ந்த நல்லநோக்கங்களைக் கொண்டுள்ளதாகக் கூறுகிறது; அந்த நோக்கங்கள், அக்குழுவின் உண்மையான நோக்கங்களுக்கு ஒரு சாக்குப்போக்காவே இருந்தன; அந்த உண்மையான நோக்கம் என்னவெனில், பொதுப்பள்ளி வகுப்பறைகளில் மதத்தை ஊக்குவிப்பதுதான்; ஆனால் இது ஐக்கிய அமெரிக்காவின் அரசியல் சாசனத்தின் நிறுவனச் சட்ட விதிக்கு எதிரானதாகும்.

இவ்வாறு தமது தீர்ப்பில் எழுதிய நீதிபதி ஜோன்ஸ், தமது இறுதி முடிவில், நிறுவன சட்டவிதிகளை மீறும் அறிவார்ந்த வடிவமைப்பானது படைப்புவாதத்திடமிருந்து பிரிக்க முடியாதது என்றும் பழங்கால முன்னோடிகளிடமிருந்தும் பிரிக்க முடியாதது என்றும் வரையறுத்தார். அவர்மேலும் அறிவார்ந்த வடிவமைப்பின் முன்னணி ஆதரவாளர்களில் பலர் அதன்பால் மெய்யான மற்றும் ஆழமான நம்பிக்கை கொண்டவர்கள்; அந்த நம்பிக்கையின் பேரில் அவர்கள் தங்களுடைய மேலான முயற்சிகளை மேற்கொள்கின்றனர்; இதனை நாம் கேள்விக்குள்ளாக்க முடியாது. மேலும் அறிவார்ந்த வடிவமைப்புப் படிக்கப்படுவதும் விவாதிக்கப்படுவதும் தொடர வேண்டும் என்பதிலும் நாம் தலையிடப்போவதில்லை. ஆனால் நாம் ஏற்கெனவே நாம் அறிவித்ததுபோல பரிணாமக்கோட்பாட்டுக்கு ஒரு மாற்றாக, பொதுப்பள்ளி வகுப்புஅறையில் அறிவார்ந்த வடிவமைப்புக் கோட்பாட்டை போதிப்பது என்பது அரசியல் சாசனத்திற்கு

விரோதமானது என்பதே நமது முடிவாகும்' என்று தமது தீர்ப்பின் இறுதியில் முடித்தார்.

பத்திரிகைகள் மற்றும் ஊடகங்கள் மூலமாக மக்களிடையே பெரும் விவாதங்களைக் கிளப்பிய இந்தத் தீர்ப்பிற்குப் பிறகு பிரதிவாதிகள் தங்களுடைய சாட்சியங்களில் நேர்மையான முறையில் நடந்து கொள்ளவில்லை என்றும் பெருமளவிற்கு பொய்களை கட்டவிழ்த்துவிட்டதாகவும் கண்டித்துப் பெருமளவில் தொலைபேசி அழைப்புகள் வந்தன. நீதிபதி ஜோன்ஸூம் தமது தீர்ப்பில், 'பிரதிவாதித் தரப்பு சாட்சிகள் பல சமயங்களில் தெளிவில்லாமல் சாட்சியமளித்தார்கள் அல்லது முற்றிலுமாகப் பொய் கூறினார்கள். மறுக்க முடியாத ஓர் உண்மை என்னவென்றால், அலன்போன்ஸெல்லும் வில்லியம் பக்கிங்காமும் அவர்களுடைய 2005, ஜனவரி 3-ஆம் தேதிய சாட்சியங்களில் பொய் கூறினார்கள் என்பதுதான்... போன்ஸெல் ஒரு நியாயமான முறையில் சாட்சியமளிக்க மீண்டும் மீண்டும் தவறினார். பிரதிவாதிகள், தங்களுடைய சொந்த நடவடிக்கைகளிலிருந்தும் அறிக்கைகளிடமிருந்தும் தங்களை ஒதுக்கிக் கொள்ளத் தொடர்ந்து முயற்சித்தார்கள்; இது திரும்பத்திரும்ப உண்மையற்ற சாட்சியமாக முடிவடைந்தது" என்று குறிப்பிட்டிருந்தார்.

Youth Daily Record என்ற தினசரிப் பத்திரிகை தனது தலையங்கத்தில் இந்த வழக்கின் பிரதிவாதிகளான அறிவார்ந்த வடிவமைப்பினர் ஆதரவாளர்களை அறிவற்ற வடிவமைப்பினர் (Unintelligent designer) என்று கடுமையாகத் தாக்கியது.

இந்த வழக்கில் ஆரம்பத்திலிருந்து இறுதிவரை இதுகுறித்த செய்திகளையும் கருத்துக்களையும் கூறிவந்த பத்திரிகைகளும் ஏனைய ஊடகங்களும் 'நீதிபதி ஜோன்ஸ் குடியரசு கட்சிக்காரர், குடியரசுக் கட்சியின் ஜனாதிபதி ஜார்ஜ் புஷ்ஷின் ஆட்சியில்தான் நீதிபதியாக ஆனவர். வழக்கமாக ஆலயத்திற்கு செல்பவர்' என்பதைப் பதிவு செய்யவும் தவறவில்லை. இதுவும் டார்வினின் பரிணாம வளர்ச்சிக் கோட்பாடு உயிரியலின் வளர்ச்சிக்கு தவிர்க்க முடியாத அடிப்படையான கோட்பாடு என்பதையும் அறிவார்ந்த படைப்பு வடிவமைப்பு ஒரு வெறும் நம்பிக்கைதான் என்பதையும் வலுப்படுத்துவதாகவே இருந்தது.

7
டார்வினுக்குப் பின்னர்

சார்லஸ் டார்வின், சந்தர்ப்ப வசத்தால் அவரது தந்தை ராபர்ட் டார்வினின் விருப்பப்படி கிறிஸ்துவப் பாதிரியாராக ஆக்கப்பட்டிருந்தால், பரிணாம வளச்சிக் கோட்பாட்டை அவர் கண்டுபிடித்திருக்க மாட்டார். (இந்தக் கோட்பாடு விஷயத்தில் அவரைப் பின் தொடர்ந்து வந்த மற்றொரு பிரிட்டிஷ் உயிரியல் அறிவியலாளர் ரஸ்ஸல் வாலாஸிற்கு அந்த வாய்ப்பு சென்றிருக்கும்) அதிகமாகப் போனால், அன்று அறிவியல் ஆசிரியர்களாகவும் பணியாற்றிய கிறிஸ்தவப் பாதிரியார்களைப் போல் டார்வினும், ஆண்டவனை 'அடையாளப்படுத்துவதற்கு'ப் புதைபடிவங்களைத் தேடுதல் போன்ற அறிவியல் பணிகளில் ஈடுபட்டிருப்பார்.

ஆனால், அவர் கேம்பிரிட்ஜ் பல்கலைக்கழகத்தின் கிறிஸ்தவக் கல்லூரியில் படித்தபோது அவரை சரியாக அடையாளம் கண்டு கொண்ட அவரது பிரியமான தாவரவியல் பேராசிரியர் ஜாஸ்டீவன்ஸ் ஹென்ஸ்லோ, பீகிள் கப்பலின் கமாண்டர் பீட்ஸ்ரோய், டார்வினின் தந்தை ராபர்ட் டார்வின், மாமா இரண்டாவது ஜோஸியா வெட்ஜ்வுட் ஆகியோர் உரிய நேரங்களில் அளித்த ஆதரவு மற்றும் உதவிகளால் அவர் பீகிள் கப்பலில் இயற்கை ஆய்வாளராக ஆய்வுப்பயணம் மேற்கொள்ள முடிந்தது. இந்தப் பயணம்தான் அவர் பாதிரியாராகும் திட்டத்தை மாற்றிப்போட்டதுடன் அவரது அறிவியல் பணிகளுக்கு அடித்தளமாக அமைந்தது. மேலும், அவரது அறிவியல் பணிகளுக்கு அறிவியலாளர்கள் சார்லஸ் லையெல், தாமஸ் ஹென்றி ஹக்ஸ்லி, வாலேஸ் இன்னும் ஏராளமான அறிவியலாளர்கள் உறுதுணையாக இருந்தனர். டார்வின் அடிக்கடி நோயுற்று சிரமப்பட்ட போதெல்லாம் அவருக்கு அன்பான அரவணைப்பாக இருந்த அவரின் அன்புமனைவி எம்மா, அவரது வாழ்க்கையின் உயிர்நாடியாக விளங்கினார். ஆக, பரிணாம வளர்ச்சிக் கோட்பாட்டை இறுதியாக உருவாக்கிய டார்வின் என்ற மகத்தான சக்தி, அவரோடு நெருக்கமடைந்த பலரின் கூட்டு முயற்சியே ஆவார்.

பரிணாம வளர்ச்சிக்கோட்பாடு கூட ஏதோ டார்வினின் சிந்தனையில் திடீரென உதித்ததல்ல. இறைவனால் படைக்கப் பட்ட உயிரினங்கள் உள்ளிட்ட இயற்கையில் எந்தமாற்றமும் நிகழ்வதில்லை; அவை நிலையானவை என்று காலங்காலமாக நிலவி வந்த படைப்புவாதம், நடைமுறைக்கு ஏற்றதாக இல்லை என்பதை உணர்ந்த அறிவியலாளர்கள் பலர், இயற்கையில் ஏற்படும் மாற்றங்களைப் பற்றியும் பல்வேறு வகைகளில் சிந்தித்தனர். டார்வினின் தாத்தாவான எராஸ்மஸ் டார்வின் கூடத் தமது ஸூன்மோனியா என்ற நூலில் பரிணாம வளர்ச்சி குறித்து விவரிக்க முயற்சித்தார். டார்வினும் தமது தாத்தா உட்பட 33 பேர் இந்த ஆராய்ச்சியில் தமக்கு முன்பு ஈடுபட்டிருந்ததாக அவர்களின் பெயர்களையும் டார்வின் தமது நூலில் குறிப்பிட்டுள்ளார்.

ஏங்கல்ஸூம் தமது இயற்கையின் இயக்கவியல் நூலுக்கு எழுதிய முன்னுரையில் இந்தக் கருத்தைச் குறிப்பிட்டுள்ளார். அதில் அவர் கூறியதாவது:

'.....கி வோல்ப் என்பவர் 1759ஆம் ஆண்டில் உயிரினங்களின் நிலைத்தன்மை என்பதன் மீது தமது முதல் தாக்குதலைத் தொடுத்துப் பரிணாம வளர்ச்சித் தத்துவத்தை பிரகடனம் செய்தார். இது, குறிப்பிடத்தக்கதாகும். ஆனால் அவர் விஷயத்தில் ஒரு பிரகாசமான அனுமானமாக இருந்த அது ஓகென், லாமார்க், பாயர் ஆகியோரின் கரங்களில் உறுதியான வடிவம் பெற்றது. பின்னர் சரியாக நூறு ஆண்டுகள் கழித்து 1859ஆம் ஆண்டில் டார்வின் மூலமாக வெற்றிகரமாக மேலே கொண்டு செல்லப்பட்டது'.

பிரெடெரிக் எங்கல்ஸ்

படைப்பு வாதத்தை மறுத்த டார்வினின்

உயிரினங்களின் தோற்றம் மற்றும் பரிணாம வளர்ச்சிக் கோட்பாடுகளுக்கு மதவாதத் தலைவர்களிடமிருந்தும் படைப்புவாதிகளிடமிருந்தும் இயல்பாகவே எதிர்ப்புகள் கிளம்பின. ஆனால் அறிவியலாளர்கள் அவர்களுக்கு முழுஆதரவு அளித்தனர். டார்வினின் இயற்கைத் தேர்வு, உயிரின் தோற்றம், மற்றும் பரிணாம வளர்ச்சிக் கோட்பாடுகள் முழுமையானவை என 20ஆம் நூற்றாண்டிலும் இப்போதும் முழுமையாக ஏற்றுக் கொள்ளப்பட்டுள்ளன. அவற்றின் அடிப்படையில் உயிரியல் ஆராய்ச்சிகளும் கண்டுபிடிப்புகளும் மேற்கொள்ளப்படுகின்றன.

எனவே, டார்வினைத் தொடர்ந்து அவரது கண்டுபிடிப்புகள் புதிய கண்டுபிடிப்புகளுக்கு வழிவகுத்தன. அவற்றில் மிக முக்கியமான இரண்டைப் பற்றி மட்டும் சுருக்கமாக அறிமுகப்படுத்துவோம்.

டார்வினின் உயிரினங்களின் தோற்றம் 1859இல் வெளிவந்தது. இதில் அறிவியல் உலகம் முன்பு வைக்கப்பட்ட பரிணாம வளர்ச்சிக்கோட்பாட்டை வரவேற்றவர்களில் மிகமுக்கிய மானவர் அவரது சமகாலத்தவரும் மார்க்சியத்தின் மூலவர்களில் ஒருவருமான பிரெடெரிக் எங்கல்ஸ் ஆவார். டார்வின் தமது கடைசி நூல்களில் ஒன்றான *'மனிதனின் தோற்றமும் பால்வகைப் பட்ட தேர்வும்'* என்னும் நூலில்தான் குரங்கின் உறுப்புகளுக்கும் மனிதனின் உறுப்புகளுக்குமிடையேயான நெருக்கமான ஒற்றுமைகளை நிரூபித்தார்; மேலும் மாற்றமடைந்த குரங்கின் தொடர்ச்சிதான் மனிதன் என்பதை டார்வின் விளக்கினார். டார்வினுக்குப் பிறகு அவரது சீட நண்பரான தாமஸ் ஹக்ஸிலியும் இதனைத் தமது நூல் ஒன்றில் வலியுறுத்தினார். இந்தக் கண்டுபிடிப்புகள் முக்கியமாக குரங்கு மற்றும் மனிதனின் உடலுறுப்புகள், உடல் அமைப்பு, கருவுறுதல் ஆகியவை குறித்து ஒப்பீட்டு ஆய்வுகளை அடிப்படையாகக் கொண்டவையாகும். அவர்கள் இருவரின் ஆய்வுகளுமே மனிதனின் முன்னோர்கள் பற்றி மிகச்சரியான ஆய்வுகளைக் கொண்டுள்ளன. இந்தப் பின்னணியில்தான் குரங்கிலிருந்து மனிதன் எப்படி மாற்றமடைந்தான் என்பது குறித்து டார்வினின் பரிணாம வளர்ச்சிக் கோட்பாட்டினைத் தொடர்ந்து பிரெடெரிக் எங்கல்ஸ் மிகமுக்கியமான ஆய்வுநூலை எழுதினார். அது *'குரங்கிலிருந்து மனிதன் உருவாவதில் உழைப்பு ஆற்றிய பங்கு'*

என்பதாகும். (இந்நூல் ஏங்கல்ஸின் அறிவியல் ஆய்வு நூலான இயற்கையின் இயக்கவியல் (Dialectics of Nature) என்னும் பெரும் நூலின் ஒரு பகுதியாகும்) இதில்,. எங்கல்ஸ், குரங்கிலிருந்து மனிதன் உருவாக உழைப்பு எப்படி ஓர் உந்துசக்தியாக விளங்கியது என்பதை ஆய்வுசெய்து விளக்கியுள்ளார். (ஆதிகாலத்தில் குரங்கு மனிதனாகப் பரிணமிப்பதில் உழைப்பு உந்துசக்தியாக (motive force) விளங்கியதை டார்வினும் சரி, ஹக்ஸ்லியும் சரி அடையாளப் படுத்தி விளக்கவில்லை) டார்வின் தமது கோட்பாட்டில் கண்பிடித்த இயற்கைத் தேர்வாக உழைப்பு எப்படி மனிதன் உருவாகப் பங்காற்றியது என்பதை எங்கல்ஸ் விளக்கியுள்ளார்.

அவர் தமது நூலில் "உழைப்பு மனிதனையே உருவாக்கியது என்று நாம் கூறவேண்டிய அளவிற்கு அது மனித வாழ்வு முழுவதற்கும் முதன்மையான அடிப்படையாக இருந்தது" என்று கூறியுள்ளார்.

மனிதக் குரங்கினம் தம்முடைய தேவைகளின் அடிப்படையில் மேற்கொண்ட உழைப்புகள் என்பதில் 'பிரதானமாக காய்கனிகள் போன்ற உணவைச் சேகரிக்கவும் பிடிக்கவும் கைகள் முக்கியப் பங்கு வகிக்கின்றன; மரங்களில் கிளைகளுக்கிடையே தங்களுடைய பாதுகாப்புக்காகக் கூரைகளைக் கட்டுவதற்கும் பல மனிதக் குரங்குகள் தங்களுடைய கைகளைப் பயன்படுத்துகின்றன. எதிரிகளைத் தாக்கக் கழிகளைப் பிடிக்கின்றன. கற்களையும் பழங்களையும் வீசுவதற்கும் கைகளைப் பயன்படுத்துகின்றன'. போன்ற காரியங்களைக் குறிப்பிட்டு விளக்கிய எங்கல்ஸ், 'கை, உழைப்பிற்கான உறுப்பு மட்டுமல்ல உழைப்பின் விளைபயனும் அதுவே' என்று தெளிவுபடுத்துகிறார்.

மேலும் 'கைகள், பேச்சு உறுப்புகள், மூளை இவற்றின் ஒருங்கிணைப்பான செயல்பாடுகளினால்.... மனிதர்கள் சிக்கல் மிகுந்த காரியங்களை நிறைவேற்றவும் திறன் பெற்றனர்' என்பதையும் எங்கல்ஸ் விளக்கினார். டார்வினின் பரிணாம வளர்ச்சிக் கோட்பாட்டினைத் தொடர்ந்து அதனடிப்படையில் எங்கல்ஸ் எழுதிய இச்சிறுநூல் உயிரியலுக்கும் இயக்கவியல் பொருள் முதல்வாதத்திற்கும் மகத்தான முக்கியத்துவம் வாய்ந்ததாகும்.

டார்வினின் பரிணாம வளர்ச்சிக்கோட்பாட்டின் தொடர்ச்சியாக அதனடிப்படையில் 'உயிரின் தோற்றம்' (The Origin of life) என்ற கண்டுபிடிப்பு 20ஆம் நூற்றாண்டின்

அலெக்சாண்டர் ஓபாரின்

கண்டுபிடிப்புகளில் மிக முக்கியமானதாகும்.

இந்தச் சாதனையை நிகழ்த்தியவர் சோவியத் யூனியனின் உயிரியல் அறிவியலாளர் அலெக்சாண்டர் ஓபாரின் ஆவார். டார்வினின் பரிணாம வளர்ச்சிக் கோட்பாடு உயிரினங்கள் எவ்வாறு உருவாகித் தோன்றின என்பதற்கு விடை அளித்ததென்றால் அந்த உயிரினங்களின் உயிர் எப்படித் தோன்றின என்பதை இறுதியாக ஓபாரின் கண்டுபிடித்தார். இவர் உயிர் தோன்றுவதற்கான பரிணாம வளர்ச்சி குறித்த ஆராய்ச்சியை 1920-ல் தொடங்கினார். 20ஆம் நூற்றாண்டின் டார்வின் என அழைக்கப்பட்ட ஓபாரின் 20 ஆண்டுகளுக்குமேல் பரிசோதனை ஆய்வுகளை நடத்தியதன் விளைவாக 1950ஆம் ஆண்டு *'உயிரின் தோற்றம்'* (The Origin of life) நூலை எழுதினார். இந்நூல் அன்றைய சமயத்தில் நடைபெற்ற சர்வதேச உயிரியல் அறிவியலாளர்கள் மாநாடு பாராட்டிக் கொண்டதாகும்.

ஆய்வுகூடத்தில் ஓபாரின் மற்றும் சகஅறிவியலாளர் ஆண்ட்ரிகுர்ஸனோவ்

ஆனாலும் உயிரினங்களின் *தோற்றம்* (The Origin of Species) குறித்த டார்வினின் கண்டுபிடிப்பைத் தொடர்ந்து, *உயிரின் தோற்றம்* (The Origin of Life) குறித்த ஆராய்ச்சியை அவரது ஆழ்ந்த ஆதரவாளரும் பொருள் முதல்வாதச் சிந்தனையாளருமான தாமஸ் ஹென்றி ஹக்ஸ்லீ யே தொடங்கிவிட்டார்.

கரிமம் என்னும் உலோகத் தன்மையற்ற தனிமம், என்பது உயிர்

உருவாவதற்கான பரிணாம வளர்ச்சியில் தொலைக்கால தொடக்கமாக உருவானது. இத்துடன் நீண்ட நெடிய காலப்போக்கில் நீரக வாயுக்களான ஹைட்ரஜனும் ஆக்ஸிஜனும் இணைந்து புதிய தனிமம் உருவாகியது. இப்படியே உயிர் உருவாகுவதற்கான வளர்ச்சிப் போக்கில் புரோட்டீன் உருவாக்கம் உள்ளிட்ட பல கட்டங்கள் நீண்ட நெடிய கால வளர்ச்சிப் போக்கில் உருவாகின. இவற்றை விரிவாகவும் ஆழமாகவும் பரிசோதனை ஆய்வுகள் மூலமாக ஆராய்ந்து சோவியத் யூனியனின் அறிவியலாளர் ஒபாரின் தமது *உயிரின் தோற்றம்* நூலில் விளக்கியுள்ளார். அவர் விளக்கிய கட்டங்களில் புரோடாபிளாஸம் (Protoplasm) என்பது உயிரற்ற பொருளிலிருந்து உயிர் உருவாகுவதற்கு கோடிக்கணக்கான ஆண்டுகளாக நிகழ்ந்த பரிணாம வளர்ச்சியில் ஒரு மிக முக்கியமான வளர்ச்சிக் கட்டமாகும். இந்த புரோடோபிளாஸத்தை ஆய்ந்த ஒபாரின் அது, அதற்கு முந்தைய கட்டங்களில் உருவான புரோட்டின், கொழுப்பு போன்ற சேர்மானங்கள் உள்ளிட்ட உயிராக்கச் சாரப் பொருட்களைக் கொண்டதும் திரவத் தன்மையானதும் ஆகும் என்றும் நிரூபித்துள்ளார். இதன் மூலம், உயிரினங்கள், சிறப்புவகைப்பட்ட வாழும் யந்திரங்கள் போன்றவை என்று சில அறிவியலாளர்கள் 19ஆம் நூற்றாண்டின் இறுதியிலும் 20ஆம் நூற்றாண்டின் தொடக்கத்திலும் கூறி வந்ததை மறுதலித்தார்.

உயிரின் தோற்றத்தில் இவ்வளவு முக்கியத்துவம் வாய்ந்த புரோட்டா பிளாஸம் குறித்து 19ஆம் நூற்றாண்டிலேயே தாமஸ் ஹென்றி ஹக்ஸ்லீ ஆராய்ந்திருக்கிறார். இதை அவர் தமது உரை ஒன்றில் கூறியிருந்தார். “நான் இங்கே ஒரு சாரப் பொருள் குறித்து உரையாற்றவிருக்கிறேன். அதன் அறிவியல் ரீதியான பெயர் புரோடோபிளாசம் என்பதாகும். அதனை, உயிருக்கான இயல்பொருள் சார்ந்த அடிப்படை (Physical basis of life) என அர்த்தப்படுத்தியுள்ளேன்” என்று அதில் குறிப்பிட்டுள்ளார்.

ஆக, உயிரின் தோற்றம் குறித்து தத்துவவாதிகளிடமும் அறிவியலாளர்களிடமும் நீண்ட நெடிய காலமாக சர்ச்சைகள் இருந்தபோதிலும் 1950ல் ஒபாரினின் உயிரின் தோற்றம் கண்டுபிடிப்புக்கு பல ஆண்டு கால பரிசோதனை ஆய்வு மற்றும் ஆராய்ச்சிகள் பின்னணியாக இருந்திருக்கின்றன. என்பதை ஹக்ஸ்லீ யின் கூற்று தெளிவுப்படுத்துகிறது. அந்த வகையில், உயிரின் தோற்றம் குறித்த ஆராய்ச்சியில் ரஷிய அறிவியலாளர்களுக்கும் முக்கியப் பங்கு இருப்பதாகவும் ஒபாரின், தமது நூலில் குறிப்பிட்டுள்ளார்.

தமது நூலின் தொடக்கத்திலேயே இந்தப் பிரச்சனையை தத்துவ ரீதியாக அணுகியுள்ள ஒபாரின், இதில் கருத்து முதல்வாத மற்றும் மதக்கண்ணோட்டங்கள் (அரிஸ்டாட்டில், பிளாட்டோ உட்பட)

முற்றிலும் தவறானவை என்பதையும் பொருள் முதல்வாத ரீதியான அணுகுமுறைகளே மிகச் சரியானவை என்பதையும் நிலை நிறுத்தியுள்ளார். டார்வினின் உயிரினத் தோற்றக் கோட்பாடே பொருள் முதல்வாதத் தத்துவத்திற்கு ஒரு முக்கிய அடிப்படையான நிரூபணமாக அமைந்ததுதானே.

டார்வினின் பரிணாம வளர்ச்சிக் கோட்பாட்டுடன் நவீன அறிவியல் உலகில் உயிரிவேதியியல், உயிரி இயற்பியல், நுண்ணுயிரியல் மற்றும் ஏனைய அறிவியல்களில் ஏற்பட்டுள்ள சாதனைகளின் பின்னணியில்தான் இந்தக் கண்டுபிடிப்பு 'உயிரின் தோற்றம்' நிகழ்த்தப்பட்டது.

இந்தக் கண்டுபிடிப்பின்படி, இந்தப் பூமியில் 400 கோடி ஆண்டுகளுக்கு முன்பு உயிர் தோன்றியுள்ளது. (ஆனால் கிறிஸ்துவ மதத்தின் படைப்புவாத ஆய்வாளர்கள் இந்த உலகம் 6000 முதல் 10ஆயிரம் ஆண்டுகளுக்கு முன்புதான் படைக்கப்பட்டது என்கின்றனர்)

உயிரற்ற பொருட்களிலிருந்தே உயிர் தோன்றியது எனவும் பொருட்களிலிருந்து தோன்றிய உயிரும் ஒரு பொருளே என்று ஒபாரினின் இந்நூல் அழுத்தம் திருத்தமாக நிரூபித்துள்ளது.

இதன்மூலம் உயிர் என்பது பொருளற்ற சூட்சுமம், பொருளற்ற ஒரு பண்பு, உயிர் என்பது ஆன்மா என்பன போன்ற கருத்து முதல்வாதப் புனைவுகளுக்குத் திட்டவட்டமான மறுப்பையும் நிரூபித்துள்ளது.

டார்வின் தமது பரிணாம வளர்ச்சிக் கோட்பாட்டின் மூலம் இயற்கை அறிவியலில் குறிப்பாக உயிரியலில் தொடங்கி வைத்த அறிவியல் புரட்சி இன்றும் தொடர்கிறது; நாளையும் தொடரும்.

■

உதவிய நூல்கள்

1. **Charles Darwin** - Cyril Aydon, Carrol and Graf Publishers, New York
2. உயிரினங்களின் தோற்றம் - சார்லஸ் டார்வின். தமிழில் சுருக்கம்: ராஜ்கௌதமன், விடியல் பதிப்பகம், கோயம்புத்தூர்.
3. **Keeping cool and other Essays** - J.P.S.Haldane, F.R.S University of London
4. **The Origin of Life** - A.J.Oparin Foriegn Language publishing House, Moscow,
5. மார்க்ஸ் \ எங்கல்ஸ் தேர்வு நூல்கள் ---\ முன்னேற்றப் பதிப்பகம், மாஸ்கோ
6. **Dictionary for Believers and Nonbelievers** - Scholars from Soviet Union and other Socialist Countries (Progress Publishers, Moscow)
7. **Websters Comprehensive Dictionary** - Trident Press International
8. இணைய தளக் கட்டுரைகள்.

www.ingramcontent.com/pod-product-compliance
Lightning Source LLC
LaVergne TN
LVHW010939051026
849532LV00003B/1048